രാധാനാമത്തിൽ

വിധവകളും അല്ലാത്തവരുമായ വൃന്ദാവനത്തിലെ സ്ത്രീകൾ

radhanamathil
vidhavakalum allathavarumaya vrindavanathile sthreekal
•
original title
in radha's name: widows and other woman in brindaban
•
malini bhattacharya
•
translated
manjulamala
•
first edition
april 2012
•
typesetting
sailasree
•
published
chintha publishers, thiruvananthapuram
•
cover
prasoon
•

വിതരണം
ദേശാഭിമാനി ബുക്ക് ഹൗസ്
H O തിരുവനന്തപുരം-695 035
www.chinthapublishers.com
chinthapublishers@gmail.com

ബ്രാഞ്ചുകൾ
ഹെഡ്ഡാഫീസ് കുന്നുകുഴി • ഓവർബ്രിഡ്ജ് തിരുവനന്തപുരം • കെ എസ് ആർ ടി സി ബസ് സ്റ്റേഷൻ ആലപ്പുഴ • കെ എസ് ആർ ടി സി ബസ് സ്റ്റേഷൻ എറണാകുളം • മച്ചിങ്ങൽ ലെയ്ൻ തൃശൂർ • ഐ ജി റോഡ് കോഴിക്കോട് • കെ എസ് ആർ ടി സി ബസ് സ്റ്റേഷൻ കോഴിക്കോട് • എൻ ജി ഒ യൂണിയൻ ബിൽഡിങ് കണ്ണൂർ • സെൻട്രൽ ബസ് ടെർമിനൽ കോംപ്ലക്സ് താവക്കര കണ്ണൂർ

CO - 1735 / 2898
ISBN - 978-93-82167-05-1

രാധാനാമത്തിൽ

വിധവകളും അല്ലാത്തവരുമായ
വൃന്ദാവനത്തിലെ സ്ത്രീകൾ

മാലിനി ഭട്ടാചാര്യ

പരിഭാഷ:

മഞ്ജുളമാല

ചിന്ത പബ്ലിഷേഴ്സ്
തിരുവനന്തപുരം-695 035

മാലിനി ഭട്ടാചാര്യ

ജാദവ് പൂർ സർവകലാശാലയിൽ ഇംഗ്ലീഷ് വിഭാഗം പ്രൊഫസറും സ്കൂൾ ഓഫ് വിമെൻ സ്റ്റഡീസ് ഡയറക്ടറും ആയിരുന്നു. 2003 ൽ റിട്ടയർ ചെയ്തു. 1989 മുതൽ 1999 വരെ ലോകസഭാംഗമായിരുന്നു. 1998 മുതൽ 2004 വരെ പശ്ചിമബംഗാൾ വനിതാ കമീഷൻ അംഗമായും 2005 മുതൽ 2008 വരെ ദേശീയ വനിതാ കമീഷൻ അംഗമായും പ്രവർത്തിച്ചു. ബംഗാളിലെ സ്ത്രീ പ്രശ്നങ്ങളുമായി ബന്ധപ്പെട്ട നാടകങ്ങളും കവിതകളും രചിച്ചിട്ടുണ്ട്. മണിക് ബന്ധോപാധ്യായയുടെയും സൊമൻ ചന്ദായുടെയും ചെറുകഥാ സമാഹാരങ്ങളുടെ ഇംഗ്ലീഷ് പരിഭാഷ എഡിറ്റു ചെയ്തിട്ടുണ്ട്. കൂടാതെ *പെഴ്സ്പെക്ടീവ്സ് ഇൻ വിമെൻ സ്റ്റഡീസ്* എന്ന പേരിൽ ആഗോളവൽക്കരണത്തെ സംബന്ധിച്ച ലേഖനങ്ങൾ എഡിറ്റു ചെയ്യുകയുണ്ടായി. ഇന്ത്യൻ പീപ്പിൾസ് തിയറ്റർ അസോസിയേഷൻ(ഇപ്റ്റ)യുമായി ബന്ധപ്പെട്ട് പ്രവർത്തിക്കുന്നു.

മഞ്ജുളമാല

എഴുത്തുകാരനായ എം വി രാഘവന്റെയും ലക്ഷ്മിയുടെയും മകൾ. ജനനം കോഴിക്കോട്. മലയാളത്തിൽ ബിരുദാനന്തര ബിരുദം. മലയാളം ലക്ചറർ ആയിരുന്നു. ഇപ്പോൾ പ്രൂഫ് റീഡറായി ജോലി ചെയ്യുന്നു. ആകാശവാണി കോഴിക്കോട് എഫ് എം അവതാരകയാണ്.

മക്കൾ : അഞ്ചിത, അഞ്ചിമ

വിലാസം : മീത്തൽ വീട്,
കരുവശ്ശേരി, കോഴിക്കോട് – 10

ഉള്ളടക്കം

എന്റെ ഉത്തമസുഹൃത്തും സഹപ്രവർത്തകയുമായ
രത്നാബാലി ചതോപാധ്യായക്ക്

കൃതജ്ഞത

പശ്ചിമബംഗാൾ വനിതാകമീഷന്റെ ഇപ്പോഴത്തെ അധ്യക്ഷയും എന്റെ അധ്യാപികയുമായിരുന്ന പ്രൊഫസർ യശോധര ബാഗ്ചിയുടെ നിരന്തര പ്രേരണയും ശുഭാപ്തി വിശ്വാസവും ഇല്ലായിരുന്നെങ്കിൽ ഇങ്ങനെയൊരു പുസ്തകം രചിക്കപ്പെടുമായിരുന്നില്ല. ചരിത്രത്തോടുള്ള അവരുടെ അചഞ്ചലമായ ബഹുമാനമാണ്, കമീഷന്റെ ഗ്രന്ഥശേഖരത്തിൽ പൊടിപിടിച്ചുകിടന്ന വൃന്ദാവൻ സർവേയുടെ റിപ്പോർട്ട് വീണ്ടെടുക്കുവാനും ഇപ്പോഴും പ്രസക്തമായ അതിന്റെ വീക്ഷണങ്ങൾ പുസ്തകരൂപത്തിൽ പ്രസിദ്ധീകരിക്കാനും എന്നെ പ്രേരിപ്പിച്ചത്. ഞാൻ പലവിധത്തിലും അവരോട് കടപ്പെട്ടിരിക്കുന്നു. എന്റെ വിദ്യാഭ്യാസ ജീവിതത്തിലും സാമൂഹിക പ്രവൃത്തികളുടെ നേട്ടത്തിലും അവരോടുള്ള എന്റെ നന്ദി, വാക്കുകളിൽ ഒതുക്കാവുന്നതല്ല.

ചില ആശങ്കകൾ ഉണ്ടായിരുന്നിട്ടുകൂടിയും, കമീഷൻ അധ്യക്ഷ പ്രൊഫ. ബേലാ ദത്തഗുപ്തയും മറ്റ് അംഗങ്ങളും ഈ സംരംഭത്തിൽ എന്നെ സഹായിച്ചതിന് എനിക്കുള്ള നന്ദി ഞാൻ പ്രകാശിപ്പിക്കുന്നു. ഈ വൈഷമ്യമേറിയ കർത്തവ്യം നിർവഹിക്കുന്നതിന് അന്നത്തെ ധനകാര്യമന്ത്രി ഡോ. ഹാഷിം ദാസ് ഗുപ്തയും സാമൂഹികക്ഷേമ വകുപ്പ് മന്ത്രി ശ്രീ. വിശ്വനാഥ് ചൗധരിയും സംസ്ഥാന വനിതാകമീഷനെ ചുമതലപ്പെടുത്തുന്നതിനു വേണ്ട സാമ്പത്തിക സഹായം നൽകുന്നതിൽ ഉദാരത കാണിച്ചിരുന്നു. ആ കാര്യത്തിൽ അവർ പ്രത്യേകം നന്ദിയർഹിക്കുന്നു. ഫീൽഡ് റിസർച്ച് ഓപ്പറേഷൻ നെറ്റ്വർക്കിൽ അവരുടെ ഉത്സാഹഭരിതരായ യുവപ്രവർത്തകരുടെ നിർലോഭമായ സഹായമില്ലായിരുന്നുവെങ്കിൽ ഈ ഭീമമായ കർത്തവ്യം നിർവഹിക്കാൻ ഞങ്ങൾക്ക് കഴിയുമായിരുന്നില്ല. ഞങ്ങളുടെ ജോലിക്കിടയിൽ അവരിലൂടെ സിദ്ധിച്ച സൗഹാർദം യഥാർഥമായും ഞങ്ങൾ അനുഭവിച്ചറിഞ്ഞു.

മഥുരയിലെ ഭരണ നിർവഹണത്തിലേർപ്പെട്ടിരുന്നവരുമടക്കമുള്ള വൃന്ദാവനത്തിലെ ജനങ്ങളിൽനിന്ന് ഞങ്ങൾക്ക് അസന്ദിഗ്ധമായ സഹായം ലഭിച്ചു. ഇവർക്ക് പുറമെ വൃന്ദാവനത്തിലെ അഗതികളായ സ്ത്രീകളെ സഹായിച്ചുകൊണ്ടിരുന്ന സ്വരാജ്ലത ഗോയൽ, കമലാ ഘോഷ് തുടങ്ങിയവരുടെ പേരുകൾ പ്രത്യേകം എടുത്തുപറയേണ്ടതുണ്ട്. അവരാണ് അഗതികളായ സ്ത്രീകൾക്ക് നേരിടേണ്ടിവന്ന നിഷ്കാസനപ്രശ്നം മുതൽക്കുള്ള ഏറ്റവും പ്രാഥമികമായ വിവരങ്ങൾ ഞങ്ങൾക്ക് നൽകിയത്. വൃന്ദാവനത്തിന്റെ ചരിത്രത്തിലും ഭൂമിശാസ്ത്രത്തിലും അപാരജ്ഞാനമുണ്ടായിരുന്ന വൃന്ദാവൻ ഷോധ് സൻസ്ഥാനിന്റെ ഗ്രന്ഥശേഖരത്തിൽനിന്ന് വിവരശേഖരണത്തിന് ഞങ്ങളെ സഹായിച്ചത് ഗോപാൽ ഘോഷ് ആയിരുന്നു. എന്റെ വൃന്ദാവനത്തിലേക്കുള്ള ആദ്യത്തെ സന്ദർശനവേളയിലും 2007 ലെ അവസാന സന്ദർശനവേളയിലും മോഹിനിഗിരി ആധിപത്യം വഹിക്കുന്ന ഗിൽഡ് ഓഫ് സർവീസ് ഞങ്ങൾക്ക് ഒരു ശക്തി സ്തംഭം തന്നെയായിരുന്നു. അവരെന്നോട് കാണിച്ച സൗഹാർദത്തിനും സഹായത്തിനും ഞാൻ വളരെ വലിയ മൂല്യം കൽപ്പിക്കുന്നു.

ഈ കൈയെഴുത്തുപ്രതി തയാറാക്കുന്നതിൽ കംപ്യൂട്ടറിൽ വിദഗ്ധയായ രഞ്ജനദാസ് ഗുപ്തയുടെ വിലയേറിയ സഹായം എനിക്ക് ലഭിച്ചിട്ടുണ്ട്. എന്റെ ഭർത്താവ് മിഹിർ ഭട്ടാചാര്യ ഈ കൈയെഴുത്തുപ്രതി പരിശോധിച്ച് പ്രധാന തിരുത്തലുകൾ നിർദേശിച്ചുതന്നു. മഥുരയുടെ പുരാതന ചരിത്രം വായിക്കുന്നതിൽ എന്റെ മകൾ പ്രീത എന്നെ സഹായിച്ചു. ഈ പുസ്തകത്തിൽ എന്തെങ്കിലും അപാകതകളുണ്ടെങ്കിൽ, അതിന്റെ ഉത്തരവാദി ഞാൻ മാത്രമാണ്.

മാർച്ച്, 2008 **മാലിനി ഭട്ടാചാര്യ**

അവതാരിക

ഞാൻ പശ്ചിമ ബംഗാളിൽ വനിതാ കമീഷന്റെ അധ്യക്ഷയായി 2001 ഒക്ടോബറിൽ ചുമതലയേറ്റെടുത്തപ്പോൾ നേരിട്ട പ്രധാന പ്രശ്നങ്ങളിലൊന്ന്, ഗവൺമെന്റ് കമീഷനോട് നേരത്തെ തയാറാക്കാൻ ആവശ്യപ്പെട്ട വൃന്ദാവനത്തിലെ ബംഗാളി വിധവകളെപ്പറ്റിയുള്ള റിപ്പോർട്ടുമായി ബന്ധപ്പെട്ട വിഷയമായിരുന്നു. കമീഷനിലെ ഒരംഗമായ പ്രൊഫ. മാലിനി ഭട്ടാചാര്യ, മറ്റൊരംഗമായ രത്നാബാലി ചതോപാധ്യായയോടൊപ്പം ഗവേഷണങ്ങൾ നടത്തുകയും വിവര ശേഖരണത്തിനായി നിരവധി യാത്രകൾ നടത്തുകയും ചെയ്തിരുന്നു. ആ റിപ്പോർട്ട് പരിശോധിച്ചപ്പോൾ എനിക്കു മനസിലായത്, മാലിനി ഭട്ടാചാര്യ തന്റെ നിഗമനങ്ങൾ സംവിധാനം ചെയ്തിരിക്കുന്ന രീതിയിൽതന്നെ പ്രധാനപ്പെട്ട ഒരു പുസ്തകം ഒളിഞ്ഞുകിടപ്പുണ്ടെന്നാണ്. ഈ റിപ്പോർട്ട് തയാറാക്കുക എന്നതിലേക്ക് എത്തിച്ചേർന്ന സാഹചര്യങ്ങളിലും രേഖപ്പെടുത്തപ്പെടേണ്ട സമകാലിക ചരിത്രത്തിന്റെ നുറുങ്ങുകൾ അടങ്ങിയിരുന്നു.

ഇന്ത്യയിലെ പ്രധാന സമുദായങ്ങളിലെ വിശ്വാസപ്രകാരം വൈധവ്യം ഒരു ലിംഗതത്വമാണെന്ന വസ്തുതയ്ക്കു പുറമെ ബംഗാളിലെ ഗൗഡീയ വൈഷ്ണവ ഭക്തിപ്രസ്ഥാനം വൃന്ദാവനു നൽകിയ പ്രത്യേക പദവി, അതിനെ ബംഗാളിലെ പ്രാന്തവൽക്കരിക്കപ്പെടുകയും അവഗണിക്കപ്പെടുകയും ചെയ്യുന്ന വിധവകൾക്കുള്ള പ്രത്യേക തീർഥാടന ലക്ഷ്യമെന്ന സ്ഥാനം നേടിക്കൊടുക്കുകയും ചെയ്തു. അവർ ഇവിടം പ്രായശ്ചിത്തമോക്ഷത്തിന്റെ കേന്ദ്രമായി കണ്ടു. ഈ അനുഭവങ്ങൾ നൽകിയ പാഠങ്ങൾ ഒരു പുസ്തകമാക്കണമെന്ന എന്റെ നിർദേശം മാലിനി ഭട്ടാചാര്യ സ്വീകരിച്ചപ്പോൾ ഞാൻ അതിയായി സന്തോഷിച്ചു.

ഗവൺമെന്റിലേക്ക് സമർപ്പിച്ച റിപ്പോർട്ടുണ്ടാക്കുന്നതിൽ നേരിടേണ്ടി വന്ന സങ്കീർണതകളെപ്പറ്റി ബോധവതിയായിരുന്ന ഞാൻ, മാലിനി ഭട്ടാചാര്യ രചിച്ച ഈ പുസ്തകത്തിന്റെ മേന്മകണ്ട് ആശ്ചര്യഭരിതയായി. വൃന്ദാവനത്തിലെ ബംഗാളി വിധവകളുടെ സാന്നിധ്യം കഴിഞ്ഞ നൂറ്റാണ്ടിന്റെ അവസാനത്തോടെ ഒരു വലിയ സംസ്ഥാനാന്തര രാഷ്ട്രീയപ്രശ്നമായി ഉയർന്നുവന്നത് വളരെ യുക്തമായി ഇതിൽ പരാമർശിച്ചിട്ടുണ്ട്. ഗൗഡീയ വൈഷ്ണവ ഭക്തിപ്രസ്ഥാനത്തിന്റെ വഴി തുറന്നുകൊടുത്ത പ്രധാനമായ ചരിത്രാധ്യായം വസ്തുതകളുടെ അതിവിദഗ്ധമായ സമാഹരണമാണ്. ഗോത്രഭരണ സമ്പ്രദായത്തിന്റെ ന്യായവാദപ്രകാരം വൃന്ദാവനത്തിലേക്ക് അഭയത്തിനായി പോകേണ്ടിവന്ന ബംഗാളി വിധവകളുടെ സ്ഥിതി ഗ്രന്ഥകാരി മനോഹരമായും വിദഗ്ധമായും വിവരിച്ചിട്ടുണ്ട്.

സ്വാതന്ത്ര്യാനന്തരം ഇന്ത്യാ വിഭജനത്തിന്റെ ഫലമായുണ്ടായ ഭീമമായ സ്ഥലമാറ്റവും 1971–ലെ പാകിസ്ഥാൻ വിഭജനവും കുടുംബപരമായ വിലങ്ങുകൾ താരതമ്യേന കുറഞ്ഞതും ലൈംഗികമായ വഴക്കങ്ങൾ താരതമ്യേന അയവാർന്നതുമായ വൃന്ദാവനത്തിലേക്കു പലായനം ചെയ്യാൻ വളരെയധികം സ്ത്രീകളെ പ്രേരിപ്പിച്ചു. എന്നാൽ, ഈ സ്ഥിതിഗതികൾ സ്ത്രീകളിൽ ഒരു സ്വാതന്ത്ര്യബോധം സൃഷ്ടിച്ചോ? ഈ സങ്കീർണ പ്രശ്നങ്ങൾ വിവരിക്കുമ്പോൾ ഈ പുസ്തകം അവരുടെ സ്വാതന്ത്ര്യത്തിന്റെയും ദാസ്യത്തിന്റെയും വശപ്പെടാത്ത പല കണ്ണികളിൽ കുരുങ്ങിപ്പോയ ജീവിതത്തിന്റെ പരുപരുത്ത യാഥാർഥ്യങ്ങളെ അമിതമായി ലഘൂകരിക്കുവാനോ മയപ്പെടുത്തുവാനോ ശ്രമിച്ചിട്ടില്ല. ഒരു പ്രത്യേക അഭിമാനത്തോടെയാണ് പശ്ചിമബംഗാൾ വനിതാ കമീഷനുവേണ്ടി ഞാൻ വായനക്കാർക്കായി ഈ പുസ്തകം നൽകുന്നത്.

യശോധര ബാഗ്ചി,
അധ്യക്ഷ,
പശ്ചിമബംഗാൾ വനിതാ കമീഷൻ.

മാർച്ച്, 2008

1

പുസ്തക രചനയെപ്പറ്റി

ഇന്ത്യയിലെ ഒരു സംസ്ഥാന വനിതാകമീഷൻ സ്വാഭാവികമായും പരിഗണിക്കേണ്ടത് ബന്ധപ്പെട്ട സംസ്ഥാനത്തിലുള്ള അവരുടെ സ്വകാര്യങ്ങളെയും പ്രശ്നങ്ങളെയുമാണ്. അതാണ് സ്വാഭാവികമായ അധികാര പരിധി. എന്നാൽ, 1999 ൽ പശ്ചിമ ബംഗാളിലെ വനിതാ കമീഷനെ ആ ഗവൺമെന്റ് ഒരസാധാരണ ചുമതലയേൽപ്പിച്ചു. ഇത്, കമീഷന്റെ അധികാര പരിധിയിൽപ്പെടാത്ത, ഉത്തർപ്രദേശിലെ സ്ത്രീകളുടെ ജീവിതത്തിന്റെ ആഴങ്ങളിലേക്ക് ഇറങ്ങാനും സാമൂഹികവും മാനുഷികവുമായ പ്രശ്നങ്ങൾ അന്വേഷിക്കുവാനും ആണ്. ഇവയുടെ പരിഹാരമോ അഥവാ ലഘൂകരണമോ പ്രാഥമികമായും കേന്ദ്ര ഗവൺമെന്റിന്റെയും, ഉത്തർപ്രദേശ് ഗവൺമെന്റിന്റെയും മേലാണ് അധിഷ്ഠിതമായിരിക്കുന്നത്. വൃന്ദാവനമെന്ന പുരാതന തീർഥാടന നഗരത്തിൽ ദുർബലമായ ജീവിതം നയിക്കുന്ന മിക്കവാറും വിധവകളടങ്ങുന്ന അഗതികളായ ബംഗാളി സ്ത്രീകളുടെ പ്രശ്നങ്ങൾ ഇതിലുന്നയിച്ചിരുന്നു. ഒരു സംസ്ഥാനത്തുനിന്നും അന്യസംസ്ഥാനത്തേക്ക് പോകുന്നതിനും അവിടെ സ്ഥിരതാമസമാക്കുന്നതിനും ജീവിതമാർഗം കണ്ടെത്തുന്നതിനും ഏതൊരു ഇന്ത്യൻ പൗരനെയും ഇന്ത്യൻ ഭരണഘടന അനുവദിക്കുന്നുണ്ട്. ബിഹാർ, ഒറീസ്സ, ആന്ധ്രപ്രദേശ്, രാജസ്ഥാൻ എന്നിവിടങ്ങളിൽനിന്ന് പശ്ചിമ ബംഗാളിൽ കുടിയേറിയവരുടെ കാര്യങ്ങൾ ആ ഗവൺമെന്റ് പരിഗണിക്കുന്നതുപോലെ, സാധാരണയായി വൃന്ദാവത്തിലെ ബംഗാളി സ്ത്രീകളുടെ കാര്യങ്ങൾ ഉത്തർപ്രദേശ് ഗവൺമെന്റ് ആയിരുന്നു ശ്രദ്ധിക്കേണ്ടിയിരുന്നത്. വളരെക്കാലം മുമ്പ് പശ്ചിമബാംഗാളിൽനിന്ന് കുടിയേറിപ്പാർത്ത ബംഗാളി സ്ത്രീകളുടെ യഥാർഥസ്ഥിതികളെപ്പറ്റി അന്വേഷിക്കാൻ ഒരു വനിതാകമീ

ഷനെ നിയോഗിക്കാൻ പശ്ചിമബംഗാൾ ഗവൺമെന്റിനെ 1999 ൽ പ്രേരിപ്പിച്ച സാഹചര്യമെന്തായിരുന്നു?

ആയിരത്തിത്തൊള്ളായിരത്തി അറുപത്തി ആറിൽ മോഹിനി ഗിരിയുടെ അധ്യക്ഷതയിലുള്ള ദേശീയ വനിതാ കമീഷൻ (NCW) വൃന്ദാവനത്തിലെ വനിതകളെപ്പറ്റിയുള്ള ഒരു ലഘുപഠനത്തിന് ഉത്തരവാദ മേൽപ്പിച്ച *ദീപാലി ഭാണറ്റിന്റെ റിപ്പോർട്ട്*, ഇതുവരെ അജ്ഞാതമായിരുന്ന, അവഗണനകളുടെ ദുർഗന്ധം വമിക്കുന്ന ചില അവസ്ഥാ വിശേഷങ്ങളിലേക്ക് വെളിച്ചം വീശുന്നതായിരുന്നു. അഗതികളായ സ്ത്രീകളിൽ ഭൂരിപക്ഷവും ബംഗാളിഭാഷ സംസാരിക്കുന്നവരായിരുന്നുവെന്ന് റിപ്പോർട്ട് ചൂണ്ടിക്കാണിക്കുന്നു. വൃദ്ധകളായ വിധവകളായിരുന്നു ഏറെയെങ്കിലും അവരിൽ ഉപേക്ഷിക്കപ്പെട്ട സ്ത്രീകളും അവിവാഹിതകളായ പെൺകുട്ടികളുമുണ്ടായിരുന്നു. സംസ്ഥാനത്തുള്ള ഭജനാശ്രമങ്ങളുടെ ചരിത്രവും അഗതികളായ സ്ത്രീകൾ ജീവസന്ധാരണത്തിനുവേണ്ടി ഈ സ്ഥാപനങ്ങളെ ആശ്രയിക്കേണ്ടിവരുന്ന സാഹചര്യവും അവർ സൂചിപ്പിക്കുന്നുണ്ട്. ഈ ശോച്യാവസ്ഥയിൽനിന്ന് അവരെ ഉദ്ധരിക്കാൻ കേന്ദ്ര ഗവൺമെന്റിനും സംസ്ഥാന ഗവൺമെന്റിനും ദേശീയ വനിതാകമീഷനും കൂട്ടായി എങ്ങനെ സാധിക്കുമെന്നതിന് അവർ ചില നടപടികൾ നിർദേശിക്കുകയും ചെയ്തു. 1999 ൽ എൻ ഡി എ ഗവൺമെന്റ് അധികാരത്തിൽ വന്നശേഷം, മോഹിനിഗിരി നയിക്കുന്ന ഡൽഹി അടിസ്ഥാനമാക്കിയ ഗിൽഡ് ഓഫ് സർവീസ് എന്ന എൻ ജി ഒ, ഭാനട്ട് റിപ്പോർട്ട് ചർച്ച ചെയ്യാനും പരിഹാരങ്ങൾ നിർദേശിക്കാനും ഡൽഹിയിൽ ഒരു കൺവൻഷൻ സംഘടിപ്പിച്ചു. ഗിൽഡ് ഓഫ് സർവീസ് വൃന്ദാവനത്തിലെ ഇത്തരം സ്ത്രീകൾക്കായി കുറച്ചു മാസങ്ങൾക്കുശേഷം അമർബാരി (നമ്മുടെ വീട്) നടത്താൻ തുടങ്ങിയത് അവരേറ്റെടുത്ത ബാധ്യതയുടെ ഗൗരവത്തിന് തെളിവായി. 1999 ലെ യോഗത്തിൽ, പശ്ചിമ ബംഗാളിലെ വനിതാ കമീഷൻ പ്രാതിനിധ്യമില്ലായിരുന്നുവെന്ന് ഞാനിവിടെ ചൂണ്ടിക്കാണിക്കട്ടെ.

ഇതിന്റെ തുടർച്ചയായി, കേന്ദ്രവനിതാ ശിശുവികസനമന്ത്രാലയത്തിലെ അന്നത്തെ സെക്രട്ടറി, ബംഗാളി വിധവകൾ തുടർച്ചയായി വൃന്ദാവനത്തിലേക്ക് തള്ളിക്കയറുന്നതിനെപ്പറ്റി മന്ത്രിസഭയ്ക്കുള്ള ആശങ്കകൾ അറിയിക്കുന്നതിനായി പശ്ചിമ ബംഗാൾ ഗവൺമെന്റുദ്യോഗസ്ഥരെ കാണുകയുണ്ടായി. അവിടെ പതിനാറായിരം ബംഗാളി വിധവകൾ ജീവിക്കുന്നുണ്ടെന്നും പശ്ചിമബംഗാൾ ഗവൺമെന്റിനോട് വിധവകളുടെ ഈ പ്രയാണം തടയണമെന്നാവശ്യപ്പെട്ടിട്ടുണ്ടെന്നും അവർ ഒരു പത്രസമ്മേളനത്തിൽ പറഞ്ഞു. ദേശീയ പത്രങ്ങൾ ഈ പ്രശ്നത്തെ വിഭ്രാത്മകമായി എടുക്കുകയും അതിനെ പശ്ചിമ ബംഗാളിനെതിരെയുള്ള ഒരു പ്രഹരമായി ഉദ്ഘോഷിക്കുകയും ചെയ്തു. പതിനാറായിരമെന്ന ഈ

കണക്ക് എങ്ങനെ ലഭിച്ചതാണെന്ന് എത്ര ചിന്തിച്ചിട്ടും എനിക്ക് മനസിലാക്കാൻ കഴിയുന്നില്ല. വൃന്ദാവനത്തിന്റെ ആധിപത്യം വഹിക്കുന്ന വൈഷ്ണവ ഭക്തർക്കും ആരാധ്യയായ രാധയുടെ അനുയായികളായ പതിനാറായിരം ഗോപികമാരുടെ മാന്ത്രിക സംഖ്യയായിരിക്കുമോ സ്വീകരിച്ചതെന്ന് സംശയിക്കേണ്ടിയിരിക്കുന്നു. അതെന്തോ ആകട്ടെ, ഈ മാധ്യമങ്ങളുടെ ഇടപെടൽമൂലം ഇതേവരെ അവഗണിക്കപ്പെട്ടിരുന്ന അഗതികളായ വിധവകളുടെ ശോചനീയാവസ്ഥ പെട്ടെന്ന് വെളിച്ചത്തു കൊണ്ടുവരാൻ സാധിച്ചിരിക്കുന്നു.

കേന്ദ്രഗവൺമെന്റും ദേശീയ വനിതാകമീഷനും ഉത്തർപ്രദേശ് ഭരണകൂടവുമാണ് പ്രാഥമികമായി ഈ പ്രശ്നം പരിഹരിക്കേണ്ടതെന്ന് ദീപാലി ഭാണറ്റിന്റെ പഠനവും ഡൽഹിയിലെ ഗിൽഡ് ഓഫ് സർവീസിന്റെ സമ്മേളനവും വ്യക്തമാക്കിയിരുന്നു. എന്നിട്ടും, വനിതാ-ശിശു വികസന മന്ത്രാലയത്തിലെ സെക്രട്ടറിയുടെ പശ്ചിമ ബംഗാൾ സന്ദർശനവും അതിനെ തുടർന്നുള്ള മാധ്യമ വാദ്യവൃന്ദത്തിന്റെ അപശ്രുതിയും ഈ പ്രശ്നത്തിന്റെ പൂർണ ഉത്തരവാദിത്വവും പശ്ചിമബംഗാൾ ഗവൺമെന്റിന്റെമേലും വളരെ പ്രാദേശികമായ രീതിയിൽ ബംഗാളി ജനതയുടെ മേലും കെട്ടിയേൽപ്പിക്കപ്പെടുകയാണുണ്ടായത്. വിധവകളോട് മറ്റുള്ള സംസ്ഥാനങ്ങളിലേതിനേക്കാൾ മോശമായ രീതിയിലാണ് ബംഗാളികൾ പെരുമാറുന്നതെന്നും വൃന്ദാവനത്തിലേക്കുള്ള അവരുടെ പലായനം അതിനു തെളിവാണെന്നുമാണ് ഇതിന്റെയെല്ലാം സന്ദേശം. വാസ്തവത്തിൽ, ഞങ്ങൾതന്നെ പിന്നീട് വൃന്ദാവൻ സന്ദർശിക്കുകയുണ്ടായി. അന്നത്തെ വനിതാശിശുക്ഷേമവകുപ്പുമന്ത്രി ഉമാഭാരതി ഇതിനിടെ വൃന്ദാവനത്തിലെ വിധവകളെ കാണുവാൻ ചെന്നിരുന്നു. പശ്ചിമബംഗാളിൽ വിധവകൾ വീടുകളിൽ നിന്നും പുറത്താക്കപ്പെടുകയും തീർഥാടന സ്ഥലങ്ങളിൽ യാചിക്കാനെത്തുവാൻ നിർബന്ധിതരാവുന്നുവെന്നും അവർ പറഞ്ഞപ്പോൾ അവർക്ക് പ്രതിഷേധത്തെ നേരിടേണ്ടിവന്നുവെന്നുമാണ് ഞങ്ങൾക്കു കിട്ടിയ റിപ്പോർട്ട്. ഒരു സമുദായമെന്ന നിലയ്ക്ക് ബംഗാളികളുടെ നേരേയുള്ള ഈ ചൂഷണത്തിനുപുറമേ അഗതികളായ ഈ വനിതകളുടെ ദുരിതങ്ങൾക്ക് കാരണം പശ്ചിമബംഗാളിന്റെ അനാസ്ഥയും അവരെ സംസ്ഥാനത്തിനുള്ളിൽ നിറുത്തുന്നതിലുള്ള പരാജയവുമാണെന്ന് ചില ദേശീയ പത്രങ്ങൾ അനുമാനിക്കുകയും ചെയ്തു. ചില പ്രമുഖ പത്രങ്ങളുടെ തലവാചകങ്ങൾ ഞാനിവിടെ ഉദ്ധരിക്കാം: "വിധവകളുടെ കൂട്ടപ്പലായനം നിർത്തൽ ചെയ്യണമെന്ന് ബംഗാളിനോട് ആവശ്യപ്പെട്ടു." "വിധവകളുടെ പലായനത്തിൽ പശ്ചിമബംഗാൾ മുൻപിൽ", "പതിനാറായിരം വിധവകൾ വൃന്ദാവനത്തിൽ ജീവിക്കുന്നതെന്തുകൊണ്ടെന്ന് എച്ച് ആർ ഡി മന്ത്രാലയം ബംഗാൾ സംസ്ഥാന ഗവൺമെന്റിനോട് ചോദിച്ചു."

ഞങ്ങൾ വൃന്ദാവനത്തിലേക്ക് ആദ്യമായി ചെല്ലുമ്പോൾ, ഈ രാഷ്ട്രീയ കുറ്റാരോപണക്കളി കൊടുംപിരിക്കൊള്ളുന്ന സമയമായിരുന്നു. 'വൃന്ദാവൻ പദ്ധതി' തുടങ്ങിയ ശേഷം കാര്യങ്ങൾ അപകടകരമായ ഒരു രൂപത്തിലെത്തിരുന്നു. അവിടുത്തെ പ്രവർത്തകരിൽ ചിലർ 'പിൻതള്ളൽ പരിപാടി' (operation pushback) യെക്കുറിച്ചും വിധവകൾ പട്ടണത്തിൽ പ്രവേശിക്കുന്നത് തടയാൻ റെയിൽവെസ്റ്റേഷനുകളിൽ പൊലീസിനെ നിയോഗിക്കുന്നതിനെക്കുറിച്ചും സംസാരിക്കുന്നുണ്ടായിരുന്നു. വർഷങ്ങളായി വൃന്ദാവനത്തിൽ വസിക്കുന്ന നിരാലംബകളായ സ്ത്രീകളെ അവിടുത്തെ പ്രവർത്തകർകൂടി, ജനസംഖ്യാതലത്തിലെ പരമമായ ഒരു ദുരവസ്ഥയായി കാണാൻ തുടങ്ങിയിരുന്നു. മാധ്യമങ്ങളുടെ മിന്നലാക്രമണങ്ങളാൽ, രാഷ്ട്രീയപരമായ നിർബന്ധംമൂലമാണ് പ്രശ്നത്തിന്റെ കാര്യഗൗരവം പഠിക്കാനായി ഒരു സംഘത്തെ അയയ്ക്കാൻ പശ്ചിമബംഗാൾ ഗവൺമെന്റ് തീരുമാനിച്ചത് എന്നു നമുക്ക് കരുതാവുന്നതാണ്. മൗനം പാലിക്കുന്നതിനു പകരം സ്ഥിതിഗതികൾ നേരിട്ട് വിലയിരുത്താനുള്ള സംസ്ഥാന ഗവൺമെന്റിന്റെ തീരുമാനം രാഷ്ട്രീയ വീക്ഷണപരമായി ശരിയാണെന്ന് എനിക്കു തോന്നി. അതുകൊണ്ട് സാമൂഹ്യക്ഷേമവകുപ്പിന്റെ പശ്ചിമബംഗാൾ വനിതാകമീഷന്റെ മുമ്പാകെ വന്നപ്പോൾ നിലവിലുള്ള സന്ദേഹത്തിനും ആലസ്യത്തിനും പകരം, ഈ വെല്ലുവിളി സ്വീകരിക്കണമെന്ന് ഞാൻ ശക്തമായി വാദിച്ചു. പശ്ചിമബംഗാൾ വനിതാ കമീഷൻ അധ്യക്ഷ, പശ്ചിമബംഗാൾ വനിതാ വികസന ബോർഡ് അധ്യക്ഷ, സംസ്ഥാന സാമൂഹികക്ഷേമ ബോർഡ് അധ്യക്ഷ, പശ്ചിമ ബംഗാൾ വനിതാ കമിഷൻ മെമ്പർ സെക്രട്ടറി എന്നിവരടങ്ങിയ ഒരു കമ്മിറ്റിയെ ഈ 'തള്ളിക്കയറൽ' നിരീക്ഷിക്കാൻ ഗവൺമെന്റ് നിയോഗിച്ചു. സംസ്ഥാന വനിതാകമീഷന്റെ അംഗങ്ങളായ രത്നബാലി ചതോപാധ്യായയെയും എന്നെയും ക്ഷണിക്കപ്പെട്ട അംഗങ്ങളായി ഉൾപ്പെടുത്തി. വൃന്ദാവനത്തിലെ അഗതികളായ സ്ത്രീകളെപ്പറ്റി സമഗ്രമായ ഒരു അന്വേഷണം നടത്തി ശുപാർശകൾ സഹിതം റിപ്പോർട്ട് സമർപ്പിക്കാനായിരുന്നു ഞങ്ങൾക്ക് കിട്ടിയ നിർദേശം.

ഈ പദ്ധതിയിൽനിന്ന് നല്ല വിധി തീർപ്പുണ്ടാകുവാൻ അനുവദിക്കണമായിരുന്നുവെന്നും സ്വയം അകന്നു നിൽക്കണമായിരുന്നുവെന്നും ചിലപ്പോഴൊക്കെ ഞാൻ ചിന്തിച്ചിട്ടുണ്ട്. കാരണം, ഈ പദ്ധതിക്കുവേണ്ടി ചെലവാക്കുന്ന സമയത്തിനും അധ്വാനത്തിനും തക്കതായ ഫലം കൈവരില്ലെന്നെനിക്ക് തോന്നിയിരുന്നു, വൃന്ദാവനത്തിലെ അഗതികളായ സ്ത്രീകളുടെ ഗതി മെച്ചപ്പെടുത്താൻ ഈ പഠനവും സർവേയുമൊന്നും ഉപകരിക്കുമെന്ന് ഞങ്ങൾക്ക് പ്രതീക്ഷയുണ്ടായിരുന്നില്ലെന്ന് സമ്മതിക്കേണ്ട കാര്യമാണ്. എങ്കിലും നിറവേറ്റാൻ കഴിയാത്തത്ര, വലിയ പ്രതീക്ഷയുണർത്തുന്ന കാര്യങ്ങൾ ഒഴിവാക്കിക്കൊണ്ട് ഒരു ചുരുങ്ങിയ രൂപ

രേഖ തയാറാക്കുവാൻ സർവേക്കാലത്ത് ഞങ്ങൾ ശ്രമിച്ചിരുന്നു. ഞങ്ങളനുഭവിച്ച വിരക്തി അത്രത്തോളം തീവ്രമായിരുന്നു. ഇത്തരം എല്ലാവിധ സർവേകളും അംഗങ്ങൾക്ക് ആത്മീയ സംതൃപ്തിയും ഭൗതിക നേട്ടങ്ങളും ഉണ്ടാക്കുമെന്ന ശുഭാപ്തി വിശ്വാസം നഷ്ടപ്പെടുത്താൻ ഞാനാഗ്രഹിക്കുന്നില്ല. പ്രധാനകക്ഷികൾ ഈ സർവേയിൽനിന്ന് അവഗണിക്കപ്പെട്ടുപോകുമെന്നതിലുള്ള മനസ്സാക്ഷിക്കുത്തും അവർ എപ്പോഴും അനുഭവിച്ചു കൊണ്ടേയിരിക്കുന്ന ശോച്യസ്ഥിതിയിലേക്ക് വീണ്ടും വിട്ടുകൊടുക്കേണ്ടിവരുന്ന സാഹചര്യവും തരണം ചെയ്യാനാവാത്ത വൈരുധ്യങ്ങളായിരുന്നു. വിമർശനപരമായ പ്രവണതകൊണ്ടാണ് ഇങ്ങനെയാരു ദോഷൈകസ്ഥിതിയെന്ന് ഞാൻ വിശ്വസിക്കുന്നു. അത്തരമൊരവസ്ഥയുടെ സൈദ്ധാന്തികമായ അസ്വീകാര്യതയ്ക്ക് പുറമെ നിലവിലുള്ള സ്ഥിതിക്ക് ആ സമയത്ത് ചുരുങ്ങിയ ചില ഗുണഫലങ്ങളും പദ്ധതിയുണ്ടാക്കുന്നതിനുള്ള വ്യക്തമായ തെളിവുകളുമുണ്ടായിരുന്നു.

ഒന്നാമതായി, മാധ്യമങ്ങൾ സൃഷ്ടിക്കുന്ന ദുരുദ്ദേശ്യപരവും നിരുത്തരവാദപരവുമായ കുപ്രചരണ ദുർഗന്ധത്തിൽനിന്ന് രക്ഷ നേടാൻ അത് സഹായിച്ചു. ഞങ്ങൾ പ്രവൃത്തി ആരംഭിച്ചപ്പോൾത്തന്നെ വൃന്ദാവൻ പൊലീസ് സ്റ്റേഷൻ പരിധിയിൽപ്പെട്ട ബംഗാളി കുടിപാർപ്പുകാർ 1991-ലെ കണക്കെടുപ്പുപ്രകാരം 11,927 മാത്രമാണെന്നായിരുന്നു ഞങ്ങൾക്ക് ലഭിച്ച വിവരം. അതുകൊണ്ട് 16,000 വിധവകൾ അവിടെ താമസിക്കുന്നുണ്ടെന്നുള്ള പ്രസ്താവന വെറും ഭ്രമാത്മക ഭാവനയുടെ പ്രയാണമാണെന്ന് തെളിഞ്ഞു. മഥുരയിൽ അടുത്ത കാലത്ത് നടത്തിയ ഒരു സർവെയെപ്പറ്റി അറിയാൻ കഴിഞ്ഞെങ്കിലും ഞങ്ങൾ ഭഗീരഥപ്രയത്നം നടത്തി നോക്കിയിട്ടും ഒരു പകർപ്പ് സമ്പാദിക്കാൻ സാധിച്ചില്ല. ആ ഭരണകൂടത്തിന് യഥാർഥ സ്ഥിതിയുടെ വ്യാപ്തിയെപ്പറ്റി ഒരു ഏകദേശ രൂപമുണ്ടായിരുന്നുവെന്ന് ഞങ്ങൾക്ക് തോന്നി. എങ്കിലും ഞങ്ങളുടെ പ്രവർത്തനമുണ്ടായിരുന്നില്ലെങ്കിൽ നിലവിലില്ലാത്ത 16,000 ത്തിന്റെ പ്രേതത്തെ തറയ്ക്കുവാൻ കഴിയുമായിരുന്നില്ല. വൃന്ദാവനത്തിലെ അഗതികളിൽ ഭൂരിപക്ഷം ബംഗാളി വനിതകളായിരുന്നുവെങ്കിലും നേപ്പാളി, മണിപ്പൂരി, ഒറിയ സ്ത്രീകളും അവിടെയുണ്ടായിരുന്നുവെന്ന് ഞങ്ങൾക്ക് മനസ്സിലായി. ബംഗാളി വിധവകളുടെ ഒരു വലിയ സംഘം വൃന്ദാവനത്തിലേക്കെത്തിയത് 1947 ലെ ഇന്ത്യാവിഭജനവും അതിനെത്തുടർന്നും പിന്നീട് 1970 വരെയുമുള്ള അഭയാർഥി പ്രവാഹവും നിമിത്തമാണെന്ന് ഞങ്ങളുടെ പ്രഥമ സന്ദർശനത്തിൽത്തന്നെ ഞങ്ങൾക്ക് മനസിലാക്കാൻ സാധിച്ചു. ബംഗാളിൽ വൃന്ദാവനത്തെ ഒരു തീർഥാടന കേന്ദ്രമായി വളരെക്കാലം മുമ്പേ അംഗീകരിക്കുകയും ചെയ്തിരുന്നു. ഇത്തരം സ്ത്രീകളിൽ ചിലർ പശ്ചിമബംഗാളിൽ നിന്ന് നേരിട്ടു വന്നതല്ലെന്നും മറ്റു സംസ്ഥാനങ്ങളിലെ കുടിയേറ്റ ക്യാമ്പുകളിൽ നിന്ന് വന്നവരായിരുന്നുവെന്നുമാണ്

വസ്തുത. 1971–ലെ ബംഗ്ലാദേശ് യുദ്ധത്തിനുശേഷമാണ് വിപുലമായ തോതിൽ ആഗമനമുണ്ടായത്. വർഷംതോറും തുടർച്ചയായിവന്നുകൊണ്ടിരുന്നവരല്ല ഈ വർധിച്ച അംഗസംഖ്യയ്ക്ക് കാരണമെന്ന നിഗമനം സ്ഥായിയായ ചെറിയ തോതിലുള്ള ഒരു വരവ് ഈയടുത്തകാലം വരെയുണ്ടായിരുന്നെങ്കിലും വൻ തോതിലുള്ള വരവ് കുറേ മുൻപുതന്നെ നിലച്ചിരുന്നു. വൃന്ദാവനത്തിൽ എത്തിപ്പെട്ട എല്ലാ സ്ത്രീകളും നിരാലംബരായിരുന്നില്ലെന്നും ചെറിയ തോതിൽ സമ്പാദ്യം കൈവശമുണ്ടായിരുന്ന അവരെ ഏതാനും ചിലർ ചൂഷണം ചെയ്തിരുന്നുവെന്നും മനസിലാക്കാൻ കഴിഞ്ഞു. ഭാണറ്റിന്റെ റിപ്പോർട്ട് ഇക്കാര്യം സൂചിപ്പിച്ചതായി കാണാം. അങ്ങനെ വൃന്ദാവനത്തിലെ ബംഗാളി സ്ത്രീകളെപ്പറ്റിയുള്ള വികലമായ ധാരണകൾ തിരുത്താൻ ഞങ്ങളുടെ ഈ പ്രവൃത്തികൊണ്ട് സാധിച്ചുവെന്ന് പറയട്ടെ.

രണ്ടാമതായി, 1999–ന്റെ മധ്യഘട്ടത്തോടെ വൃന്ദാവനത്തിലെ ഭരണാധിപന്മാരിൽ ചില വിഭാഗങ്ങൾ ഉൾപ്പെടെ ചിലർ മുൻപറഞ്ഞ കാൽപ്പനിക കഥകളെ അടിസ്ഥാനമാക്കി അപകടകരമായ സങ്കുചിത മുദ്രാവാക്യങ്ങൾ ഉയർത്താൻ തുടങ്ങിയെന്ന് ഞാൻ സൂചിപ്പിച്ചിരുന്നുവല്ലോ. പശ്ചിമബംഗാൾ ഗവൺമെന്റിനെ പ്രതിനിധീകരിച്ചുകൊണ്ടുള്ള ഞങ്ങളുടെ സംഘത്തിന്റെ ഇടയ്ക്കിടെയുള്ള സന്ദർശനവും വൃന്ദാവനത്തിലെ സ്ത്രീകളുമായുള്ള ഇടപെടലും അവിടെ ഞങ്ങളുടെ രണ്ടുമാസത്തിലേറെക്കാലമായുള്ള താമസവും കൊണ്ട് ഈ വെറുപ്പിന്റെയും വിദ്വേഷത്തിന്റെയും അന്തരീക്ഷം ഇല്ലാതാക്കാൻ കഴിഞ്ഞെന്ന് ഞങ്ങൾക്കവകാശപ്പെടാം. ഞങ്ങളടങ്ങുന്ന ഈ സംഘത്തിന്റെ സാന്നിധ്യമുള്ളതുകൊണ്ട് അഗതികളായ സ്ത്രീകൾക്ക് അക്രമത്തിനും ഭയത്തിനും അടിമപ്പെടാതെ ജീവിക്കാൻ സാധിച്ചു. ഞങ്ങൾ മടങ്ങുംവരെ ആരും 'പിന്തള്ളൽ' എന്നതിനെക്കുറിച്ച് സംസാരിക്കയുണ്ടായില്ല. മൗസമി മന്നയും അരിന്തം സെന്നും നയിക്കുന്ന ഫീൽഡ് റിസർച്ച് ഓപ്പറേഷൻ നെറ്റ്വർക്കിനെ (FRON) പ്പറ്റി എനിക്കിവിടെ പ്രസ്താവിക്കേണ്ടതുണ്ട്. വൃന്ദാവനഭരണകൂടങ്ങളിൽ നിന്നും മറ്റു വ്യക്തികളിൽനിന്നും സ്ഥാപനങ്ങളിൽനിന്നും അത്യാവശ്യസഹായം ലഭിച്ചിരുന്നെങ്കിലും 1999 സപ്തംബറിലെ പ്രാഥമിക പദ്ധതി സമയത്തും 2000–ലെ പരിപൂർണ കണക്കെടുപ്പുസമയത്തും ധാരാളം എതിർപ്പുകൾ അവർക്ക് നേരിടേണ്ടിവന്നിട്ടുണ്ട്, വൃന്ദാവനത്തിലെ മതസ്ഥാപനങ്ങളിൽ നിന്നുണ്ടായ എതിർപ്പും അവിശ്വാസവും ചില്ലറയൊന്നുമായിരുന്നില്ല. ദീപാ മേത്തയുടെ *വാട്ടർ* എന്ന സിനിമയുടെ ചിത്രീകരണത്തോടുകൂടി ബനാറസിലെ ചില ഹിന്ദു യാഥാസ്ഥിതികന്മാർ ഉണ്ടാക്കിയ ബുദ്ധിമുട്ടുകൾ ഞങ്ങളുടെ കണക്കെടുപ്പിന്റെ അവസാനദിനങ്ങളിലുണ്ടായി എന്നതൊഴിച്ചാൽ ഞങ്ങൾക്ക് ഞങ്ങളുടെ പ്രവൃത്തി സമാധാനപരമായി ചെയ്യാൻ കഴിഞ്ഞിരുന്നു. വൃന്ദാവനത്തിൽ ബജ്രംഗ്ദളിന്റെ

ദേശീയ സമ്മേളനം നടത്താനിരിക്കെയായിരുന്നു ഈ കോലാഹലങ്ങളൊക്കെ സംഭവിച്ചത്. ബജ്‌രംഗ്ദളിന്റെ ബനാറസിലെ വിജയാഹ്ലാദത്തിനിടയിൽ വിധവകളുടെ കണക്കെടുക്കാൻ വന്ന 'വിദേശി'കളെ എതിർക്കാൻ ഒരുങ്ങുമോ എന്ന് ഞങ്ങൾ സംശയിച്ചു. എന്നാൽ, യാതൊരുവിധ എതിർപ്പുംകൂടാതെ ഞങ്ങളുടെ സംഘത്തിന് ഈ കണക്കെടുപ്പ് പൂർത്തീകരിക്കാനും കൽക്കത്തയ്ക്ക് മടങ്ങാനും സാധിച്ചു. പശ്ചിമബംഗാളിൽനിന്ന് വിധവകളുടെ നിരന്തരമായ വരവുണ്ടെന്ന മിഥ്യാധാരണയില്ലാതാക്കാൻ ഞങ്ങളുടെ പ്രവൃത്തിക്ക് സാധിച്ചുവെന്നതൊരു പ്രധാന വസ്തുതയാണ്. പ്രശ്നങ്ങൾ ശരിയായ വീക്ഷണത്തോടെയും യാഥാർഥ്യബോധത്തോടെയും പരിഗണിക്കേണ്ടതാണെന്ന് അത് കാണിച്ചു. അഗതികളിൽ ഭൂരിപക്ഷവും ആഗ്രഹിച്ചതും ഇതുതന്നെയാണെന്ന് ഞാൻ വിശ്വസിക്കുന്നു.

മൂന്നാമതായി, ബന്ധപ്പെട്ട ഗവൺമെന്റുകൾക്ക് യാഥാർഥ്യബോധത്തോടുകൂടിയ നടപടികൾ സ്വീകരിക്കാൻ പൊതുജനാഭിപ്രായം തേടാൻ ആദ്യമായി ദേശീയ വനിതാകമീഷന്റെയും അതിനുശേഷം ഗിൽഡ് ഓഫ് സർവീസിന്റെയും, പശ്ചിമബംഗാൾ ഗവൺമെന്റിന്റെ സംഘത്തിന്റെയും പ്രവർത്തനങ്ങൾക്ക് കഴിഞ്ഞു. ആൾ ഇന്ത്യാ വിമൻ കോൺഗ്രസും (A I W C) ഗിൽഡ് ഓഫ് സർവീസും നടത്തുന്ന അഭയ കേന്ദ്രത്തിനുപുറമെ, ഉത്തർപ്രദേശ് ഗവൺമെന്റ് പഗ്ലബാബാ ചാരിറ്റബിൾ ട്രസ്റ്റിന്റെ രണ്ട് വസതികളും വൃന്ദാവനത്തിൽ ഏർപ്പെടുത്തി. ഞങ്ങൾ സർവേ നടത്തിക്കൊണ്ടിരിക്കുമ്പോൾ, അവസാനം പറഞ്ഞ സ്ഥാപനത്തിലെ സ്ഥിതി താറുമാറായും അന്തേവാസികൾ ഏതു സമയത്തും പുറന്തള്ളപ്പെടാനിടയുള്ളതുമായിരുന്നു. ഞങ്ങളുടെ സാന്നിധ്യം ഇത്തരമൊരു പ്രതിസന്ധിയെ തരണം ചെയ്യാൻ സഹായിച്ചു. അവിടുത്തെ സ്ഥിതിഗതികൾ പിന്നീട് തികച്ചും ശാന്തമായി.

2002–ൽ കുടുംബാംഗങ്ങളാൽ ഉപേക്ഷിക്കപ്പെട്ട് ചൂഷണത്തിന് വിധേയരായി ആരാധനാലയങ്ങളുടെ അടുത്തും മറ്റും എത്തുന്ന വിധവകളെ സംരക്ഷിക്കുന്ന 'സ്വാധാർ' എന്ന കേന്ദ്രഗവൺമെന്റിന്റെ പ്രത്യേക പദ്ധതി ആരംഭിച്ചു. ഇതുകൊണ്ട് സ്ഥിതികൾ കാര്യമായി മാറിയെന്ന് പറഞ്ഞുകൂടെങ്കിലും കേന്ദ്രഗവൺമെന്റിന്റെ അംഗീകാരം ഈ സ്ത്രീകൾക്ക് ലഭ്യമായി. അവരുടെ പ്രശ്നങ്ങൾ ഗവൺമെന്റിന്റെ രേഖകളിൽ ഉൾപ്പെടുത്തിയതിനാൽ അവകാശങ്ങൾക്കുള്ള അംഗീകാരമായി. ഏതാനും ചില വിധവകൾക്ക് ഉത്തർപ്രദേശ് ഗവൺമെന്റിൽനിന്നും പശ്ചിമബംഗാൾ ഗവൺമെന്റിൽ നിന്നും നാമമാത്രമായ പെൻഷൻ ലഭിച്ചു തുടങ്ങി. പശ്ചിമബംഗാളിന്റെ പെൻഷൻ സ്വീകരിക്കുന്ന ആരെങ്കിലും ഇപ്പോൾ വൃന്ദാവനത്തിലുണ്ടോ എന്നറിയില്ലെങ്കിലും ഈ പെൻഷൻ ഇപ്പോൾ അൽപ്പം വർധിപ്പിച്ചിട്ടുണ്ട്. 2007–ൽ ഞാൻ വൃന്ദാവനം സന്ദർശിച്ചപ്പോൾ വിധവ

കളുടെ പെൻഷൻ കൂടുതൽ സുഗമമായിക്കിട്ടാൻ തുടങ്ങിയിരുന്നു. ബാഹ്യമായും ആന്തരികമായുമുണ്ടായ എതിർപ്പിനെ വകവെക്കാതെ ഞങ്ങൾ ചെയ്ത കഠിനപ്രവൃത്തിക്ക് അങ്ങനെ സ്ഥായിയായ നേട്ടങ്ങളുണ്ടാക്കാൻ കഴിഞ്ഞു എന്നത് പറയാതെ വയ്യ.

ഇത്രയൊക്കെയായിട്ടും ഇക്കാലമത്രയും വൃന്ദാവൻ ഫയൽ അടച്ചുപൂട്ടിവെച്ചത് എന്റെ പ്രവൃത്തിപഥത്തിലെ അസംതൃപ്തിക്ക് കാരണമായി. ചെയ്യേണ്ടതൊന്നും ചെയ്യാൻ സാധിച്ചിട്ടില്ലെന്ന് എനിക്ക് തോന്നി. ഒന്നാമത്, വിധവകളും അവരുടെ നിസ്സഹായാവസ്ഥയും ഇപ്പോഴും തുടർന്നുകൊണ്ടേയിരിക്കുന്നു. ഞങ്ങൾ ഈ പ്രശ്നം പരിഹരിച്ചുകൊണ്ടിരിക്കുമ്പോൾ സന്ദർഭത്തിന്റെ പ്രത്യേകതകൾ ഞങ്ങളെ വല്ലാതെ വിഷമിപ്പിച്ചു. ഈ അനാഥാവസ്ഥ നിലനിന്നത് രാഷ്ട്രീയവും സാമുദായികവും സാമ്പത്തികവുമായ ബന്ധങ്ങളുടെ കൂട്ടായ്മയുടെ ഭാഗമായാണ്. അത് ഞങ്ങൾക്കൊറ്റയ്ക്ക് പരിഹരിക്കാനാവില്ല. കാരണം അത് പുതിയ രൂപവും ഭാവവും കൈക്കൊണ്ടുകൊണ്ടേയിരിക്കുന്നു. ഞങ്ങളിൽനിന്ന് മറയ്ക്കപ്പെട്ട പ്രായോഗികയാഥാർഥ്യങ്ങളുടെ തകിടംമറിച്ചലിന്റെ അവസ്ഥാവിശേഷങ്ങളായിരുന്നു അത്. സ്ത്രീ സ്വഗൃഹത്തിലും ഭർത്തൃഗൃഹത്തിലും അനുഭവിക്കുന്ന ദയനീയാവസ്ഥയും വസ്തുവകകളിൽ അവൾക്ക് അവകാശം നിഷേധിക്കപ്പെട്ടതുമാണ് പ്രാഥമിക കാരണങ്ങളെന്ന് ഞങ്ങൾക്ക് ഒരു പ്രത്യേകാവസരത്തിൽ ബോധ്യമായി.

ഇത് സന്ദർഭത്തിന്റെ ഒരു വശം മാത്രമാണ്. ഞങ്ങൾ നിസ്സാരമെന്നു കരുതിയ മറ്റൊരു വശം, ദൈനംദിന ഗാർഹിക ഉത്തരവാദിത്വങ്ങളിൽ നിന്നും രക്ഷപ്പെടാനുള്ള മാർഗമായി വിശ്വാസത്തെ കൂട്ടുപിടിച്ചതാണ്. ഭാര്യയും അമ്മയുമാകുന്നതിനേക്കാൾ വലിയ ദൈവനിയോഗമാണ് വിശ്വാസമെന്ന പരമ്പരാഗതമായ കാഴ്ചപ്പാട് ഗാർഹിക ജീവിതത്തിൽ ധാർമികമായി സ്വീകരിക്കപ്പെട്ടു. ഞങ്ങളുടെ പഠനം നടന്നുകൊണ്ടിരിക്കവെയായിരുന്നു മതസ്ഥാപനങ്ങളുടെ ചൂഷണസ്വഭാവവും പഠനവിധേയമായവരുടെ മേൽ അവർക്കുള്ള സ്വാധീനവും ഞങ്ങൾക്ക് വ്യക്തമായത്. ചരിത്രപരമായ മാറ്റമായിരുന്നു, മൂന്നാമത്തെ വശം. 1999–ൽ ഞങ്ങൾ ഈ സമ്പ്രദായത്തിന്റെ പ്രതിസന്ധി കണ്ടെത്തി. 20–ാം നൂറ്റാണ്ടിന്റെ ആദ്യകാലത്ത് വിശ്വാസം ജനിപ്പിക്കലും വർധിപ്പിക്കലും നടന്നിരുന്ന ഭജനാശ്രമങ്ങളിൽ ആ നൂറ്റാണ്ടിന്റെ അവസാനകാലത്തോടെ ലോക രാഷ്ട്രങ്ങളിൽനിന്നുള്ള സാമ്പത്തിക ഒഴുക്കു കൊണ്ടുണ്ടായ മാറ്റങ്ങൾ പ്രതിബിംബിച്ചു. ചൂഷണത്തിന്റെ ശൃംഖലയിൽ താഴേക്കിടയിലുള്ള സ്ത്രീകൾ വല്ലാതെ വിഷമിച്ചു. അവരെ ബുദ്ധിമുട്ടുകൾ പരിഹരിക്കാൻ ഒരു ഭാഗത്ത് ഞങ്ങൾ ശ്രമിച്ചുകൊണ്ടിരിക്കുമ്പോൾ അവരുടെ സ്ഥാനഭ്രംശരാക്കാനുള്ള പുതിയ നീക്കങ്ങൾ മറ്റൊരു വശത്ത് ആരംഭിച്ചിരുന്നു.

അത്തരം വിഷമാവസ്ഥകൾ അവിടെ നടമാടുന്നുണ്ടെന്ന് സമ്മതി

ച്ചാൽത്തന്നെ ചില പ്രായോഗിക നടപടികളെടുക്കാൻ പശ്ചിമബംഗാൾ ഗവൺമെന്റ് തീരുമാനിച്ച കാര്യം നിഷേധിക്കാനാവില്ല. പക്ഷേ, വിധവകളുടെ പെൻഷൻ സുഗമമായി ലഭ്യമാക്കാൻ ഉത്തർപ്രദേശ് ഗവൺമെന്റുമായി അവർക്ക് കൂടിയാലോചന നടത്താമായിരുന്നു. ഉത്തർപ്രദേശ് ഗവൺമെന്റിന്റെ സഹായത്തോടെ വിവാഹിതകളും അവിവാഹിതകളുമായ പെൺകുട്ടികളെ പെൺവാണിഭക്കാർമൂലം ഇവിടെയെത്തിക്കുന്നത് നിരീക്ഷിക്കുന്ന ജാഗ്രതാ സംഘങ്ങളെ നിയോഗിക്കാമായിരുന്നു. ഏതെല്ലാം ഭാഗങ്ങളിൽ നിന്നാണ് സ്ത്രീകൾ അവിടെയെത്തിപ്പെടുന്നതെന്ന് അന്വേഷിക്കുകയും അവരുടെ ദാരിദ്ര്യനിർമാർജനത്തിനായി പ്രത്യേക പദ്ധതികൾ ആവിഷ്കരിക്കുകയും ചെയ്യാമായിരുന്നു. പശ്ചിമബംഗാളിലേക്ക് പോകാനാഗ്രഹിക്കുന്ന ചില സ്ത്രീകളെ പ്രത്യേകിച്ച് യുവതികളെ പുനരധിവസിപ്പിക്കാൻ പശ്ചിമബംഗാൾ ഗവൺമെന്റ് ബാധ്യതയേറ്റെടുക്കേണ്ടിയിരുന്നു. ഗവൺമെന്റ് ഇക്കാര്യങ്ങളൊന്നും ചെയ്തില്ലെന്ന് ഞാൻ പറയുമ്പോൾ എന്നെയും എന്റെ സംഘത്തെയും കുറ്റവിമുക്തരാക്കുന്നില്ല.

എനിക്കു തികച്ചും സവിശേഷമായിരുന്ന ഈ അനുഭവങ്ങളെക്കുറിച്ച് ഒരു പുസ്തകമെഴുതുക എന്ന ആശയത്തോട് ഇക്കാലമത്രയും ഉദാസീനമായിരുന്നതിനു പലകാരണങ്ങളുമുണ്ട്. അനേകം കാര്യങ്ങൾ ഓർമയിൽ നിന്നും വീണ്ടെടുക്കേണ്ടതുണ്ടെന്നും ഓർമ എല്ലായ്പ്പോഴും അത്രത്തോളം വിശ്വാസയോഗ്യമല്ല എന്നതുമായിരുന്നു ഈ അലംഭാവത്തിനു കാരണം. ഒടുവിൽ ഞാൻ എഴുതാൻ തന്നെതീരുമാനിച്ചു. എന്തുകൊണ്ടെന്നാൽ, ഇത് പശ്ചിമബംഗാൾ കമീഷന്റെ ഒരു വൻകിട പദ്ധതിയായിരുന്നു. മാത്രമല്ല ഞങ്ങളുടെ റിപ്പോർട്ടിനു ശേഷം വന്ന പല കൃതികളിലും അതിൽ നിന്നും ഉദ്ധരിക്കപ്പെടുകയും ഉണ്ടാവാറുണ്ട്. വർഷങ്ങൾ കഴിഞ്ഞു പോയതിനാൽ റിപ്പോർട്ട് അതേനിലയിൽ പ്രസിദ്ധപ്പെടുത്തിയാൽ മതിയാവുകയില്ല. 2001–ലെ ജനുവരി–ഫെബ്രുവരി മാസത്തെ *സോഷ്യൽ സയന്റിസ്റ്റ്* മാസികയുടെ ലക്കത്തിൽ (332–333) എന്റെ അനുഭവത്തിന്റെ ഒരു ഭാഗം വിവരിച്ചുകൊണ്ട്, 'വൃന്ദാവനത്തിലെ വിധവകൾ: വിശ്വാസത്തിന്റെ ഗൂഢ അക്രമം' എന്ന ഒരു ലേഖനമെഴുതിയിരുന്നു. ആ വാദഗതികളിൽ ചിലത് ഈ പുസ്തകത്തിന്റെ അഞ്ചാം അധ്യായത്തിൽ ഉൾപ്പെടുത്തിയിട്ടുണ്ട്. രണ്ടാം അധ്യായത്തിൽ, പ്രസിദ്ധീകരിക്കപ്പെട്ട വിവരങ്ങളുടെ (secondary source) അടിസ്ഥാനത്തിൽ വിഷയത്തിന്റെ ഒരു ചരിത്രപരമായ പരിപ്രേക്ഷ്യം നൽകുന്നുണ്ട്. മൂന്നാമത്തെത്, എന്റെ തന്നെ സർവേയുടെ അനുഭവത്തിൽ നിന്നുമുണ്ടായതാണ്. നാലാമധ്യായത്തിൽ, ഞങ്ങളുടെ സർവേക്ക് ഉപയോഗിച്ച ചോദ്യാവലിക്കുള്ള രേഖപ്പെടുത്തപ്പെട്ട പ്രതികരണങ്ങളിൽ ഞങ്ങളെ സംബന്ധിച്ചും സ്വന്തം ജീവിതങ്ങളെ സംബന്ധിച്ചുള്ള അവരുടെ കാഴ്ചപ്പാടുകളും പുനഃസം

വിധാനം ചെയ്യാൻ ഞാൻ ശ്രമിച്ചിട്ടുണ്ട്. 1999–2000–ലെ സർവെയിലെ റിപ്പോർട്ട് പ്രകാരമാണ് ഈ പുസ്തകം രചിച്ചതെങ്കിലും അത് ചരിത്രപരവും അപഗ്രഥനാത്മകവുമായ വസ്തുതകൾ കൂട്ടിച്ചേർത്ത് നവീകരിച്ചതാണ്.

ഏഴു വർഷങ്ങൾക്കുശേഷം ഈ പുസ്തകമെഴുതാൻ തീരുമാനിച്ചപ്പോൾ ഞാൻ വീണ്ടും വൃന്ദാവൻ സന്ദർശിച്ചു. പണ്ടു ഞങ്ങളുടെ ചോദ്യാവലിക്ക് ഉത്തരം തന്ന പലരേയും ചില നവാഗതരെയും ഞാനിവിടെ കണ്ടു. സ്ഥിതിഗതികൾ മാറിവരുന്നത് മുമ്പും ഞങ്ങൾ കണ്ടിട്ടുള്ളതാണ്. ഈ പ്രാവശ്യവും 'രാധേ...രാധേ' എന്ന മുദ്രാവാക്യത്തിന്റെ ദിവ്യത്വം വൃന്ദാവനത്തിലെ തെരുവുകളിൽ പണ്ടത്തെപ്പോലെതന്നെ മുഴങ്ങിക്കേൾക്കാമായിരുന്നെങ്കിലും ഇപ്പോഴത്തെ മാറ്റങ്ങൾ കുറേക്കൂടി സ്പഷ്ടമായി തോന്നി. ഇത്തരം സ്ത്രീകളുടെ എണ്ണം വളരെയധികം വർധിച്ചിട്ടില്ലെന്ന ഞങ്ങളുടെ ഊഹം ആശ്വാസകരമായി വരത്തക്കവിധത്തിൽ വൃന്ദാവൻ മുനിസിപ്പൽ കോർപ്പറേഷന്റെ 2006–ലെ സർവേ വന്നു. വൃന്ദാവനത്തിലെ ബംഗാളി സ്ത്രീകളുടെ എണ്ണം 3105–ആയിരുന്നു അവർ തന്നത്. കുടിയേറിവരുന്ന യുവതികളുടെ എണ്ണത്തിലുള്ള വർധനവുകൊണ്ട് സങ്കലനത്തിൽ മാറ്റമുണ്ടായിട്ടുണ്ടാവുമെന്ന് എന്റെ അവസാന സന്ദർശനത്തിൽ എനിക്ക് മനസിലായി. പിന്നീട് ഞങ്ങൾ ചൈതന്യയുടെ ജന്മസ്ഥലമായ പശ്ചിമ ബംഗാളിലെ നാസിയ എന്ന ജില്ലയിലെ നവദ്വീപ് സന്ദർശിച്ചു. അത് ഗൗസിയ വൈഷ്ണവരുടെ ഏറ്റവും വലിയ പുണ്യസ്ഥലവും തീർഥാടകരുടെ വൃന്ദാവനത്തിലേക്കുള്ള യാത്രാരംഭസ്ഥാനവുമായിരുന്നു. ചിലപ്പോൾ അതിനെ 'ഗുപ്തോ (Hidden), വൃന്ദാവൻ" എന്നു വിളിക്കപ്പെടുന്നു. രാധയുടെയും കൃഷ്ണന്റെയും അവതാരമായ ഭൗതികശരീരമാണ് ചൈതന്യയെന്ന് ചില ശിഷ്യന്മാർ വിശ്വസിക്കുന്നു. എന്റെ അനുഭവങ്ങൾ അപഗ്രഥനാത്മകമായ ഈ പുസ്തകത്തിന്റെ ഒഴിച്ചുകൂടാനാവാത്ത ഭാഗമായി പിൻകുറിപ്പിൽ ഞാൻ ചേർത്തിട്ടുണ്ട്.

ഏഴുവർഷങ്ങൾക്കു മുമ്പുണ്ടായ സർവേ റിപ്പോർട്ട് കേന്ദ്രബിന്ദുവാക്കി ഒരു പുസ്തകം തയാറാക്കാനുള്ള വിഷമതകളെപ്പറ്റി ഞാൻ ബോധവതിയാണ്. ആ സന്ദർഭത്തിൽ ഉൾക്കൊള്ളിച്ച ചില പ്രായോഗിവാദഗതികൾ അത്ര പ്രസക്തമായി ഇപ്പോൾ തോന്നണമെന്നില്ല. എങ്കിലും, ഈ പ്രക്രിയയിൽ ഉളവായ സ്ത്രീയുടെ സാമൂഹ്യമായ വിധേയത്വത്തിലെ വിവിധ മേധാവിത്വപരമായ സ്വാധീനങ്ങളെ സംബന്ധിച്ച സൈദ്ധാന്തികപ്രശ്നങ്ങളിൽ ചിലത് വഹിച്ചിട്ടുള്ള പങ്ക് ഇപ്പോഴും താൽപ്പര്യമുണർത്തുന്നവയാണ്. "കുടുംബത്തിനുള്ളിലെ അടിച്ചമർത്തൽ തങ്ങളുടെ യഥാർഥ പ്രവൃത്തി രംഗമെന്നു കരുതപ്പെടുന്ന കുടുംബമേഖലയിൽ നിന്നും സ്ത്രീകളെ കുടിയൊഴിപ്പിക്കുന്നതിൽ ചിലപ്പോൾ ചെന്നെത്തുമെന്ന നിലപാട് തീർച്ചയായും അപലപിക്കപ്പെടാവുന്നതല്ല; എന്നാൽ

വൃന്ദാവനത്തിലെ സ്ത്രീകളെ സംബന്ധിച്ചിടത്തോളം മതവിശ്വാസത്തിന്റെയും ശക്തമായ മതസ്ഥാപനങ്ങളുടെയും അതിനിർണായകമായ സാന്നിധ്യം ഈ പ്രത്യേക സന്ദർഭത്തെ കൂടുതൽ സങ്കീർണമാക്കി തീർത്തിട്ടുണ്ട്. ഇത് നിഷേധിക്കാൻ കഴിയാത്ത കാര്യമാണ്.

മാർക്സ് തന്റെ *'കോൺട്രീബ്യൂഷൻ ടു ദി ക്രിട്ടിക് ഓഫ് ഹെഗൽസ് ഫിലോസഫി ഓഫ് ലാ* (1844) യിൽ മതത്തെ 'ജനങ്ങളുടെ കറുപ്പ്' (അതിൽ വേദനശമന ക്ഷമതയും, അതുപോലെ 19–ാം നൂറ്റാണ്ടിലെ ലഹരി അടിമത്തവും പരാമർശിച്ചുകൊണ്ടാവാം) എന്നു പറയുമ്പോൾ തന്നെ 'പീഢിതരുടെ നെടുവീർപ്പ്', 'ഹൃദയശൂന്യലോകത്തിലെ ഹൃദയം' എന്നും വിവരിച്ചിരുന്നു) വൃന്ദാവനത്തിലെ സ്ത്രീകളുടെ കാര്യത്തിൽ, വിശ്വാസത്തെ വിശകലനം ചെയ്യുന്നതിൽ എനിക്ക് ഈ വിരോധാഭാസം പ്രാരംഭ ബിന്ദുവായിരുന്നു. ശക്തവും മർദനപരവുമായ സ്ഥാപന ഘടനയിൽ മൂർത്തീകരിക്കപ്പെട്ടതും എന്നാൽ, കുടുംബപരമായ ക്ലേശങ്ങളിൽനിന്നുള്ള മോചന ബോധത്തെ താലോലിക്കുവാൻ വ്യക്തിയുടെ മനസിനെ സഹായിക്കുന്നതുമായ ഒന്ന് സർവേയിലെ അനുഭവങ്ങളുടെ ദീർഘമായ പുനരവലോകനത്തിലൂടെ ഒരു പുനർചിന്തനമെന്നനിലയിൽ വികസിച്ചതാണ് ഈ ധാരണ. ഏതായാലും ഈ ധാരണവന്നതോടെ, സഹപ്രവർത്തരുമായി ഉണ്ടാക്കിയ സർവേയിൽനിന്നുള്ള അനുഭവം വൃഥാവിലായിപ്പോകാൻ അനുവദിക്കില്ലെന്ന് ഞാൻ കരുതി. തീർഥാടക വിനോദ സഞ്ചാരവും ആഗോള ജനപ്രവാഹവും ഈ ക്ഷേത്രത്തിന്റെ സാമ്പത്തികസ്ഥിതിയിൽ വലിയ മാറ്റങ്ങളുണ്ടാക്കിയത് ശരിയാണ്. കൂടുതൽ വസ്തുതകൾ ലഭ്യമായിരുന്നെങ്കിൽ നല്ലതായിരുന്നു. എന്നാൽ, ഈ ക്ഷേത്രനഗരത്തിന്റെ മാറിവരുന്ന സാമ്പത്തികാവസ്ഥയുടെ അന്വേഷണം ഞങ്ങളുടെ പരിധിയിൽപ്പെട്ടതായിരുന്നില്ല. അതിന് കൂടുതൽ ഗഹനമായ വിവരശേഖരണം ആവശ്യമായിരുന്നു. അതുകൊണ്ട് ഈ പുസ്തകത്തിന്റെ വിശകലനഭാഗം ഞങ്ങളുടെ പ്രാഥമിക പദ്ധതിയിൽ ഒതുങ്ങി നിന്നു. ഈ സർവേയിൽപ്പെട്ട എന്റെയും എന്റെ സഹപ്രവർത്തകരുടെയും വിശാല നിരീക്ഷണങ്ങൾ കൂടുതൽ വിവരശേഖരങ്ങളില്ലാത്തതിനാൽ മാത്രം അസാധുവാകണമെന്നില്ല. അപഗ്രഥനജ്ഞാനവും അനുഭവ ജ്ഞാനവും വേർതിരിക്കാനാവാത്തതിനാൽ ഞാൻ എന്റെ റിപ്പോർട്ട് വേണ്ടെന്നു വെക്കാനാഗ്രഹിച്ചില്ല. അതുകൊണ്ട്, ഈ റിപ്പോർട്ടും അതിന്റെ വിശകലനവും പരസ്പരം ഗുണപ്രദമാവുമെന്ന് വിശ്വസിച്ചുകൊണ്ട് ഞാൻ ഉറച്ചുനിന്നു. എന്നാൽ, പോളിസി നിർദേശങ്ങളും ശുപാർശകളും വേണ്ടെന്ന് വെച്ചു.

പ്രത്യേകം എടുത്തുപറയേണ്ട മറ്റൊരുകാര്യം, ഞാൻ ചിലരെ അഭിമുഖത്തിനു വിളിച്ചു കുറിപ്പുകളുണ്ടാക്കിവെച്ചെങ്കിലും കൂടുതൽ അഭിമുഖങ്ങൾ നടത്തിയത് എനിക്ക് താഴേക്കിടയിലുള്ള ജോലിക്കാരായിരുന്നു.

അവർ അവർക്ക് കിട്ടിയ നിർദിഷ്ട ചോദ്യാവലി പ്രകാരം അത് റിക്കാർഡ് ചെയ്യുകയും അവരുടെതന്നെ നിരീക്ഷണങ്ങൾ കൂട്ടിച്ചേർക്കുകയും ചെയ്തു. സ്ത്രീകളിൽ ഭൂരിഭാഗത്തിനും ശബ്ദലേഖനം അസ്വസ്ഥത യുളവാക്കുമെന്നതിനാൽ ഞങ്ങൾ റിക്കാർഡറുകൾകൊണ്ടുപോകേണ്ട തില്ലെന്നു തീരുമാനിച്ചിരുന്നു. അതുകൊണ്ട് സ്ത്രീകൾ പറഞ്ഞതെല്ലാം റിപ്പോർട്ട് ചെയ്യുന്നതരത്തിലായിരുന്നു എനിക്കു ലഭിച്ചത്. പ്രവർത്തകർക്ക് നൽകിയ ഡാറ്റാഷീറ്റിന്റെ അവസാന പേജിലുള്ള വിശദീകരണങ്ങൾ എന്റെ വിശകലനത്തിന് ഗുണകരമായി.

2

വൃന്ദാവനത്തിലേക്കുള്ള ആഗമനം: ചരിത്രപശ്ചാത്തലം

പതിനാറാം നൂറ്റാണ്ടിൽ ചൈതന്യയുടെ നിര്യാണശേഷം അദ്ദേഹത്തിന്റെ ശിഷ്യന്മാരായ ആറ് ഗോസാമിമാരാണ് വൃന്ദാവനത്തെ ഒരു തീർഥാടന കേന്ദ്രമായി വികസിപ്പിച്ചത്. "ബംഗാളി അഥവാ ഗൗസീയ വൈഷ്ണവർക്കാണ് വൃന്ദാവനിൽ മറ്റാരെക്കാളും കൂടുതൽ ശ്രദ്ധേയമായ സ്വാധീനമുണ്ടായിരുന്നത്. എന്തെന്നാൽ, ഈ വിഭാഗത്തിന്റെ സ്ഥാപകനായ ചൈതന്യയുടെ ശിഷ്യന്മാരാണ് ഈ ആദ്യത്തെ ക്ഷേത്രനിർമാതാക്കൾ" എന്ന് എഫ് എസ് ഗ്രൗസിന്റെ *മഥുര: എ ഡിസ്ട്രിക്ട് മെമ്മയർ* എന്ന പുസ്തകത്തിൽ പരാമർശിക്കുന്നുണ്ട്.[1] ഈ ആറ് ഗോസാമികൾ സഹോദരന്മാരായ സനാതന, രൂപ, അവരുടെ മരുമകൻ ജീവ, ഗോപാൽഭട്ട, രഘുനാഥ് ഭട്ട, രഘുനാഥ് ദാസ എന്നിവരായിരുന്നു. രഘുനാഥ് ദാസ ശൂദ്രനായിരുന്നുവെങ്കിലും മറ്റുള്ളവർ ബ്രാഹ്മണരായിരുന്നു. വൈഷ്ണവ ഗ്രന്ഥങ്ങൾ പ്രകാരം സനാതനയും രൂപയും ഗൗഡ് സുൽത്താനായ ഗുസൻഷായുടെ കൊട്ടാരത്തിൽ ഉന്നത പദവി അലങ്കരിച്ചവരായിരുന്നു. എങ്കിലും ചൈതന്യയുടെ അനുയായികളാവാൻ എല്ലാം ത്യജിച്ച് സന്യാസം സ്വീകരിച്ചു. 1510–ൽ ചൈതന്യ വൈരാഗിയായി വൈഷ്ണവ തീർഥാടന കേന്ദ്രങ്ങളിൽ സഞ്ചരിക്കയും അതിനിടയിൽ 1515–ൽ വൃന്ദാവനത്തിലെത്തുകയും ചെയ്തു. ചൈതന്യ വൃന്ദാവനം സന്ദർശിച്ച അവസരത്തിൽ രാമാനുജാചാര്യയുടെയും വല്ലഭാചാര്യയുടെയും അനുയായികൾക്ക് അവിടെ സ്വാധീനമുണ്ടായിരുന്നുവെന്നും അക്കാലത്തുതന്നെ അതൊരു വൈഷ്ണവ തീർഥാടന കേന്ദ്രമായിത്തീർന്നിരുന്നുവെന്നും കരുതാനിടയുണ്ട്. കൃഷ്ണദാസ് കവിരാജിന്റെ *ചൈതന്യ ചിന്താമൃത* [(1612) (1996)] എന്ന ഗ്രന്ഥത്തിൽ ചൈതന്യ അനേകം വിശുദ്ധ സ്ഥാനങ്ങളുള്ള ഒരു പരിക്രമണമുണ്ടാക്കിയതായി പറയുന്നുണ്ട്, വൃന്ദാവനത്തിലെ ഈ

വിശുദ്ധ സ്ഥലങ്ങളെ കൃഷ്ണന്റെ ബാല്യകാലവും യൗവനകാലവും ഐതിഹ്യപരമായി വിശദീകരിക്കുന്ന തരത്തിൽ ഇപ്പോഴും തീർഥാടകർക്ക് കാണിച്ചു കൊടുക്കുന്നുണ്ട്. അക്കാലത്ത്, വൃന്ദാവനം ജനസാന്ദ്രത കുറഞ്ഞതും ചുറ്റുപാടും മുസ്ലീം ആട്ടിടയന്മാർ താമസിക്കുന്ന ഗ്രാമങ്ങളോടുകൂടിയതുമായിരുന്നു.

ചൈതന്യ വൃന്ദാവനം വിട്ടപ്പോൾ, കൃഷ്ണന്റെ ബാല്യകാല വിഹാര രംഗമായതെന്ന് പുരാണങ്ങളും *ശ്രീമദ് ഭാഗവത*വും വിശേഷിപ്പിക്കുന്ന ആ പുണ്യ സ്ഥലത്തെ ഉദ്ധരിക്കാനും വൈഷ്ണവ വിശ്വാസവും തത്വശാസ്ത്രവും പരിപോഷിപ്പിക്കാനും രൂപാഗോസാമിയെ ഭാരമേൽപ്പിച്ചു. കർണപൂർ എന്ന കവിയുടെ *ചൈതന്യ ചന്ദ്രോദയ*ത്തിൽ, കാലാന്തരത്തിൽ കൃഷ്ണന്റെ വൃന്ദാവന ലീലകളുടെ സന്ദേശം അപ്രസക്തമാവുകയും അതിനെ പുനരുദ്ധരിക്കാൻ രൂപയുടെയും സനാതനന്റെയും മേൽ ചൈതന്യ തന്റെ അനുഗ്രഹാശിസ്സുകൾ പകരുകയും ചെയ്തിരുന്നുവെന്ന് പറയുന്നുണ്ട്.[2] കർണപൂരിന്റെ ഭാഷ്യം പരാമർശിച്ചുകൊണ്ട് കൃഷ്ണദാസ് കവിരാജ്, രൂപയ്ക്കും സനാതനനും ചൈതന്യ ഉത്തരവാദിത്വങ്ങൾ കൽപ്പിച്ചു കൊടുത്തതെങ്ങനെയെന്ന് ഇപ്രകാരം പറയുന്നു: "ഭക്തന്മാരുടെ ഭക്തി, കൃഷ്ണനോടുള്ള പ്രേമം, സാങ്കേതിക പ്രശ്നപരിഹാരം, വൈഷ്ണവരുടെ യഥാർഥ അനുഷ്ഠാനം, കൃഷ്ണഭക്തി, കൃഷ്ണസേവ, ജീർണിച്ച തീർഥാടനകേന്ദ്രങ്ങളുടെ പുനരുദ്ധാരണം, വൈരാഗ്യത്തിന്റെ പാഠപഠനം എന്നിവ".[3]

കൃഷ്ണൻ ബാല്യകാലത്ത് ഗോപസ്ത്രീകളോടും ഇടയബാലന്മാരോടും കൂടി കളിച്ചുനടന്നതും പിന്നീട് വ്രജധാം അല്ലെങ്കിൽ വ്രജമണ്ഡൽ എന്നറിയപ്പെട്ടതുമായ വൃന്ദാവനത്തിന്റെ പഴയകാല പ്രൗഢി തിരിച്ചെടുക്കാൻ ഗോസാമികൾ നിശ്ചയിച്ചു. അക്ബർ ചക്രവർത്തിയുടെയും ജയ്പൂരിലെ രാജാ മാൻസിങ്ങിന്റെയും സ്നേഹപൂർവമായ സഹായം ഈ പ്രയത്നത്തിൽ അവർക്ക് സിദ്ധിച്ചു. ഇത് മൂലം ക്ഷേത്രനിർമാണത്തിനുള്ള സ്ഥലം ഏറ്റെടുക്കാനും പഠന കേന്ദ്രങ്ങൾ സ്ഥാപിക്കാനും ഗൗഡീയ വൈഷ്ണവരുടെ സമ്പ്രദായം പ്രചരിപ്പിക്കാനും നിഷ്പ്രയാസം സാധിച്ചു. പതിനൊന്നാം നൂറ്റാണ്ടിൽ മഥുരാനഗരം മുഹമ്മദ് ഗസനി തകർത്തതോടെ, തരിശായിക്കിടന്ന ഈ സ്ഥലം ഹിന്ദുക്കളുടെ തീർഥാടന കേന്ദ്രത്തിൽ പ്രമുഖസ്ഥാനത്തെത്തുകയും അക്ബറിന്റെ കാലത്ത് അവിടെ വൈഷ്ണവജ്ഞാനം പ്രചരിക്കുകയും ചെയ്തു. അങ്ങനെ ബംഗാളും വൃന്ദാവനുമായി ഒരു തീർഥാടന യാത്രാപഥമുണ്ടായി.

വൃന്ദാവനത്തെ ഉന്നതശ്രേണിയിലുള്ള ഒരു തീർഥാടന കേന്ദ്രവും വൈഷ്ണവ വിദ്യാകേന്ദ്രവുമാക്കിയതിൽ അക്ബർ പ്രദർശിപ്പിച്ച രക്ഷാകർത്തൃത്വം പിന്നീട് നിലവിൽ വന്ന ജഹാംഗീറിന്റെയും ഷാജഹാന്റെയും ഭരണകാലത്ത് പിൻവലിക്കപ്പെട്ടില്ല. രാജകീയ രക്ഷാകർത്തൃത്വം കൊണ്ട് വളർന്നുവന്ന വൈഷ്ണവ ക്ഷേത്രങ്ങളിൽ പലതും വൈഷ്ണവ ഐതിഹ്യങ്ങളോടും വൃന്ദാവനത്തിനെ സംബന്ധിച്ച വിശ്വാസങ്ങളോടും

വിദ്വേഷം കാണിച്ച അറംഗസീബായിരുന്നു. നശിപ്പിച്ചത്.[4] അവയേതൊക്കെ ക്ഷേത്രങ്ങളായിരുന്നു എന്ന വിഷയത്തിൽ ചരിത്രകാരന്മാർക്കിടയിൽ അഭിപ്രായവ്യത്യാസമുണ്ടായിരുന്നുവെങ്കിലും പ്രചാരത്തിലുള്ള പഴങ്കഥകൾ ഹിന്ദുക്കൾക്കെതിരായ അക്രമങ്ങൾ ക്രമാതീതമായി പെരുപ്പിച്ചു കാണിക്കുകയും ഇന്നത്തെക്കാലത്തെ സാമൂഹിക പ്രചാരവേലയ്ക്ക് ആധാരമാവുകയും ചെയ്തു. മുഗളന്മാരുടെ അധോഗതിക്കുശേഷം ഒരു കാലത്ത് ജാട്ടുകളായിരുന്നു മഥുരയുടെ അധിപതികളെങ്കിലും മഥുര സ്ഥായിയായ ഒരു ഹിന്ദു ഭൂരിപക്ഷസ്ഥലമായി മധ്യകാലത്തുപോലും നിലനിന്നിരുന്നു. ഇത് യാഥാർത്ഥ്യമാണെങ്കിലും മതപരിവർത്തകർക്ക് പകർന്നു കിട്ടിയ പഴങ്കഥകൾ മഥുര-വൃന്ദാവൻ മുസ്ലീം ആധിപത്യത്തിലായിരുന്നുവെന്നും അതിൽ നിന്ന് പഴയ മാഹാത്മ്യം സംരക്ഷിക്കുകയും പുനഃസ്ഥാപിക്കുകയും വേണമെന്നുമായിരുന്നു.

അയോധ്യയിലെ ബാബറി മസ്ജിദ് തകർത്തകാലത്തുണ്ടായ മുസ്ലീം വിരുദ്ധ വികാരം 'യെ ടു പെഹ്ലി ജാൻകി ഹെ, കാശി-മഥുര ബാക്കിഹെ' (ഇത് ഒന്നാമത്തെ ബലപരീക്ഷണം മാത്രമാണ്. കാശിയും മഥുരയും വീണ്ടെടുക്കേണ്ടതുണ്ട്.) എന്നീ മുദ്രാവാക്യങ്ങളിലേക്ക് നയിച്ചു. പഴയകാലത്തെ വിവിധ പുനർനിർമാണത്തിൽനിന്നും ഉടലെടുത്തതും വിശ്വാസം കൈക്കൊണ്ടതുമായ പുതിയ അക്രമസ്വഭാവം ഞങ്ങളുടെ പഠനത്തിന്റെ പരിധിയിൽനിന്ന് ഒഴിവാക്കാനാവുമെന്ന് എനിക്ക് തോന്നുന്നില്ല. ഇത്തരം പദ്ധതികളിൽനിന്ന് വിശ്വാസത്തിന്റെ ആധിപത്യം ഉടലെടുക്കുമ്പോൾ ലിംഗഭേദം ഒരു പ്രധാന ഘടകമായിരുന്നു. ഈ സാമുദായിക അക്രമത്തിൽ വളരെക്കാലം ഭാഗഭാക്കായിരുന്ന വൃന്ദാവനത്തിലെ വിധവകൾ എങ്ങനെ പെരുമാറുന്നുവെന്നത് വളരെ പ്രാധാന്യമർഹിക്കുന്നു.

II

മഥുരജില്ലയിലെ ഭരണ തലസ്ഥാനമാണ് മഥുര ടൗൺ. വൈഷ്ണവ സാഹിത്യപ്രകാരം രാധാകുണ്ട്, ഗോവർധൻ, നന്ദഗോവൻ, ബാർസാന, വൃന്ദാവൻ തുടങ്ങിയ മഥുരയുടെ പശ്ചിമാർധ പ്രദേശങ്ങൾ വ്രജമണ്ഡൽ എന്നും വ്രജധാം എന്നുമറിയപ്പെട്ടിരുന്നു. *രാമായണം, വിഷ്ണുപുരാണം, മഹാഭാരതം* എന്നീ ഗ്രന്ഥങ്ങളിൽ മഥുരയെപ്പറ്റി പരാമർശമുണ്ട്. ചരിത്രകാലത്ത് പലപ്പോഴായി ശ്രീബുദ്ധൻ അവിടം സന്ദർശിച്ചിരുന്നതായും അറിയപ്പെടുന്നു. ഗുപ്ത സാമ്രാജ്യകാലത്ത് യൗധേയരും നാഗന്മാരും മഥുര ഭരിച്ചിരുന്നുവെന്നും അവിടെ ബുദ്ധവിഹാരങ്ങളും ക്ഷേത്രങ്ങളും നിറഞ്ഞതായിരുന്നുവെന്നും ഫാഹിയാനും ഹുയാങ്സാങ്ങും പറയുന്നുണ്ട്. കാലക്രമേണ ഇവിടെ ബുദ്ധസ്വാധീനം കുറഞ്ഞുവന്നു. മഥുരാനഗരത്തിൽ ഭംഗിയായി സംരക്ഷിക്കപ്പെട്ട ഒരു ചെറിയ മ്യൂസിയത്തിൽ, പുരാതന കാലം മുതലുള്ള വിലപ്പെട്ട പ്രതിമകളുടെ അവശിഷ്ടങ്ങൾ സൂക്ഷിച്ചു വെച്ചിട്ടുള്ളതായി കാണാം.

എന്നാൽ മഥുരയ്ക്കും ചുറ്റുപാടുമുള്ള പ്രദേശങ്ങൾക്കുമുണ്ടായിരുന്ന വളരെ പ്രധാനപ്പെട്ട ചരിത്രപരമായ ബന്ധം വിഷ്ണു കൃഷ്ണാരാധനാ സമ്പ്രദായവുമായിട്ടായിരുന്നു. പലകാലങ്ങളിലുണ്ടായ വിവിധ വിഭാഗങ്ങളുടെ സംയോജനം മൂലമാണ് ഇത് അഭിവൃദ്ധി പ്രാപിച്ചത്. പ്രധാനമായും ആര്യപൂർവ വിഭാഗത്തിന്റെയും പിന്നീടുണ്ടായ ബ്രാഹ്മണ വിഭാഗത്തിന്റെയും ഘടകങ്ങളുമായിരുന്നു. അവ ഒരേ സമയത്ത് ജൈനിസത്തിന്റെയും ബുദ്ധിസത്തിന്റെയും പാരമ്പര്യത്തിലും മറിച്ച് ഇങ്ങോട്ടും ഇഴുകിചേർന്നു. എന്നാൽ ഈ വിശ്വാസക്രമത്തിന്റെ ഏറ്റവും പ്രമുഖമായ മൂന്നു ഘടകങ്ങൾ: പിൽക്കാലത്ത് വളരെ ആരംഭഘട്ടത്തിൽ തന്നെ വൈദികദേവനായ വിഷ്ണുവുമായി അനുരൂപമാക്കപ്പെട്ട ആര്യപൂർവ ദേവനായ നാരായണൻ; ആദ്യഘട്ടത്തിൽ വൈദികേതരബന്ധങ്ങളുണ്ടാകാമായിരുന്ന വൃഷ്ണികളുടെ വീരദൈവമായിരുന്ന വാസുദേവ; ആര്യപൂർവ പുരാതനത്വമുള്ള അഭിര ഗോത്രവുമായി മിക്കവാറും ബന്ധപ്പെട്ട ഇരുണ്ടദൈവമായ കൃഷ്ണൻ എന്നിവരായിരുന്നു. വാസുദേവനെപ്പോലെ കൃഷ്ണനും കാലാന്തരത്തിൽ നാരായണ വിഷ്ണുവിന്റെ അവതാരമായി കരുതപ്പെട്ടു. വാസുദേവനും സംഘർഷനെന്ന ബലദേവനും മാതൃദായ ആരാധനാവിശ്വാസവുമായി ബന്ധമുണ്ടായിരിക്കാമെങ്കിലും മാതൃദായ ബന്ധമുള്ള ദൈവങ്ങളെ പിന്നീട് പിൻതള്ളി. വളരെ പഴയ ഒരു ബുദ്ധ ഗ്രന്ഥമായ *ഘടജാതക*ത്തിൽ, വാസുദേവൻ മഥുരയിലെ പുറത്താക്കപ്പെട്ട രാജകുമാരനായ ഉപസാഗരന്റെ പത്തു മക്കളിലൊരാളായിരുന്നുവെന്ന് പറയുന്നു. അവർ, അസിതാഞ്ജന നഗരം ഭരിച്ചിരുന്ന അമ്മാവൻ കംസനെ വധിക്കാൻ വിധിക്കപ്പെട്ടവരായിരുന്നു. ആ കർത്തവ്യം അവർ പിന്നീട് നിർവഹിച്ചു. അവരുടെ ബാല്യകാലത്ത് അവരെ നന്ദഗോപരുടെ വീട്ടിൽ ഒളിപ്പിച്ചു താമസിപ്പിച്ചു. ഒരവസരത്തിൽ അവരുടെ യഥാർഥ മാതാപിതാക്കൾ അവരെ ഗോവർധനെന്ന ഗ്രാമത്തിലേക്കയച്ചു. ഇത് വൃന്ദാവനത്തിനടുത്തുള്ള ഗോവർധൻ എന്ന സ്ഥലത്തെ ഓർമിപ്പിക്കുന്നു. വൈഷ്ണവീയ പഴങ്കഥകൾ പ്രകാരം കൃഷ്ണനും ഗോപാലന്മാരും ഗോകുലത്തിൽ നിന്ന് അവിടെ കുടിയേറിപ്പാർത്തു. ക്രിസ്തുവിന് മുമ്പ് 4-ാം നൂറ്റാണ്ടിൽ വാസുദേവ കൃഷ്ണനെ ആരാധിച്ചിരുന്നു. ജാതകകഥകൾ പ്രകാരം അച്ചടക്കമില്ലാത്ത ഒരു അപരിഷ്കൃതനായി കൃഷ്ണനെ വിവരിച്ചിരുന്നെങ്കിലും കംസനെ നീതിബോധമുള്ള നല്ല രാജാവായിട്ടായിരുന്നു വിവരിച്ചത്[5].

കൃഷ്ണപുരാണത്തിന്റെ വിവിധ ഘടകങ്ങളെപ്പറ്റി ഡി ഡി കൊസാംബിയും സുപീരാ ജയ്സ്വാളും ഊന്നിപ്പറയുന്നുണ്ട്. മാതൃ-പിതൃ ദായക സമ്പ്രദായങ്ങളുടെ സങ്കലനവും ഇടയ സമ്പദ്‌വ്യവസ്ഥയിൽ നിന്ന് സുസ്ഥിരമായ കാർഷിക സാമ്പത്തിക വ്യവസ്ഥയിലേക്കുള്ള പരിവർത്തനവും ഇവർ പരാമർശിക്കുന്നുണ്ട്[6]. ഒരവസരത്തിൽ, ഒരു പക്ഷേ ക്രിസ്തുവിനുമുമ്പ് 2-ാം നൂറ്റാണ്ടിൽ വാസുദേവകൃഷ്ണനും നാരായണ വിഷ്ണുവുമായുള്ള താദാത്മ്യത്തിലേക്കുള്ള ഒരു നീക്കമുണ്ടായിരുന്നു. എന്നാൽ,

ഇതിനും എത്രയോ മുമ്പുതന്നെ മഥുരയിലും ചുറ്റുപാടിലുമുള്ള ജനങ്ങൾ വൃഷ്ണികളുടെ ആരാധ്യദൈവങ്ങളായ വാസുദേവന്റെയും സംഘർഷണന്റെയും ആരാധനാസമ്പ്രദായവും ശ്യാമവർണനായ ദേവനായ കൃഷ്ണന്റെ ആരാധനയെയും പിന്തുടർന്നിരുന്നുവെന്നതിന് ലക്ഷണങ്ങളുണ്ട്. കൃഷ്ണനെ അലക്സാണ്ടറുടെ അനുയായികൾ 'ഇന്ത്യൻ ഹെറാക്കിൾസ്' എന്ന് വിളിച്ചിരുന്നു.[7] കൃഷ്ണന്റെ ബാല്യകാല ചരിത്രത്തിന്റെ സ്മരണകൾ വാസുദേവ കൃഷ്ണന്റെ സംയോജനത്തിന് വളരെ മുമ്പുതന്നെയുണ്ടായിരുന്നു. സുവീര ജയ്സ്വാൾ, ഈ രണ്ടു പുരാണകഥകളും കൃഷ്ണന്റെ ബാല്യകാല ശൃംഗാര ചേഷ്ടകളോടുകൂടിയ കുസൃതികളും കൃഷ്ണനെ ഒരു യുവദേവനാക്കി ആര്യന്മാർക്കുമുമ്പുള്ള അഭീര വർഗക്കാർ ചടങ്ങുകൾ സൃഷ്ടിച്ചിരുന്നുവെന്നും അഭീര ദൈവാനുഷ്ഠാനങ്ങൾ വാസുദേവിസത്തിലേക്ക് ലയിച്ചത് ഏതാണ്ട് ക്രിസ്ത്വബ്ധത്തിന്റെ ആരംഭത്തോടെയോ അതിനു കുറച്ചു മുമ്പോ ആയിരിക്കുമെന്നും ഊഹിക്കുന്നു.[8] ക്രിസ്ത്വബ്ധത്തിന്റെ ആദ്യ ശതാബ്ദത്തിൽ മഥുരയുടെ പ്രാന്തപ്രദേശങ്ങളിൽ കൃഷ്ണന്റെ ബാല്യകാല ചേഷ്ടകൾ അരങ്ങേറിയിരുന്നു[9]. പുരാണങ്ങളായ *ഹരിവംശ*ത്തിലും *വിഷ്ണുപുരാണ*ത്തിലും പിന്നീട് *ഭഗവത് പുരാണ*ത്തിലും കൃഷ്ണന്റെ ബാല്യകാലം വിശദമായി പ്രതിപാദിച്ചിട്ടുണ്ട്.

കൃഷ്ണ-വിഷ്ണു ആരാധനാ സമ്പ്രദായം അതിന്റെ പൂർണവളർച്ചയിലെത്തിയത് ഗുപ്ത കാലഘട്ടത്തിലാണ്. വിദേശികളുടെ ആഗമനവും അധഃകൃതരുടെ അഭിവൃദ്ധിയിലേക്ക് നയിക്കുന്ന പുതിയ സാമ്പത്തിക ഘടകങ്ങളുമാണ് പുരാണകഥകളുടെ ഏകീകരണത്തിന് യഥാർഥ പ്രചോദനമായതെന്ന് ജയ്സ്വാൾ അഭിപ്രായപ്പെടുന്നു. സാമൂഹിക സംതുലനാവസ്ഥ വീണ്ടെടുക്കാൻ ബ്രാഹ്മണരുടെ ജിവിത രീതിയിലുള്ള പവിത്രത പുനഃസ്ഥാപിക്കാനും ജനപ്രിയരായ രണ്ടു ദൈവങ്ങളും നാരായണനായി ഏകീകരിച്ചതിനാൽ ബ്രാഹ്മണരുടെ സാമൂഹികവും ധാർമികവുമായ സ്വഭാവം അവരുടെ ആരാധനാരീതിയിലുടെ ജനങ്ങളിലെത്തിക്കാനും കഴിഞ്ഞു.'[10] കാർമുകിൽ വർണന്റെ കുസൃതികളും ശൃംഗാര ചേഷ്ടകളും വൃന്ദാവനത്തിൽ (ദേവതകളുടെ തോട്ടം) അരങ്ങേറിയ കാലത്താണ് പുരാണങ്ങൾ രചിക്കപ്പെട്ടത്. വിഷ്ണുവിനാൽ ചാരിത്രഭംഗം വന്ന ശംഖുചൂഡനെന്ന അസുരന്റെ പതിവ്രതയായ പത്നി വൃന്ദ, പ്രാദേശിക ദേവതയായി പരിഗണിക്കപ്പെടുകയും വർഷംതോറും വിഷ്ണുവിനെ വിവാഹം കഴിക്കുന്ന ചടങ്ങ് ആചരിക്കപ്പെടുകയും ചെയ്യുന്നുണ്ട് എന്ന്. കോസാമ്പി സൂചിപ്പിക്കുന്നു. പണ്ടു നിലവിലിരുന്ന മരുമക്കത്തായ സമ്പ്രദായം മക്കത്തായ സമ്പ്രദായത്തിലേക്ക് ലയിക്കുന്നതായാണ് ഈ പുരാണങ്ങളിലൂടെ അദ്ദേഹം മനസിലാക്കുന്നത്. വാർഷിക വിവാഹച്ചടങ്ങുകൾ പണ്ടത്തെ മരുമക്കത്തായ സമ്പ്രദായങ്ങളുടെ ലക്ഷണങ്ങൾ പ്രകടിപ്പിച്ചിരുന്നു. ആദ്യമേ അവകാശപ്പെടാത്ത പ്രദേശങ്ങളിലെ ആധിപത്യാവകാശം കൃഷ്ണനും വിഷ്ണുവിനും അവരുടെ ജനങ്ങൾക്കും ഈ വിവാഹം വഴി നേടിക്കൊടുക്കുന്നു.[11]

കാലക്രമേണ വൃന്ദയുടെ പ്രാധാന്യം കുറഞ്ഞു വരികയും കൃഷ്ണ – വിഷ്ണുവിന് കീഴടങ്ങേണ്ടിവരികയും ചെയ്യുന്നു, വൈഷ്ണവ ഐതിഹ്യങ്ങളിൽ രാധ പ്രധാനസ്ഥാനത്തെത്തിയപ്പോൾ വൃന്ദ രാധയുടെ പ്രധാന പരിചാരികയായി പ്രതിപാദിക്കപ്പെട്ടു. പക്ഷേ, ഇതുവളരെ താമസിച്ചുവന്ന പുരോഗതിയായിരുന്നു. ആദ്യകാല സാഹിത്യത്തിലും പുരാവസ്തു ഗവേഷണങ്ങളിലും രാധ പ്രത്യക്ഷപ്പെട്ടിട്ടുണ്ടായിരുന്നില്ല. വിഷ്ണുവിന്റെ പത്നി ശ്രീ അല്ലെങ്കിൽ ലക്ഷ്മി, ഭൂമിയിലെ അവതാര പുരുഷനായ കൃഷ്ണന്റെ പ്രധാന പത്നിയായ രുഗ്മിണിയായിരുന്നു. *ഹരിവംശ*ത്തിലോ *ഭഗവത് പുരാണ*ത്തിലോ രാധ പരാമർശിക്കപ്പെട്ടിട്ടില്ല. ആറും എട്ടും ശതകങ്ങൾക്കിടയിൽ രചിക്കപ്പെട്ട *പത്മപുരാണ*ത്തിലെ 'പാടല ഖണ്ഡ'ത്തിൽ എട്ടു പരിചാരികമാരോടുകൂടി രാധ പ്രത്യക്ഷപ്പെടുന്നു. അത് മൂലപ്രകൃതിയാണെന്ന് വിവരിക്കപ്പെട്ടുവെങ്കിലും ആ ഭാഗം പിന്നീട് കൂട്ടിച്ചേർത്തതാണ്[12]. ബ്രഹ്മവൈവർത്ത പുരാണത്തിൽ തികച്ചും അവിശ്വസനീയമാംവണ്ണം ബൃഹഭാനുവിന്റെ പുത്രിയായി അവതരിച്ച രാധയെ കൃഷ്ണന്റെ ഗോലോകത്തെ ആത്മീയ പങ്കാളിയായും അവളുടെ സർവാത്മനാ ഉള്ള ഭക്തിയാൽ കൃഷ്ണന്റെ ഏറ്റവും പ്രിയപ്പെട്ട പത്നിയായും ഗോപികമാരോടൊത്ത് രാസക്രീഡയിൽ പങ്കാളിയാവുകയും ചെയ്തുവെന്ന് വിവരിച്ചിട്ടുണ്ട്. *ഹരിവംശ*ത്തിലും *ഭാഗവതപുരാണ*ത്തിലും ഗോപികമാർക്ക് കൃഷ്ണനോടുള്ള തീവ്രസ്നേഹം ഭക്തന്മാർക്ക് ദൈവത്തിലുള്ള ഭക്തിയുടെ വർധനവിന് കാരണമായി. ഈ ആശയം പിന്നീട് രാധാഐതിഹ്യത്തിൽ പ്രകടമാണ്.

കൃഷ്ണാരാധനയുടെ പ്രാരംഭകാലത്ത് രാധയെപ്പറ്റി പരാമർശിച്ചിട്ടില്ലെന്ന് കൊസാമ്പി പറയുന്നു. കാരണം ബംഗാളിൽ കൃഷ്ണാരാധന പ്രചരിക്കുന്നതിനുമുമ്പ് രാധ പൗരസ്ത്യ ദേശങ്ങളിലെ മാതൃദേവതയായിരുന്നു. രാധാരാധനയെ സ്വാംശീകരിക്കേണ്ടിവരുന്നതിനു മുമ്പ് കൃഷ്ണാരാധനയ്ക്ക് ബംഗാൾവരേയും പടർന്ന് എത്തേണ്ടിയിരുന്നു.[13] ഒരിക്കൽ ഭക്തിയിൽ ലയിച്ചു കഴിഞ്ഞാൽ രാധയുടെ ഭക്തി വൈഷ്ണവവേദാന്തത്തിലെ ഒരു പുതിയ ഭക്തിപ്രസ്ഥാനത്തിലെ കാതലായ ഭാഗമായിത്തീരും. മാത്രമല്ല, അവൾക്ക് കൃഷ്ണനോടുള്ള പ്രേമം വിവാഹേതരവും അഹൈതുകവും ഗാർഹിക ബാധ്യതകളിൽനിന്ന് മുക്തവുമായിരുന്നു. വൃന്ദാവനത്തിൽ ബ്രഹ്മ വൈവർത്ത പുരാണത്തിലെ രാധ ജനിച്ചുവെന്നും എന്നാൽ ഗൗഡീയ വൈഷ്ണവർ കരുതിവന്നത് വൃന്ദാവനത്തെ പ്രതിനിധീകരിക്കുന്ന ഭക്തിയുടെ ഒരു പ്രമുഖ വ്യക്തിത്വമായുമാണ്. എട്ടാം ശതകത്തിന്റെ ആരംഭദിശയിൽ, സാഹിത്യകൃതികളിൽ പ്രത്യേകിച്ചും, ബംഗാളി സാഹിത്യത്തിൽ രാധ പ്രത്യക്ഷപ്പെട്ടു. എന്നാൽ 12–ാം ശതകത്തിലെ വൈഷ്ണവ കവിയായ ജയദേവനും പതിനാലാം ശതകത്തിലെ ചണ്ഡിഭാസനുമായിരുന്നു കൃഷ്ണഭക്തിയിൽ രാധയ്ക്ക് പരമോന്നത സ്ഥാനം നൽകിയത്. 12–ാം ശതകത്തോടുകൂടിയായിരിക്കണം അവർ ക്രമേണ വൈഷ്ണവ വേദാന്തത്തിന്റെ ചില ശാഖകളിൽ ശ്രദ്ധാ കേന്ദ്ര

മായിത്തീർന്നത്. ഇതാണ് ഗൗസയ വൈഷ്ണവരുടെ ഭക്തിപ്രസ്ഥാനത്തിന് അടിസ്ഥാനമായത്. വളരെയധികം വേരുറച്ച താന്ത്രിക ആരാധനയുമായി ബന്ധപ്പെട്ട് ബംഗാളിൽ നിലനിന്നിരുന്ന ശക്തി ആരാധനയുടെ ഒരു ഭാഗമായിട്ടാണ് രാധാരാധനയെ ശശിഭൂഷൺ ദാസ് ഗുപ്ത കാണുന്നത്. പരമാത്മാവിലേക്കുള്ള പരമപ്രേമമായിട്ടാണ് അത് വളർന്നുവന്നത്.[14] മഥുര-ഗോകുലത്തെ മനുഷ്യശരീരത്തിലെ സഹസ്രദളപത്മമായും അതിൽ വൃന്ദാവനത്തെ മസ്തിഷ്കത്തിലെ പരാഗകേന്ദ്രമായും സങ്കൽപ്പിച്ചിരുന്നു. രാധയായിരുന്നു ഈ ആത്മീയലോകത്തെ അധിഷ്ഠാന ദേവത. കൃഷ്ണനുമായുള്ള ഗോപികമാരുടെ രാസക്രീഡയിൽ മുഖ്യസ്ഥാനം വഹിച്ചതും രാധയായിരുന്നു. ഈ വിശ്വാസത്തിന്റെ അനുയായികളെ 'സാധനപരഗോപിക'മാർ എന്നു വിളിക്കപ്പെട്ടിരുന്നു. അവരുടെ പ്രേമം കൊണ്ട് അത്യുന്നത പദവി ലഭിക്കാൻ ശ്രമിച്ചെങ്കിലും അതവർക്ക് ലഭ്യമായില്ല. രാധയുടെ വിവാഹേതരബന്ധത്തെപ്പറ്റി പണ്ടുണ്ടായിരുന്ന വൈഷ്ണവ കവികൾ ഊന്നിപ്പറഞ്ഞിട്ടുണ്ട്. ഇതാണ് സഹജീയ സമ്പ്രദായത്തിന്റെ അടിസ്ഥാനം. ചണ്ഡിഭാസന് അധഃകൃത സ്ത്രീയായ രാമിയുമായുള്ള ബന്ധം ഇതിന് ഒരു ഉത്തമോദാഹരണമാണ്. രാധയുടെ ഒരു പ്രതിരൂപമായിട്ട് ചണ്ഡിഭാസൻ രാമിയെ ആരാധിച്ചു. പ്രേമിക്കുന്നവരുടെ ലൗകിക ശരീരത്തിൽ കൃഷ്ണനും രാധയും വസിക്കുന്നതായും അവരുടെ കാമകേളികളിൽ ഒരു ദിവ്യത്വം രൂപപ്പെടുന്നതായും സങ്കൽപ്പിച്ചു. ഈ വിശ്വാസത്തിൽനിന്നും വളരെ വ്യത്യസ്തമായിരുന്നു ഗൗസീയരുടെ വിശ്വാസം. എന്നിരുന്നാലും പൂർണമായും അവരുടെ ബന്ധത്തിൽനിന്നും മുക്തമാകാൻ സാധിച്ചിട്ടില്ല.

ഗൗസിയ വൈഷ്ണവരുടെ ഒരു പ്രധാന തലവനായിരുന്ന ചൈതന്യ, രാധാഭവയുടെ ഒരു പ്രചാരകനായിരുന്നു. അദ്ദേഹത്തിന്റെ ശിഷ്യന്മാർ രാധയുടെയും കൃഷ്ണന്റെയും അവതാരം അദ്ദേഹത്തിന്റെ ഒരേ ശരീരത്തിൽ കണ്ടു. ഗോസാമികൾ രാധയുടെ സേവകരായിട്ട് അവരെ തന്നെ കണ്ടു. ദിവ്യലീലകളിൽ പങ്കെടുത്തിട്ടുണ്ടായിരുന്നില്ലെങ്കിലും അതിനവർ സാക്ഷികളായിരുന്നു. പ്രാചീന ഗോസാമികൾ രാധയുടെ വിവാഹേതരബന്ധം ഭൗതികലോകത്ത് മാത്രമാണ് കണ്ടത്. ദിവ്യഭൂമിയായ വൃന്ദാവനത്തിലെ കൃഷ്ണന്റെ നിത്യ കാമുകിയായാണ് അവൾ കാണപ്പെട്ടിരുന്നത്. എന്നിരുന്നാലും കൃഷ്ണദാസ് കബിരാജ് പരകീയവാദത്തെ അനുകൂലിക്കുകയും രാധയുടെ ബന്ധത്തിന് അതേ നിലയ്ക്ക് തന്നെ മുൻഗണന നൽകുകയും ചെയ്തിരുന്നു. 'ചൈതന്യ ചരിതാമൃത' ത്തിൽ രാധ നയിച്ച വ്രജവാസികളുടെ ഭക്തിയെ രാഗാത്മക ഭക്തിയെന്ന് വിശേഷിപ്പിച്ചിരുന്നു. ആ ഭക്തി അവരെ രാഗാനുരാഗത്തിലേക്കെത്തിക്കാൻ[15] പരിശ്രമിപ്പിച്ചു. ബംഗാളിലെ സഹജീയ ആരാധകർ കൃഷ്ണദാസ് കബിരാജിനെ അവരുടെ രീതിയിൽ വ്യാഖാനിച്ചു. വനിതാധിഷ്ഠിതമായ ക്രിയകളുടെ നിഗൂഢതകൾക്ക് അടിസ്ഥാനമാക്കിയത് രാധാകൃഷ്ണ ദിവ്യപ്രേമാണ്. ഭക്തിയുടെ പാരമ്യത്തിന്റെ അനുഭവമാകുന്നത് അത്തരം ശരീര

ത്തിലാണ്. രാധാകൃഷ്ണന്മാരുടെ സംയോഗത്തിന്റെ വേദിയായ വൃന്ദാവനമായിട്ടാണ് ഈ ശരീരത്തെ സങ്കൽപ്പിച്ചിരുന്നത്. ആറു ഗോസാമികൾപോലും രഹസ്യമായി സാധൻ സഞ്ജീവനി ചെയ്യപ്പെട്ടവരാണ്. സഹജീയാരാധനയുടെ പ്രവർത്തകരായി അവർ സ്വയം പ്രവർത്തിച്ചു[16]. ഗൗസിയ വൈഷ്ണവ സിദ്ധാന്തം താത്വികവും പണ്ഡിതോചിതവുമായിരുന്നു. അതിന്റെ ഉത്ഭവഘട്ടത്തിലെങ്കിലും ഗോസാമികൾ താപസികളായി അറിയപ്പെട്ടിരുന്നു. ബംഗാളിലെ തീർഥാടകർ പിൽക്കാലത്ത് വ്രജധാമിലേക്ക് ഇരച്ചുകയറുകയും രാധാരാധനയുടെ പുതിയ ദിശകളുടെ സ്വാധീനം കൊണ്ടുവരികയും ചെയ്തു.

പൊതുവെയുള്ള വൈഷ്ണവ തത്വശാസ്ത്രവും താഴേക്കിടയിലുള്ളവർ വഹിച്ചിരുന്ന വിശ്വാസവും തമ്മിലുള്ള അന്തരം പ്രത്യേകം എടുത്തു പറയേണ്ടതാണ്. ഈ വിശ്വാസത്തിന്റെ ലിംഗസ്വഭാവത്തെപ്പറ്റി പിന്നീട് പ്രത്യേകം പ്രസ്താവിക്കുന്നതാണ്. ബ്രാഹ്മണ സമ്പ്രദായത്തിൽ താഴേക്കിടയിലുള്ളവരുടെയിടയിൽ സാമൂഹികബോധം വളരെ പ്രബലമായിരുന്നു. ഇതിലെ കേന്ദ്രബിന്ദു ഗുരു അല്ലെങ്കിൽ ആധ്യാത്മികാചാര്യൻ ശിഷ്യന് ദീക്ഷയെന്ന ചടങ്ങോടുകൂടി വിദ്യാരംഭം കുറിക്കുന്നതാണ്. മറ്റെല്ലാ അവിശ്വാസികളെയുംപോലെ അത്തരം ആചാര്യന്മാരുടെ മത സാമുദായിക സൗഹാർദം വളർത്താൻ അവതാരങ്ങൾ വളർന്നുവന്നു, ബ്രാഹ്മണസമുദായങ്ങളുടെ എതിർപ്പുണ്ടായിരുന്നെങ്കിലും, വിനയമായിരുന്നു വ്യക്തിത്വ സമാനത. ഒന്നിച്ചുള്ള കീർത്തനാലാപനമായിരുന്നു അവരുടെ ശക്തി. അവർ തീർഥാടനസ്ഥലങ്ങളുമായി ബന്ധങ്ങൾ പുലർത്തുകയും വിശേഷാവസരങ്ങളിൽ പതിവായി സംഘയാത്രകൾ സംഘടിപ്പിക്കുകയും ചെയ്തിരുന്നു. ഉയർന്ന ജാതിയിൽപ്പെട്ടവർ പുണ്യസ്ഥലങ്ങളുടെയും അവതാരങ്ങളുടെയും രക്ഷാകർത്തൃത്വം ഏറ്റെടുത്തിരുന്നു. എന്നാൽ, സമൂഹത്തിലെ പാവങ്ങൾപോലും സാമൂഹികവൽക്കരണത്തിന്റെ ഭാഗമായി ഇതിൽപങ്കെടുത്തിരുന്നു.

III

നവദ്വീപിലെ ചൈതന്യയുടെ സന്തതസഹചാരിയായിരുന്ന നിത്യാനന്ദന്റെ പത്നി ജാഹ്നവിദേവിയുടെ വൃന്ദാവനത്തിലേക്കുള്ള രണ്ടു പ്രാവശ്യത്തെ സന്ദർശനങ്ങളെപ്പറ്റി വൈഷ്ണവ സാഹിത്യത്തിൽ പരാമർശങ്ങളുണ്ട്. മടങ്ങിവന്നശേഷം അവർ ഗോസാമിമാരുമായുണ്ടായ സംവാദങ്ങളെപ്പറ്റി ശിഷ്യന്മാരെ ഉദ്ബോധിപ്പിച്ചു. ഗോസാമികൾ വൃന്ദാവനത്തിൽ സ്ഥിരതാമസമാക്കിയ ശേഷം അവിടെയെത്തിപ്പെട്ട രണ്ടു പ്രധാന തീർഥാടക വനിതകളിലൊരാൾ, പ്രബലമായ വൈഷ്ണവ വിഭാഗത്തിന്റെ നേതാവും സർവാദരണീയയുമായ ജാഹ്നവീദേവിയും രാജസ്ഥാനിൽ നിന്നും വൃന്ദാവനത്തിലേക്കു വന്ന രൂപാഗോസാമിയുടെ സഹജനായികയായ മീരാബായി എന്ന സാധ്വിയുമായിരുന്നെന്ന് ചില രഹസ്യരേഖകൾ വെളിപ്പെടുത്തുന്നു. ഈ കാലഘട്ടത്തിൽ ഏതൊരു വനിതയ്ക്കും

ദൂരയാത്ര അതികഠിനമായിരുന്നു. അതുകൊണ്ടുതന്നെ അവരുടെ സന്ദർശനങ്ങളെപ്പറ്റിയുള്ള വാർത്ത വെറും അഭ്യൂഹമാണെന്ന് സംശയിക്കാം. ഏതായാലും പിന്നീട് വന്ന തലമുറകൾക്ക് ഈ രണ്ടു വനിതകളായിരുന്നു ദേവതയുടെ നിരന്തരസാന്നിധ്യംകൊണ്ട് പവിത്രമായ ആ പുണ്യസ്ഥലത്തെത്താൻ സ്ത്രീകൾക്ക് വിശ്വാസവും മാർഗനിർദേശവും നൽകിയത്. സാമ്പത്തിക ശേഷിയുള്ള വിധവകളായ വനിതകൾ വൃന്ദാവനത്തിലെത്തിച്ചേരുകയും അവിടെ സ്ഥിരതാമസമാക്കുകയും ഉന്നതാദർശങ്ങൾ കൈക്കൊണ്ട് ധർമശാലകളും സ്നാനഘട്ടങ്ങളും ക്ഷേത്രങ്ങളും നിർമിക്കാൻ തുടങ്ങിയതും എപ്പോഴെന്ന് നമുക്കറിയില്ല. മീരാബായിക്കും ജാഹ്നവിദേവിക്കും ഭക്തി പൂർണമായ ജീവിതം നയിക്കാൻ പ്രേരണയായത് കൃഷ്ണന്റെ ദിവ്യശക്തിയുടെ പ്രകാശമായ രാധയുടെ സ്ഥലമായിരുന്നു. ജാഹ്നവിദേവിയോ മീരാബായിയോ, അവരുടെ ജീവിതാന്ത്യം വരെ വൃന്ദാവനത്തിലുണ്ടായിരുന്നില്ല. വ്രജധാമിൽവന്നു മരിച്ച പല തീർഥാടകരെപ്പറ്റിയും ജസ്യൂട്ട് പാതിരിയായ ഫാദർ ടീഫൻ താലറുടെ ആശ്ചര്യകരമായ വ്യാഖ്യാനങ്ങൾ ഗ്രോവ്സ് പരാമർശിക്കുന്നുണ്ട്. ലൗകികസുഖങ്ങൾ വെടിഞ്ഞ് ആത്മനിർവൃതിക്കായി സന്യാസം സ്വീകരിച്ച് വൃന്ദാവനത്തിലെത്തിയ വിധവകളായിരുന്നു കൂടുതൽ പേരെങ്കിലുമെന്ന് നമുക്കൂഹിക്കാം.

കോളനി വാഴ്ചയുടെ ആരംഭകാലത്ത് ബംഗാളിലെ ഒരു ചെറിയ സംഘം ആളുകൾ ഈസ്റ്റ് ഇന്ത്യാകമ്പനിയുമായി ഉറ്റബന്ധം സ്ഥാപിക്കുകയും അവരുടെ ഭരണപരവും വ്യാപാരപരവുമായ കാര്യങ്ങളിൽ മധ്യവർത്തികളായിപ്രവർത്തിച്ച് പെട്ടെന്നുതന്നെ സാമ്പത്തികമായി ഉന്നതിയിലെത്തുകയും ചെയ്തു. സാമൂഹികമായും സാമ്പത്തികമായും അധോമണ്ഡലത്തിലുള്ളവരായിരുന്നു അവരിൽ ചുരുക്കം പേരെങ്കിലും. കാളീപ്രസന്ന സിഹ, അദ്ദേഹത്തിന്റെ *ഹുതം പഞ്ചാർ നക്ഷ* (1862–64) (*Huton Penchar Naksha*) എന്ന പുസ്തകത്തിൽ പരിഹാസദ്യോതകമായി ഇങ്ങനെ പറയുന്നു: 'എണ്ണയാട്ടുകാരനായ പാണ്ഡെ അധികാരത്തിന്റെ പാരമ്യത്തിലെത്തുന്നു, മദ്യ വ്യാപാരിയും തട്ടാനും സമ്പന്നരാവുന്നു, വേശ്യയും ദേവദാസിയും രമ്യഹർമ്യങ്ങൾ നിർമിക്കുന്നു. എന്നാൽ, യഥാർഥത്തിൽ ബഹുമാനമർഹിക്കുന്നവരായ നല്ല ആളുകൾ ഓലപ്പുരയിൽ അഭയം പ്രാപിക്കുന്നു.' ഇങ്ങനെയുള്ള പുത്തൻപണക്കാർക്കിടയിൽ വൈഷ്ണവസ്വാധീനം വളരെ ശക്തമാണ്. വൃന്ദാവനം പോലുള്ള സ്ഥലങ്ങളിൽ എസ്റ്റേറ്റുകളും സ്ഥലങ്ങളും വാങ്ങാൻ അവരുടെ ധനം വിനിയോഗിച്ചു. ക്ഷേത്രങ്ങൾ സംരക്ഷിക്കാൻ ട്രസ്റ്റുകൾ രൂപീകരിച്ചു. പഴത്തോട്ടങ്ങളും പൂന്തോട്ടങ്ങളും അനാഥ സംരക്ഷണ കേന്ദ്രങ്ങളും പാവങ്ങൾക്ക് ഭക്ഷണവിതരണവും സംഘടിപ്പിച്ചു. ധനികരായ വളരെയധികം വനിതകൾ ഈ പ്രവർത്തനങ്ങളിലേർപ്പെട്ടിരുന്നു. കാശിയിലും വൃന്ദാവനത്തിലുമുള്ള മതസ്ഥാപനങ്ങൾ ധനികരായ വിധവകൾ തങ്ങളുടെ അന്ത്യവിശ്രമകേന്ദ്രങ്ങളായി തെരഞ്ഞെടുത്ത സങ്കേതങ്ങളായിരുന്നു.

എന്നാൽ, ഇത്തരം തീർഥാടകവനിതകളിൽ എല്ലാവരും ബഹുമാന്യരോ സാമ്പത്തികശേഷിയുള്ളവരോ ആയിരുന്നില്ല. വൃന്ദാവനത്തിൽ തീർഥാടകരായെത്തിയ രണ്ടാമത്തെ സംഘം, അവിടെ സ്ഥിരതാമസമാക്കിയവരും ദേവദാസികളും ലൈംഗിക തൊഴിലാളികളുമായ പ്രായപൂർത്തിയെത്തിയ സ്ത്രീകളായിരുന്നു. റെവറന്റ് വാർഡ് എഴുതിയതായി രമാകാന്ത് ചക്രവർത്തി ഇങ്ങനെ പറയുന്നു: 'കൊൽക്കത്തയിലുള്ള ഏതാണ്ടെല്ലാ കുപ്രസിദ്ധ സ്ത്രീകളും അവരുടെ മരണാനന്തരച്ചടങ്ങുകൾ നടത്താനുകമാറ് ചൗദുനിയ (Choitunya) മതത്തിൽ വിശ്വസിച്ചിരുന്നു.[18] വൈഷ്ണവരുടെയിടയിലുള്ള ചില വിഭാഗങ്ങൾ ബ്രാഹ്മണരുടെ കർമങ്ങളും ക്രിയകളും നിഷ്കർഷമായി അനുവർത്തിച്ചിരുന്നു. എങ്കിലും ചൈതന്യക്കു ശേഷം വന്ന വൈഷ്ണവ സമ്പ്രദായം ഒരു ജനകീയ പ്രസ്ഥാനമായി മാറുകയും യാഥാസ്ഥിതിക ബ്രാഹ്മണക്രിയകളിൽനിന്ന് വിഭിന്നമായ സാമുദായിക വിഭാഗത്തിൽ വമ്പിച്ച സ്വാധീനം ചെലുത്തുകയും ചെയ്തു. ചൈതന്യയുടെ ഉദ്ബോധനങ്ങളിലെ പ്രധാന ഘടകം ഭക്തിയിലൂടെ അധഃകൃതർക്കും സാമൂഹിക ബഹിഷ്കൃതർക്കും സ്ത്രീകൾക്കും അവരുടെ പരമ്പരാഗത മേലാളരേക്കാൾ ആത്മീയ ഔന്നത്യങ്ങളിലെത്താൻ കഴിയുമെന്നുള്ളതാണ്.[19] ഈ വിശ്വാസം ജാതി, ലിംഗഭേദമന്യെ പങ്കുകൊള്ളാൻ കഴിയുന്ന സംഘടിതകീർത്തനാലാപനങ്ങളിലൂടെയാണ് പ്രബലപ്പെട്ടത്. വിനയമാണ് വൈഷ്ണവ അനുഷ്ഠാനങ്ങൾ അനുകരിക്കുന്നവരുടെ ഏറ്റവും വലിയ ഗുണമെന്ന് കണക്കാക്കപ്പെടുന്നു. മറ്റു മതവിഭാഗങ്ങളിൽ ഉൾപ്പെടുത്താൻ ഇടയാകാത്തതിനാലാണ് മിക്ക വേശ്യകളും വൈഷ്ണവമതവിശ്വാസികളായിത്തീർന്നത്. ചിലർ, അവർ സന്ദർശിക്കാനുദ്ദേശിച്ചിരുന്ന തീർഥാടക കേന്ദ്രങ്ങളിലെ ക്ഷേത്രദേവതകളുടെ പേരിൽ തങ്ങളുടെ ഒസ്യത്തിൽ വസ്തുദാനം പോലും നടത്തിയിരുന്നതായി രമാകാന്ത് ചക്രവർത്തി അഭിപ്രായപ്പെടുന്നു. താരതമ്യേന നിർഭാഗ്യവതികളായ മറ്റുചിലർ, വാർധക്യദശയിൽ പരിവ്രാജകവൃത്തിയിലൂടെ ജീവിതം നയിക്കാമെന്ന ധാരണമൂലമാണ് വൃന്ദാവനത്തിലെത്തിച്ചേർന്നത്. അതിലൂടെ അവർ ആദ്യകാല പാപങ്ങൾക്ക് പരിഹാരം കണ്ടെത്തി സായൂജ്യമടഞ്ഞു. 19-ാം ശതകത്തിൽ വൃന്ദാവനത്തിലുണ്ടായിരുന്ന സാഹിത്യകൃതികൾ ഈ കുപ്രസിദ്ധമായ ബന്ധത്തെ സ്ഥിരീകരിക്കുന്നുണ്ട്, ദീനബന്ധു മിത്രയുടെ *ജമായി ബാരിക്* എന്ന നാടകത്തിലുള്ള പ്രസിദ്ധമാർന്ന പദ്യമിങ്ങനെ പറയുന്നു: 'വൃദ്ധയായ വേശ്യ പുണ്യവതിയായി വൃന്ദാവനത്തിൽ വന്നു.' ദുർഗാചരൺ റോയ് 1886-ൽ പ്രസിദ്ധീകരിച്ച *ദേവഗാനർ മാർത്തയേ അഗമാൻ* (*Devganer Marteye Agaman*) എന്ന സാങ്കൽപ്പിക യാത്രാക്കുറിപ്പിൽ ഇങ്ങനെ പറയുന്നു: 'ദുർമാർഗികളായ സ്ത്രീകൾ ഹരിനാമം ശരീരം മുഴുവൻ എഴുതിച്ചാർത്തി തനിരൂപം മറച്ചുപിടിക്കുകയും മാനക്കേട് ഇല്ലാതാക്കാൻ വൃന്ദാവനത്തിൽ താമസിക്കുകയും ചെയ്തു.'

വൃന്ദാവനത്തിലേക്കുള്ള ദൂരമത്രയും താണ്ടി അവിടെ സ്ഥിരതാമ

സമാക്കിയ വേറെയും ചില സ്ത്രീകൾ അവിടെയുണ്ടായിരുന്നു. അവർ സാമ്പത്തികമായോ സാമൂഹികമായോ രണ്ടുംകൂടിയ കാരണങ്ങളാലോ സ്വകുടംബങ്ങളിൽനിന്നും പുറത്താക്കപ്പെട്ടവരോ സ്വമേധയാ ഗൃഹം വിട്ടുപോന്നവരോ ആയിരുന്നു. അവരുടെ വ്യവഹാര വൃത്തത്തിൽ അവർ പിന്തുടർന്നുവന്നിരുന്ന ജോലികളിൽനിന്നും നിഷ്കാസിതരുമായിരുന്നു. വൈഷ്ണവ വിഭാഗങ്ങൾക്കിടയിൽ അധഃകൃതരെന്നു പൊതുവെ വിളിക്കപ്പെടുന്നവരും സാമ്പത്തികമായി പിന്നാക്കം നിൽക്കുന്നവരുമായ ബൈരാഗി വൈഷ്ണവരുമുണ്ടായിരുന്നു. അവർ ഭിക്ഷാടകരെപ്പോലെ അലഞ്ഞു നടക്കുമ്പോഴും വൈഷ്ണവ സമ്പ്രദായങ്ങൾ അനുഷ്ഠിച്ചിരുന്നു. ഗൃഹസ്ഥാശ്രമ ധർമാനുഷ്ഠാനികളായ ജാട്ട് വൈഷ്ണവരെ അപേക്ഷിച്ച് സദാചാരപരമായി ഇവർ വളരെ പിന്നാക്കമായിരുന്നു. ബൈരാഗി വൈഷ്ണവരുടെ മതപരമായ വിശ്വാസത്തിന്റെ ഘടകം ഗൂഢമായ ലൈംഗികകേളികളായിരുന്നു. സമൂഹത്തിൽ ഉന്നതശ്രേണിയിലുള്ള ഇവർ ഭ്രൂണഹത്യയും ശിശുഹത്യയും നടത്തിയിരുന്നതായി ആക്ഷേപമുണ്ടായിരുന്നു. എന്നാൽ, പരമ്പരാഗതമായ ജനനനിയന്ത്രണത്തെ സംബന്ധിച്ചുള്ള വിജ്ഞാനവും ഇവർക്കുണ്ടായിരുന്നുവെന്ന മേന്മയുമുണ്ട്. ഇവരുടെ അലസയാത്രകൾക്കിടയിൽ രക്ഷിതാക്കളില്ലാത്ത ബാലികമാരേയും വിധവകളേയും ഭർത്തൃമതികളെക്കൂടിയും തങ്ങളുടെ സംഘത്തിലേക്ക് ആകർഷിച്ചിരുന്നു എന്നതാണ് ഇവരെപ്പറ്റി എടുത്തുപറയേണ്ടുന്ന ഒരു വസ്തുത.[20] സ്വഗൃഹം ഉപേക്ഷിച്ചുപോകുന്ന സ്ത്രീകൾക്ക് വൃന്ദാവനത്തിലെത്താനുള്ള മാർഗനിർദേശവും ഇവർ ചെയ്തു.

ജാട്ട് വൈഷ്ണവർ ജന്മനാ ഉന്നതകുലത്തിലുൾപ്പെട്ടവരായിരുന്നതിനാൽ ബൈരാഗി വൈഷ്ണവരേക്കാൾ സാമൂഹികതലത്തിൽ ഇവർക്ക് ഉയർന്ന സ്ഥാനമുണ്ടായിരുന്നു. എങ്കിലും ഒരു വിശ്വാസമെന്ന നിലയിൽ ബ്രാഹ്മണേതര സമ്പ്രദായങ്ങൾ ഇവർക്ക് സ്വീകരിക്കേണ്ടി വന്നു. ഇവരിൽ അധികംപേരും സാമ്പത്തികമായി വളരെ ഉയർന്നനിലയിലുള്ള ജീവിതമായിരുന്നു നയിച്ചുവന്നത്. എന്നിരുന്നാലും ഇവർക്കിടയിലുള്ള ലളിതമായ വിവാഹചര്യകളാലും ഉയർന്ന സാക്ഷരതകൊണ്ടും വൈഷ്ണവ സ്ത്രീകൾ ജാട്ട് വൈഷ്ണവരെപ്പോലെ സ്വയം ഭരണാവകാശം നേടിയവരും സ്വച്ഛന്ദയാത്രകൾ ചെയ്യുന്നവരുമായിരുന്നു. ജാതിലിംഗ നിരപേക്ഷമായതാണ് ഭക്തി എന്നതിനാൽ ഒരു അധഃകൃത സ്ത്രീക്ക് പോലും ഒരു ആരാധ്യയായ ഗുരുവായിത്തീരാൻ കഴിഞ്ഞിരുന്നു. മറ്റു പല സ്ത്രീകൾക്കും ലഭ്യമല്ലാതിരുന്ന സാക്ഷരത കൈവന്നതിനാൽ പ്രാദേശിക ഭാഷയിലുള്ള ഭക്തിസാഹിത്യത്തെ ഇവർക്ക് പരിചയപ്പെടാൻ സാധിച്ചു. വൈഷ്ണവ സമ്പ്രദായം സ്വീകരിച്ച അബ്രാഹ്മണർക്ക് ഒരളവുവരെ മതസ്വാതന്ത്ര്യം സിദ്ധിക്കുമെന്നതുപോലെ സ്ത്രീകൾക്കും കഴിയുമെന്ന് രമാകാന്ത് ചക്രവർത്തി പറയുന്നു; കാലാന്തരത്തിൽ ബ്രാഹ്മണസമ്പ്രദായം അവരുടെ പ്രഭാഷണങ്ങളിൽ സ്പഷ്ടമായിരുന്നുവെങ്കിലും.[21]

ബൈരാഗി വൈഷ്ണവരുടെ ജീവിതത്തിന് മതവിരുദ്ധ ആത്മീയ

ചര്യയുള്ള അലസന്മാരായ അനുയായികളുടെ പരമ്പരയുമായി ഒരു ബന്ധമുണ്ടായിരുന്നു. നിർധനരും ഗാർഹികബന്ധങ്ങൾ ഉപേക്ഷിച്ചവരുമായ ഇക്കൂട്ടർ, ഭിക്ഷാംദേഹികളായി സവിശേഷമായ ആചാരാനുഷ്ഠാനങ്ങളോടുകൂടി കഴിയുന്നവരായിരുന്നു. ചരിത്രകാലത്തെ ആദ്യകാല സംഘടനകൾ സ്ത്രീകളെപ്പറ്റി പരാമർശിക്കുന്നില്ലെങ്കിലും ഇത് ഉടലെടുത്തത് അജിവികാസ് ആയിട്ടായിരുന്നു. ബുദ്ധന്റെ ജീവിതകാലത്ത്, ഭിക്ഷുകൾക്കായി ഒരു സംഘം ആരംഭിച്ചു. സാമ്പത്തികവും ലൈംഗികവുമായ പീഡനങ്ങളിൽ നിന്നുള്ള മോചനവും ഒരു പരിധിവരെ അത് അനുവദിച്ചുകൊടുത്തിരുന്ന സ്വയംഭരണവും സ്വച്ഛന്ദവിഹാരവും അവരുടെ ഗാഥകളിൽ രേഖപ്പെടുത്തിയിരുന്നു. അനന്തരം ബുദ്ധമതം അതിന്റെ താന്ത്രികപരിവേഷം കൊണ്ട് ബംഗാളിൽ ഒരു ശാന്തമായ ബ്രാഹ്മണവിരുദ്ധസ്വാധീനം ചെലുത്തുകയുണ്ടായി. സൂഫിസത്തിന്റെ സ്വാധീനത്താൽ ഫക്കീർമാരുടെയും ബൗൾമാരുടെയും മതവിരുദ്ധചര്യകളിൽ ബുദ്ധമതത്തിന്റെ ആത്മീയവും സാംസ്കാരികവുമായ അവശിഷ്ടങ്ങൾ കാണപ്പെട്ടിരുന്നു. ആത്മീയാന്വേഷകരായ സ്ത്രീകൾക്ക് ഒരു പ്രധാന പങ്ക് അതിൽ വഹിക്കാനുണ്ടായിരുന്നു. ചൈതന്യക്കു ശേഷമുണ്ടായ ജനകീയ വൈഷ്ണവസമ്പ്രദായം, വിശേഷിച്ചും സഹജീയ വ്യതിയാനത്തിൽ ഈ ചിരപുരാതനമായ പാരമ്പര്യത്തിന്റെ ആത്മീയ ഘടകത്തിലെ ചില അംശങ്ങൾ പരസ്പരം ഉൾക്കൊണ്ടിരുന്നു. ഒരിക്കൽ, ബൗൾ കീർത്തനങ്ങളിൽ ചൈതന്യയുടെ പരാമർശമുണ്ടായതെങ്ങനെയെന്ന എന്റെ ചോദ്യത്തിന് നദിയയിൽ നിന്നുള്ള ഒരു വനിതാ ബൗളിന്റെ മറുചോദ്യം ഇങ്ങനെയായിരുന്നു: 'ചൈതന്യ, താൻ തന്നെ യഥാർഥത്തിൽ ഒരു ബൗൾ ആയിരുന്നില്ലേ?' ഫക്കീർമാരുടെയും ബൗൾമാരുടെയും വിശ്വാസങ്ങൾക്കും ബൈരാഗിവൈഷ്ണവരുടെ വിശ്വാസങ്ങൾക്കുമിടയിൽ രസകരമായ അതിക്രമം ഇന്നും നടക്കുന്നുണ്ട്. മോക്ഷമാർഗങ്ങളിൽ സഞ്ചരിക്കുന്നതിന് പങ്കാളികളാകാൻ സ്ത്രീകൾക്ക് നൽകിയ പ്രാധാന്യത്തിന് ഒരു ഉദാഹരണമാണിത്. സഞ്ചാരികളായ വൈഷ്ണവരുടെയും ബൗളരുടെയും ഫക്കീർമാരുടെയും പങ്ക് ഊന്നിപ്പറയുന്നു എന്നതാണ് മറ്റൊരു വശം. ഈ പറഞ്ഞ എല്ലാ ആരാധനാക്രമങ്ങളും അന്നത്തെ സാമൂഹികവും മതപരവുമായ ആധിപത്യത്തിൽ ലഭ്യമല്ലാതിരുന്ന ഒരു വിശാലമനസ്കത സ്ത്രീകൾക്ക് അനുവദിച്ചിരുന്നു.

പത്തൊമ്പതാം ശതകത്തിലെ ഒരു വൈഷ്ണവ സ്ത്രീക്ക്, ഒരു അധ്യാപികയെന്ന നിലയിൽ ഔദ്യോഗിക ജീവിതത്തിൽ ഉന്നതകുലഗൃഹങ്ങളിലേക്ക് പ്രവേശനം ലഭിക്കുവാനും രബീന്ദ്രനാഥ ടാഗോറിന്റെ മൂത്ത സഹോദരിയായ സ്വർണകുമാരി ദേവിയെപ്പോലുള്ള സ്ത്രീകളുമായി സമ്പർക്കം പുലർത്താനും അവസരം ലഭിച്ചു. തന്റെ വീട്ടിൽ നടത്തിയിരുന്ന സാക്ഷരതാ ക്ലാസുകളെപ്പറ്റി സ്വർണകുമാരി ദേവി അവരുടെ പുസ്തകത്തിൽ രസകരമായി വിവരിക്കുന്നുണ്ട്.[22] എന്നിരുന്നാലും വൈഷ്ണവർക്കിടയിലുള്ള ലൈംഗിക സദാചാരം സംശയദൃഷ്ടിയോടെ

ഉന്നതകുലജാതർ വീക്ഷിച്ചുകൊണ്ടിരുന്നു. ബങ്കിംചന്ദ്ര ചതോപാധ്യായയുടെ *ബിഷബ്രക്ഷ* (*The Poison Tree*, 1872) എന്ന ഗ്രന്ഥത്തിലെ ഒരധ്യായത്തിൽ, നിഷ്കളങ്കയായ കുന്ദനന്ദിനിയെന്ന സ്ത്രീയെ ബലാത്സംഗം ചെയ്യാനുള്ള ഉദ്ദേശ്യത്തോടുകൂടി ദീപേന്ദ്ര എന്ന വില്ലൻ വൈഷ്ണവിയുടെ വേഷത്തിൽ ജമീന്ദാറുടെ വീട്ടിനുള്ളിലേക്ക് പ്രവേശനം നേടിയെടുത്തതായി പറയുന്നു. ഉന്നതകുലജാതരുടെ ഇടയിലുണ്ടായിരുന്ന അസാന്മാർഗിക ചിന്തകളെപ്പറ്റി ഇത് സൂചിപ്പിക്കുന്നു.

ഉന്നത കുടുംബങ്ങളിൽ ജനിച്ചവരും പലകാരണങ്ങളാൽ സ്വഗൃഹങ്ങളിൽ നിന്നും നിഷ്കാസിതരായവരും വഴിപിഴപ്പിക്കപ്പെട്ടവരും സമൂഹത്തിലേക്ക് പുനഃപ്രവേശനം നിഷേധിക്കപ്പെട്ടവരുമായ സ്ത്രീകൾക്ക് വൈഷ്ണവ സമ്പ്രദായം അഭയം കൊടുത്തിരുന്നുവെന്നതാണ് ഈ കഥയുടെ മറുവശം. ഈ ഉദാരത സാപേക്ഷികമായിരുന്നു എന്നതിൽ സംശയമില്ല. വിവാഹത്തിനും വിവാഹമോചനത്തിനുമുള്ള കർശനമല്ലാത്ത നിയമങ്ങൾ സ്ത്രീകൾക്ക് അനുകൂലമായിരുന്നില്ല. നവദ്വീപിലും വൃന്ദാവനത്തിലുമുള്ള വൈഷ്ണവ അഖാരങ്ങളിലെ ദേവദാസി സമ്പ്രദായം വൈഷ്ണവരുടെയിടയിൽത്തന്നെയുണ്ടായിരുന്ന സ്ത്രീകളുടെ അടിമത്തത്തെ സൂചിപ്പിക്കുന്നു. എന്നാൽ എല്ലാറ്റിലും പുറമെ, സ്വന്തം വിശ്വാസ സംരക്ഷണത്തിനായി സ്വമേധയാ വീടുവിട്ടിറങ്ങിയവരും ഗാർഹിക പീഡനങ്ങളിൽനിന്നും മോചിതരായവരും ബലാൽക്കാരേണ പുറത്താക്കപ്പെട്ടവരുമായ സ്ത്രീകൾക്ക് വൈഷ്ണവ സമ്പ്രദായത്തിലൂടെ ഒരു രക്ഷാമാർഗം കാണിച്ചു കൊടുക്കുകയും ആവശ്യമായ അഭയം നൽകുകയും ചെയ്തത് വൃന്ദാവനത്തിലെത്തിച്ചേരാനുള്ള അവസരമായിത്തീർന്നു.

IV

മുൻപു പറഞ്ഞ എല്ലാവഴികളിലൂടെയും വൃന്ദാവനത്തിലെത്തിച്ചേരാനുള്ള യാത്രക്കാർക്കിടയിൽ ഭൂരിപക്ഷം വിധവകളായിരുന്നെങ്കിലും വിവാഹിതരും അവിവാഹിതരുമായ സ്ത്രീകളും ഇല്ലാതിരുന്നില്ല. ബംഗാളിൽനിന്നുള്ള അത്തരം തീർഥാടകവനിതകൾക്ക് കാശി (ബനാറസ്) വേറൊരു അഭയകേന്ദ്രമായിരുന്നു. സമാന വകുപ്പുകൾ അവിടെയും കാണാൻ കഴിയും. കാശിയിൽ വൈഷ്ണവ സമാജത്തേക്കാൾ ശൈവ സമാജമായിരുന്നു പ്രാബല്യത്തിലുണ്ടായിരുന്നത്. ശൈവാരാധനകൊണ്ട് ഒരു വിധവയ്ക്ക് അടുത്ത ജന്മത്തിൽ വൈധവ്യശാപത്തിൽനിന്നും മുക്തി നേടാൻ കഴിയുമെന്ന് അവർ വിശ്വസിച്ചു. ഇതിനുപുറമെ, കാശിയിൽ വെച്ച് മരിച്ചാൽ ഏതൊരു മഹാപാപിക്കും അടുത്ത ജന്മത്തിൽ പാപമോചനമുണ്ടാകുമെന്ന വിശ്വാസവുമുണ്ട്. ഇതിലേക്കുള്ള ഒടുവിലത്തെ രക്ഷാമാർഗമാണ് കാശി. ശരത് ചന്ദ്ര ചതോപാധ്യായയുടെ ഒരു നോവലായ *ബാമുനർമേയേ* (*The Brahmin's Daughter*, 1920) എന്ന പുസ്തകത്തിൽ, കേന്ദ്രകഥാപാത്രമായ സന്ധ്യയുടെ മുത്തശ്ശി കുലീനവംശത്തിലുള്ള ഒരു ബ്രാഹ്മണ വിധവയായിരുന്നു. ലൗകിക വിരക്തിയാൽ ജീവി

ത സായാഹ്നം ചെലവഴിക്കാൻ അവർ കാശിയിലേക്ക് പോയി. അതിൽ കുറ്റബോധമുണ്ടാക്കിയ ഒരു രഹസ്യം അവർ മനസിൽ സൂക്ഷിച്ചിരുന്നു. അവരുടെ ചെറുമകളുടെ വിവാഹവേദിയിൽവെച്ച് തന്നോട് പക പുലർത്തിയ സമൂഹത്തിലെ ചില മാന്യന്മാർ സത്യം വെളിപ്പെടുത്തുന്നതിലൂടെയാണ് ആ രഹസ്യത്തിന്റെ ചുരുൾ നിവരുന്നത്. വൃന്ദാവനത്തിലെ എല്ലാ മതാനുഷ്ഠാനങ്ങളുടെയും ഒരേയൊരു ലക്ഷ്യം പ്രായശ്ചിത്തം മാത്രമായിരുന്നില്ല. കൂടാതെ രാധാകൃഷ്ണന്മാരുടെ ആത്മീയ സംഗമത്തിന്റെ ആനന്ദാനുഭവത്തിന്റെ സാധ്യതയുണ്ടായിരുന്നു. വിധവകൾക്കുപോലും ഇത്തരം ആനന്ദകരമായ ആചാരങ്ങളിൽ സ്ഥാനം അനുവദിക്കാതിരുന്നില്ല.

ഹിന്ദു വിധവകൾക്ക് ലൗകിക ജീവിതം ത്യജിക്കണമെന്ന് നിർബന്ധമുണ്ടായിരുന്നില്ല. വേദകാലഘട്ടത്തിൽ പിൽക്കാലത്ത് സ്ത്രീകളുടെ ചാരിത്ര്യശുദ്ധി വളരെ കർശനമായി കണക്കാക്കിയിരുന്നപ്പോഴും വിധവാവിവാഹം വിരളമായിരുന്നപ്പോഴും വാനപ്രസ്ഥം അഥവാ സന്യാസം ഒരു ആദർശമായിരുന്നെങ്കിലും യഥാർഥ ജീവിതത്തിൽ അത് എല്ലായ്പ്പോഴും അനുകരിച്ചിരുന്നില്ല. വൈധവ്യത്തെക്കാൾ പ്രായത്തെ ബന്ധപ്പെടുത്തിയാണ് ഇത് കണക്കാക്കിയിരുന്നത്. *മഹാഭാരത*ത്തിലെ ശ്രദ്ധിക്കേണ്ട ഒരു സംഭവമിതാണ്: യുവ വിധവയായ കുന്തി, അഞ്ച് അനാഥക്കുഞ്ഞുങ്ങളോടുകൂടി അവളുടെ ബന്ധുക്കളുമൊത്ത് താമസിക്കാൻ വനത്തിൽനിന്നും വരുന്നു. പിന്നെ വാർധക്യദശയിൽ മാത്രമാണ് ജീവിത വൈരാഗ്യം വന്ന് ധൃതരാഷ്ട്രരോടും ഗാന്ധാരിയോടുംകൂടി വീണ്ടും വനത്തിലേക്ക് പോകുന്നത്. യഥാർഥത്തിൽ, ലോകത്തിൽനിന്നും പടയാളികളെ (തങ്ങളുടെ ശത്രുക്കളായ) ഉന്മൂലനം ചെയ്യാൻ പ്രേരിപ്പിച്ചിട്ട് വിട്ടുപോകുന്നതിന് എല്ലാം തുറന്നടിക്കുന്ന മകനായ ഭീമൻ അവരെ നിശിതമായി ശകാരിക്കുന്നുണ്ട്.[23] വൈധവ്യത്തിൽപ്പോലും കുന്തി അവളുടെ കുടുംബകാര്യങ്ങളുൾപ്പെടുന്ന ലൗകിക കാര്യങ്ങളിൽ പരിപൂർണമായി സഹകരിച്ചിരുന്നുവെന്നും കാണാം. ഒരു വിധവയെ പുനർവിവാഹത്തിന് അനുവദിക്കുകയാണെങ്കിലും കഠിന വ്രതാനുഷ്ഠാനത്തോടുകൂടിയ വൈരാഗ്യം ആചരിക്കുകയാണെങ്കിലും അവളൊരിക്കലും ഏകാകിയായിരുന്നില്ല.

മക്കത്തായ സമുദായത്തിൽ ഒരു വിധവയുടെ സാന്നിധ്യം എല്ലാകാലത്തും പ്രശ്നങ്ങൾ സൃഷ്ടിച്ചിരുന്നു എന്നതിന് യാതൊരു സംശയവുമില്ല. കുടുംബത്തിൽ അവളുടെ സ്ഥാനമെന്തായിരിക്കും? വൈവാഹിക സമ്പത്തിൽ അവൾക്ക് അവകാശമുണ്ടാകുമോ? അവളിലടങ്ങിയിരിക്കുന്ന ലൈംഗികാവേശത്തെ എങ്ങനെയാണ് ശമിപ്പിക്കുക? ഇതൊക്കെയായിരുന്നു തീരുമാനിക്കേണ്ട പ്രധാന പ്രശ്നങ്ങളിൽ ചിലത്. സമൂഹത്തിലെ രക്ഷാകർത്താക്കൾ വിവിധ മാർഗങ്ങളിലൂടെ ഈ പ്രശ്നങ്ങൾ പരിഹരിച്ചിട്ടുണ്ടെന്ന് നമുക്ക് കാണാൻ കഴിയും. വിധവയുടെ ഭർത്താവിന്റെ ഒരു ബന്ധുവിനെക്കൊണ്ടുതന്നെ അവളെ പുനർവിവാഹം കഴിപ്പിക്കാൻ

അവർ തയാറായിരുന്നു. ഇതിലൂടെ അവൾക്ക് ജീവിതഭദ്രതയും ലൈംഗിക സംതൃപ്തിയും ആ കുടുംബത്തിൽ നിന്നുതന്നെ ലഭിക്കുന്നു. മറ്റു ചില സന്ദർഭങ്ങളിൽ, ശാരീരിക പീഡനങ്ങൾക്കിരയാകുന്ന നിരവധി ചടങ്ങുകൾക്ക് പുറമെ അവളുടെ ഹിതത്തിനെതിരായി ജീവിതകാലം മുഴുവൻ ഗൃഹഭരണം അവളിൽ അടിച്ചേൽപ്പിക്കപ്പെട്ടിരുന്നു. കുടുംബസ്വത്തിൽ അവളുടെ അവകാശം ആവശ്യപ്പെടുന്നതിൽ അവളെ തടയാനും ലൈംഗികശേഷി ദുരുപയോഗം ചെയ്യുന്നതിൽ നിന്നും പിന്തിരിപ്പിക്കാനും വേണ്ടി വൈദികകാലത്ത് അപൂർവമായി നിലവിലിരുന്ന 'സതി' യെന്ന സ്വയം ഹോമിക്കൽ സമ്പ്രദായം ഹിന്ദു സ്ത്രീയുടെ പാതിവ്രത്യത്തിന്റെ തെളിവായി പുനരുദ്ധരിക്കപ്പെട്ടു. എന്നാൽ, വിധവയെ സമൂഹത്തിൽ ഭിന്നിപ്പുളവാക്കാവുന്ന ഒരു ഘടകമായി കാണുകയും അന്തർലീനമായ ഈ ഭയം മംഗളകാര്യങ്ങളിൽ നിന്നും അവളുടെ മേൽ അടിച്ചേൽപ്പിച്ചിരുന്ന വിലക്കുകളിലൂടെ പ്രകടിപ്പിക്കുകയും ചെയ്തിരുന്നു.

പന്ത്രണ്ടാം നൂറ്റാണ്ടിൽ ബലാൽ സെൻ ബംഗാളിൽ കുലീന സമ്പ്രദായം ആരംഭിച്ചു. ബുദ്ധമത പ്രാബല്യത്തിന്റെ അധോഗതിക്കും ബ്രാഹ്മണത്വത്തിന്റെ പുനരുദ്ധാരണത്തിനും ഇടയാക്കിയ പ്രവർത്തനങ്ങളിൽ ഭാഗഭാക്കായിരുന്നു ഈ രാജാവ്. വിവാഹ സംബന്ധമായ ചടങ്ങളുകളിൽ ഉന്നത ജാതിക്കാർക്കുമാത്രമല്ല, സാമൂഹികപരമായി ഉയർന്ന നിലയിലേക്ക് എത്തിച്ചേരാവുന്ന മറ്റു ജാതിക്കാരിലും ശക്തമായ സ്വാധീനമുണ്ടായിരുന്നു. ശുദ്ധി എന്ന സങ്കൽപ്പത്തിൽ നിലയുറപ്പിച്ച കർശനവും സങ്കീർണവുമായ ഈ സമ്പ്രദായത്തിന്റെ സ്വാധീനം 19-ാം നൂറ്റാണ്ടു വരെ ബംഗാളിൽ നിലനിന്നു. അതിനു ശേഷം അത് സാമൂഹിക പരിഷ്കർത്താക്കളുടെ ആക്രമണത്തിനു വിധേയമായി. പുരുഷന്മാർ താണ ജാതിയിൽനിന്നും വിവാഹം ചെയ്യുന്ന രീതിയെ ഉന്നതമായ ധർമം എന്നു പുകഴ്ത്തുന്ന ഈ സമ്പ്രദായത്തിന്റെ ഫലങ്ങൾ: ശൈശവവിവാഹവും ബഹുഭാര്യാത്വവും ആയിരുന്നു. ഈ രണ്ടിന്റെയും മാരകമായ സംയോഗം വിധവകളുടെ പ്രത്യേകിച്ചും ശിശു വിധവകളുടെ ബാഹുല്യത്തിനു കാരണമായി. എന്നാലും ബംഗാളിൽ മധ്യകാലഘട്ടത്തിലെ പണ്ഡിതനും നിയമകർത്താവുമായ ജിമുതബഹാന (ജീമുതവാഹനൻ) ഉണ്ടാക്കിയ മാമൂൽ നിയമമായ 'ദയാഭാഗ' എന്ന പിന്തുടർച്ചാവകാശ സമ്പ്രദായം നിലവിലുണ്ടായിരുന്നു. ഇതുപ്രകാരം, മക്കളില്ലാത്ത വിധവകൾക്ക് ഭർത്താവിന്റെ സ്വത്തിൽ അവകാശം ലഭിച്ചിരുന്നു. 'മിതാക്ഷര' സമ്പ്രദായം പ്രാബല്യത്തിൽ നിലനിന്നിരുന്ന ഇന്ത്യയിലെ ഇതര ഭാഗങ്ങളിൽ ഇതു ലഭ്യമായിരുന്നില്ല. 18-ാം ശതകത്തിലും 19-ാം ശതകത്തിന്റെ ആരംഭകാലത്തും ബംഗാളിൽ സതിയനുഷ്ഠിക്കുന്ന വിധവകളുടെ മറ്റെങ്ങും കാണാത്തതരത്തിലുള്ള വർധനവിനു കാരണം ഇതായിരിക്കാം എന്നു ചില പണ്ഡിതന്മാർ അനുമാനിക്കുന്നു. 19-ാം ശതകത്തിന്റെ ആദ്യഘട്ടത്തിൽ ബംഗാളിലെ രണ്ടുപ്രധാന സാമൂഹിക പരിഷ്കാരങ്ങൾ വൈധവ്യത്തെ കേ

ന്ദ്രീകരിച്ചായിരുന്നു. ഒന്ന്, സതി സമ്പ്രദായത്തിനെതിരെയും രണ്ടാമത്തേത് വിധവകളുടെ പുനർവിവാഹത്തിനുവേണ്ടിയുമുള്ളതുമായിരുന്നു. 19-ാം ശതകത്തിൽ ആധുനികതത്വത്തിനു വേണ്ടിയുള്ള ബംഗാളിന്റെ അന്വേഷണത്തിൽ വിധവകളോടുള്ള പരമ്പരാഗത സമുദായത്തിന്റെ പെരുമാറ്റം ഒരു നിർണായക വിഷയമായിരുന്നു.

വൃന്ദാവനത്തിൽ ഭക്തിനിർഭരമായ ജീവിതത്തിൽ പ്രവേശിച്ച സ്ത്രീകളിൽ എല്ലാവരും വിധവകളായിരുന്നില്ല: എന്നാൽ അവരിൽ വലിയൊരു വിഭാഗം വിധവകളായിരുന്നു. വൃന്ദാവനം വൈഷ്ണവരുടെ പുണ്യതീർഥാടനകേന്ദ്രമായി വളർന്നതിനുശേഷം ജാഹ്നാബീ ദേവിയെപ്പോലുള്ള പ്രശസ്ത വനിതകൾ മറ്റു തീർഥാടകരോടൊപ്പം അവിടം സന്ദർശിച്ചു. യാത്രാക്ലേശങ്ങൾ അവഗണിച്ച് വൃന്ദാവനത്തിലെത്തിയ തീർഥാടകസ്ത്രീകൾക്ക് സ്വഗൃഹത്തിൽനിന്ന് താൽക്കാലിക മോചനമായിരുന്നു തീർഥാടനം എന്ന് നാം ഓർമിക്കേണ്ടതാണ്. ഈ തീർഥാടകപാതയിലൂടെ സമ്പന്നർമാത്രമല്ല, മറ്റു സ്ത്രീകളും സഞ്ചരിച്ചിരുന്നു. എന്നിരുന്നാലും ഏറിയപങ്കും വിധവകളായിരുന്ന സമ്പന്നരായ സ്ത്രീകൾ; വൃന്ദാവനത്തിലെത്തി മതസ്ഥാപനങ്ങളുടെ പുരോഗതിക്കു വേണ്ടി ട്രസ്റ്റുകൾ രൂപീകരിക്കുകയും സംഭാവനകൾ നൽകുകയും ചെയ്തപ്പോഴാണ് ദരിദ്രതീർഥാടക സ്ത്രീകൾക്ക് അവിടെ താമസമാക്കുന്നതിന് അവസരം സൃഷ്ടിക്കപ്പെട്ടത്. അഖാരങ്ങളും സത്രങ്ങളും പോലെയുള്ള സ്ഥാപനങ്ങൾ നിർമിക്കപ്പെട്ടതോടെ, അവ അത്ര സമ്പന്നരും ബഹുമാന്യരുമല്ലാത്ത മറ്റു സ്ത്രീകൾക്ക് ആശ്രയകേന്ദ്രമായി. ധനികരും അല്ലാത്തവരുമായ സ്ത്രീകൾ സ്വമനസാലെ വിശ്രമജീവിതം നയിക്കാനെത്തിയവരാണോ അതല്ല സ്വഗൃഹങ്ങളിൽനിന്നും അടിച്ചിറക്കപ്പെട്ടവരാണോ എന്ന് അന്വേഷിച്ച് കണ്ടുപിടിക്കുകയെന്നത് രസകരമായ ഒരു ഗവേഷണവിഷയം ആയിരിക്കും.

19-ാം നൂറ്റാണ്ടിൽ വൃന്ദാവനത്തിൽ ധാരാളം ബംഗാളി വിധവകൾ താമസിച്ചിരുന്നതായി സമകാലീന സാഹിത്യത്തിൽ പരാമർശങ്ങളുണ്ട്. 1829-ൽ 'സതി' നിയമപരമായി നിരോധിക്കപ്പെട്ടതിനു ശേഷം വൃന്ദാവനത്തിൽ സമ്പന്നരായ വിധവകളുടെ ആവാസം വർധിച്ചിട്ടുണ്ടോ എന്നത് അന്വേഷണ വിധേയമാക്കേണ്ട കാര്യമാണ്. ഇത് സതി അനുഷ്ഠിക്കാൻ കഴിയാത്തതുകൊണ്ട് ഭർത്താവിന്റെ സ്വത്തവകാശത്തിൽനിന്ന് ഒഴിവാക്കിക്കിട്ടാൻ സഹപങ്കാളികൾ മെനഞ്ഞെടുത്ത തന്ത്രങ്ങളെയും വിധവകളായ സ്ത്രീകൾ തങ്ങളുടെ ഭാവി ജീവിതത്തിന് ഒരു ബദൽ ലക്ഷ്യം കണ്ടെത്താൻ നടത്തിയ ശ്രമങ്ങളെയും സംബന്ധിച്ച സൂചനകൾ നൽകും. ദരിദ്രരായ സ്ത്രീകളെ പ്രത്യേകിച്ചും വിധവകളെ സംരക്ഷിക്കാൻ വൈമനസ്യം കാണിച്ച ബന്ധുക്കൾ അവരെ വൃന്ദാവനത്തിലേക്ക് അയച്ചതാവാം. ഇവർ ഭിക്ഷാടനത്തിലൂടെയും സത്രങ്ങൾ നൽകിയിരുന്ന സൗജന്യ ഭക്ഷണം ആശ്രയിച്ചും ജീവിക്കാൻ നിർബന്ധിതരായി. തട്ടിക്കൊണ്ടുപോകപ്പെട്ട വിധവകൾ, വഴിപിഴപ്പിക്കപ്പെട്ട് ഗർഭിണികളായവർ,

തങ്ങളുടെ തൊഴിലിൽനിന്നും വിരമിക്കേണ്ടിവന്ന വൃദ്ധകളായ വേശ്യകൾ, ലൈംഗികാപവാദത്തിൽപ്പെട്ട് ഉപേക്ഷിക്കപ്പെട്ട വിവാഹിതരോ അവിവാഹിതരോ ആയ സ്ത്രീകൾ. ഇവരെയൊക്കെക്കൊണ്ട് വൃന്ദാവനം തിങ്ങിനിറഞ്ഞിരുന്നു. അഭയാർഥികളിൽ വിധവകളായിരുന്നു പ്രധാന ഘടകം. 1850-ന്റെ ആരംഭത്തിൽ ബംഗാളിൽ വിധവാ പുനർവിവാഹത്തെപ്പറ്റിയുള്ള ചർച്ചയിൽ യുവവിധവകളുടെ ലൈംഗികത്വം ഒരു പ്രധാന വിഷയമായിരുന്നു. സാമൂഹികമായി യാഥാസ്ഥിതികരായ രക്ഷാകർത്താക്കൾ പുനർവിവാഹത്തെക്കാൾ കുറഞ്ഞതിന്മ എന്ന നിലയിൽ യുവതികളായ വിധവകൾക്ക് അസാന്മാർഗിക ലൈംഗികവേഴ്ചയിലൂടെയുണ്ടായ ഗർഭം ഭ്രൂണഹത്യയിലൂടെ ഇല്ലാതാക്കുന്നതിനെപ്പറ്റി ഈശ്വര ചന്ദ്ര വിദ്യാസാഗർ രൂക്ഷമായി എഴുതി.[24] അക്കാലത്തെ വിവാഹ പ്രായമെത്തിയ കുലീന യുവാക്കൾ പണത്തിനായി നിരവധി വിവാഹം നടത്തുന്നതിനെപ്പറ്റിയായിരുന്നു അദ്ദേഹത്തിന്റെ വിവാദാസ്പദമായ എഴുത്തുകളെല്ലാം. ഭർത്താക്കന്മാർ വല്ലപ്പോഴും വന്നെങ്കിലായി എന്ന നിലയിൽ സ്വഗൃഹത്തിൽ അവഗണിക്കപ്പെട്ട ഭാര്യമാരായി അവരുടെ ജീവിതകാലം മുഴുവൻ കഴിച്ചുകൂട്ടേണ്ടിവന്നു. യുവതികളായ വിധവകൾക്ക് ഭർത്താക്കന്മാരുമായി പരിചയപ്പെടാനും അടുത്തിടപഴകാനുമുള്ള സാഹചര്യമില്ലായിരുന്നെങ്കിൽപ്പോലും അവർ മരണംവരെ കർശന പാതിവ്രത്യമനുഷ്ഠിക്കേണ്ടിയിരുന്നു. മറിച്ച്, പുരുഷന്മാർ എത്ര വിവാഹം കഴിക്കുന്നതിനും നിസ്സഹായരായ വിധവകളെ പിഴപ്പിച്ച് ഗർഭിണികളാക്കുന്നതിനും യാതൊരു കുറ്റാരോപണവും ഭയാശങ്കയുമില്ലായിരുന്നു. വിദ്യാസാഗർ ഈ നിലപാടിനെ കഠിനമായി ശാസിക്കുകയും വിധവകളുടെ പരിതാപകരമായ അവസ്ഥയ്ക്കുള്ള പരിഹാരമായി വിധവാ പുനർവിവാഹത്തെ ശുപാർശ ചെയ്യുകയും ചെയ്തു. ഈ വിഷയത്തിൽ അദ്ദേഹം തനിച്ചായിരുന്നില്ല. വിധവാ പുനർവിവാഹ നിയമം പാസാക്കി കുറച്ചു വർഷങ്ങൾക്കുശേഷം ഈ വിഷയത്തെ അനുകൂലിച്ചുകൊണ്ട് സ്ത്രീകൾ ശബ്ദമുയർത്തി. 'ശിശുവിധവകളുടെ പുനർവിവാഹസമ്പ്രദായം സമുദായം അംഗീകരിച്ചാൽ അത് ശുഭോദർക്കമാണ്. ആലംബഹീനരായ ദരിദ്രരും ദുർബലരും യുവതികളുമായ ഈ വിധവകൾ കഠിനയാതനകൾക്ക് രക്ഷാമാർഗം കണ്ടെത്താനാകാതെ എത്രയോ സഹിക്കുന്നു.[25]

ഇത്തരം ശുപാർശകൾ ഉണ്ടായിരുന്നിട്ടുകൂടി പുനർവിവാഹം ബംഗാളിലെ സവർണഹിന്ദുക്കളുടെയും സമ്പന്നരുടെയും ഇടയിൽ നടപ്പിലായില്ല. 19-ാം ശതകത്തിന്റെ ആരംഭത്തിൽ താഴ്ന്ന ജാതിക്കാരെന്നു വിളിക്കപ്പെട്ടവരുടെ സാമ്പത്തിക ഉന്നമനത്തിലേക്കുള്ള യാത്രയിൽ ഉയർന്ന ജാതിക്കാരുടെ സാമുദായിക വ്യവസ്ഥ സ്വാധീനം ചെലുത്തി. ശരത് ചന്ദ്ര ചതോപാധ്യായയുടെ *പണ്ഡിറ്റ് മൊഷൈ* (ഗ്രാമ അധ്യാപകൻ, 1914) എന്ന നോവലിൽ ഇങ്ങനെ പറയുന്നു: 'വിധവാ പുനർവിവാഹം പൊതുവെ അംഗീകരിക്കപ്പെട്ട ജാട്ട് വൈഷ്ണവ കുടുംബത്തിൽ ജനിച്ചവളായിരുന്നങ്കിലും നായികയായ കുസും, ചെറുപ്പകാലത്ത് ബ്രാഹ്മ

ണയുവതികളുമായിട്ടുള്ള സഹവർത്തിത്വം കാരണം പാതിവ്രത്യത്തിന്റെ മാഹാത്മ്യം ഉൾക്കൊണ്ടതുകൊണ്ട് ഇത്തരം നിർദേശം ലജ്ജാവഹമായി കരുതി. സമകാലീന സമുദായത്തിൽ വിധവാ പുനർവിവാഹത്തിന് ആദർശപരമായ എതിർപ്പ് ശക്തമായിരുന്നിട്ടുകൂടി വിധവകൾക്ക് വീട്ടിനുള്ളിൽതന്നെ കഴിച്ചു കൂട്ടേണ്ടിവന്നു. ഗൃഹജോലികളുടെ ഭൂരിഭാഗവും അവർ ഏറ്റെടുക്കേണ്ടിവന്നു. ജീവിതസുഖം വെടിഞ്ഞ് സന്യാസ ജീവിതം നയിക്കുന്നവരായിരുന്നെങ്കിലും ഗൃഹത്തിന്റെ പവിത്രതയ്ക്ക് ഭംഗമുണ്ടാക്കുമോ എന്ന സംശയവും ഭയവും അവർക്കുണ്ടായിരുന്നു. അങ്ങനെയുള്ള സ്ത്രീകൾക്ക് വൃന്ദാവനത്തിലെ ഏകാന്തജീവിതമാണ് കൂടുതൽ സുഖകരമെന്ന് തോന്നിയിട്ടുണ്ടാകാം. 19–ാം ശതകത്തിന്റെ മധ്യകാലത്തിൽ വൃന്ദാവനത്തിൽ താമസിച്ചിരുന്ന സ്ത്രീകളിലധികവും ബംഗാളിൽനിന്നുള്ളവരായിരുന്നു എന്നത് സഞ്ചാര സാഹിത്യങ്ങൾ വിശദമാക്കുന്നു. വിധവകൾ, സുന്ദരികൾ, സബർ നബതികൾ, തന്ത്രികൾ തുടങ്ങിയ ജാട്ടികൾ ഉൾപ്പെടുന്ന വളരെയധികം ബംഗാളികൾ അവിടെ താമസിച്ചതായി ജാതുനാഥ് സർബാധികാരി, 1857–ൽ തീർഥാടന കേന്ദ്രത്തെ അധികരിച്ച് എഴുതിയ *ശ്രീ വൃന്ദാവൻ* എന്ന പുസ്തകത്തിൽ പറയുന്നു.[26] വിധവകളെ ജാട്ടികളെന്നു പരാമർശിക്കുന്നത് ഉപജാപകരമാകുന്നു. ദുർഗാചരൺ റായുടെ *ദേബഗാനർ മാർട്ടിയെ ആഗമൻ* (1886) എന്ന അസാധാരണമായ യാത്രാവിവരണഗ്രന്ഥത്തിൽ വൃന്ദാവനത്തിന്റെ ചില രസകരമായ ചിത്രീകരണങ്ങൾ കൊടുത്തിട്ടുണ്ട്. ഇവിടെ ബംഗാളിൽ നിന്നുള്ള വിവിധ സംഘങ്ങളിലുൾപ്പെട്ട സ്ത്രീകളുടെ ആധിക്യം വൃന്ദാവനത്തിൽ പ്രകടമായി കാണാമായിരുന്നു. ആദ്യമായി ഭർത്താക്കന്മാരുടെയും മക്കളുടെയും മരണത്തിനുശേഷം ലൗകിക ജീവിതം വെടിഞ്ഞ് സന്യാസജീവിതം നയിക്കാനായി യാഥാസ്ഥിതിക കുടുംബങ്ങളിൽനിന്നെത്തിയ സ്ത്രീകളായിരുന്നു പരാമർശിക്കപ്പെട്ടത്. അടുത്ത വാചകത്തിൽ, ദുർനടപടിക്കാരായ സ്ത്രീകൾ അവരുടെ മാനക്കേട് മറയ്ക്കാൻ ഹരിനാമം മുദ്രണം ചെയ്ത വസ്ത്രങ്ങൾ ധരിച്ചതായി പരാമർശിക്കുന്നു. വേറൊരു ഖണ്ഡികയിൽ, ഭർത്താവും മക്കളും നഷ്ടപ്പെട്ടതിനുശേഷം വീടും സ്വത്തുക്കളും ബന്ധുക്കളാൽ നിഷേധിക്കപ്പെട്ട് നിരാലംബയായി ഒരു വീട്ടുജോലിക്കാരിയായി വൃന്ദാവനത്തിൽ ജീവിതം നയിക്കേണ്ടിവന്ന ഒരു സ്ത്രീയെപ്പറ്റി പരാമർശിക്കുന്നുണ്ട്. അവസാനമായി, ബൈരാഗികളുടെയും ബാബാജികളുടെയും അഖാരങ്ങളിൽ സേവനം അനുഷ്ഠിക്കുന്ന സ്ത്രീകളെ അല്ലെങ്കിൽ സേവദാസികളെപ്പറ്റി ഗ്രന്ധകർത്താവ് പറയുന്നുണ്ട്. സേവനമെന്നതിൽ ലൈംഗിക സേവനവും ഉൾപ്പെടുന്നു എന്ന കാര്യം വ്യക്തമാണ്. ഈ പുസ്തകത്തിൽ കാണിച്ചിട്ടുള്ള ദിവ്യമൂർത്തികൾപോലും മനുഷ്യരൂപത്തിൽ വിവിധ തീർഥാടന കേന്ദ്രങ്ങൾ സന്ദർശിക്കുകയും വൃന്ദാവനത്തിലെ ശ്രീകൃഷ്ണനെപ്പോലെ ശയ്യ പങ്കിടാൻ സേവദാസികൾ തീർഥാടകരെ ആകർഷിക്കുകയും ചെയ്തു. ഇത് സൂചിപ്പിക്കുന്നത് ഈ സ്ത്രീകൾ അഖാരങ്ങളിലെ ഉടമകൾക്ക് മാത്രമല്ല, മറ്റു

സമ്പന്നരായ അതിഥികൾക്കും വഴങ്ങിക്കൊടുത്തിരുന്നു എന്നതാണ്. ചില പ്പോൾ അവർ മറ്റു പുരുഷന്മാരുടെ കൂടെ രക്ഷപ്പെടുകയും യഥാർഥ ഉട മകളെ നിരാധാരരാക്കുകയും ചെയ്തു. വൃന്ദാവനത്തിലെ വിവിധ തീർഥാ ടനസ്ഥലങ്ങളെ കൃഷ്ണന് ഗോപികമാരുമായുള്ള രാസക്രീഡാകഥക ളുമായി ബന്ധപ്പെടുത്തി തീർഥാടകർ വൃന്ദാവനം സന്ദർശിക്കുന്ന വേള യിൽ ഇതൊരു കീഴ്വഴക്കമായി അവരുടെ കാമാവേശ ശമനത്തിനായി ഉപയോഗിച്ചുവെന്ന് ദുർഗാചരൺ വിപരീതാർഥപ്രയോഗത്തിലൂടെ പ്രസ്താവിക്കുന്നു.[27]

19–ാം ശതകത്തിൽ ബംഗാളിൽ വേശ്യാവൃത്തിയെപ്പറ്റി നടത്തിയ പഠനങ്ങളിൽ, ഈ ഗ്രന്ഥത്തിൽ പറയുന്നതുപോലെ നിരാലംബരും അധി കാരരഹിതരുമായ വിധവകൾ ലൈംഗികമായി ചൂഷണം ചെയ്യപ്പെടാ നുള്ള സാധ്യതയും തദനന്തരം വേശ്യാവൃത്തിയിലേക്ക് ചെന്നെത്താനുള്ള സ്ഥിതിവിശേഷവും പ്രകടമാക്കുന്നു. രത്നബാലി ചതോപാധ്യായ തന്റെ *Constructing the Beshya in Nineteenth Century Bengal*:[28] എന്ന ലേഖനത്തിൽ, കോളനി സാമ്പത്തികവ്യവസ്ഥയുടെ ഫലമായി നിർധ നരായ ഹിന്ദുക്കളിൽ ഉന്നതകുലത്തിൽപ്പെട്ട ഒരുപാട് വിധവകൾ ഗ്രാമ ത്തിലെ സ്വഗൃഹം വിട്ട് സമ്പന്ന ഗൃഹങ്ങളിൽ പാചകവൃത്തിക്കായും ദാസിയായും കൽക്കത്തയിലെ വികസിച്ചുവരുന്ന വേശ്യാഗൃഹങ്ങളിലെ അന്തേവാസിയായും ജീവിതമവസാനിപ്പിക്കേണ്ടിവരുന്ന ദുരവസ്ഥയെപ്പറ്റി വിവരിക്കുന്നുണ്ട്. പ്രചുരമായ വൈഷ്ണവ പാരമ്പര്യം വിവാഹേതര സ്നേഹബന്ധങ്ങളെ പ്രോത്സാഹിപ്പിച്ചിരുന്നുവെന്നും ലൈംഗിക സ്വാത ന്ത്ര്യവും ആത്മീയാധികാരവും ഉള്ളതിനാൽ അന്തഃപുരങ്ങളിലെ മതോ പദേശകരായും ഭൗതിക സുഖദായകരായും കഴിയാൻ അവരെ അനുവ ദിച്ചിരുന്നുവെന്നും ഇതേ ലേഖനത്തിൽത്തന്നെ പ്രസ്താവിച്ചിരിക്കുന്നു. ഗൃഹസ്ഥാശ്രമികളായിരിക്കുന്നിടത്തോളംകാലം സാമൂഹികമായും ലൈംഗികമായും പീഡനമേൽക്കുന്ന വിധവകൾ ഗൃഹസീമയ്ക്കു പുറത്തു കടന്നാൽ അത് വേശ്യാവൃത്തിയിലേക്കുള്ള അധഃപതനമായി കലാശിച്ചേക്കാം. രബീന്ദ്രനാഥ ടോഗോറിന്റെ *ബിച്ചാർക്ക്* (1894) എന്ന ചെറുകഥയിൽ മോഹിത് മോഹൻ എന്ന നീതിമാനായ ജഡ്ജി, ശിശു ഹത്യ ചെയ്ത കുറ്റത്തിന് മരണശിക്ഷ വിധിച്ച കഠിന ഹൃദയയായ ഒരു വേശ്യയെ, അത് താൻ തന്നെ വഴിപിഴപ്പിക്കുകയും നിരാധാരയാക്കുകയും ചെയ്ത യുവതിയും നിഷ്കളങ്കയുമായ ഒരു വിധവയായിരുന്നു എന്നു തിരിച്ചറിയുകയും ചെയ്യുന്നുണ്ട്. എന്തൊക്കെ കാരണങ്ങളായാലും ഗൃഹ സീമ മറികടക്കുന്ന ഒരു വിധവയ്ക്ക്, വൈഷ്ണവിയുടെ പാതയാണ് കൂടു തൽ അഭിലഷണീയമെന്ന് കരുതുന്നതിനാലാവാം അവരുടെ ജീവിതം ഒടുവിൽ നഗരവേശ്യാലയങ്ങളിൽ അവസാനിപ്പിക്കേണ്ടി വരുന്നത്. അവിടെ അവളെ ആരെങ്കിലും തിരിച്ചറിഞ്ഞേക്കാം. വൈഷ്ണവികൾ ചിലപ്പോഴൊക്കെ വൃന്ദാവത്തിലേക്ക് വരുന്ന നിരാധാരരായ വിധവകൾക്ക് മധ്യവർത്തികളായും വർത്തിക്കുന്നു.

V

സ്വമനസാലെയോ സാഹചര്യങ്ങളുടെ സമ്മർദത്താലോ ആണ് വൃന്ദാവനത്തിൽ വന്നെത്തുന്നതെങ്കിലും ഈ വിധവകളുടെയും മറ്റു നിരാധാരരായ സ്ത്രീകളുടെയും ആഗമനം സാമൂഹിക സാമ്പത്തിക സ്ഥിതിയുടെ സങ്കീർണാവസ്ഥയിലാണ് പൊതുവായും സംഭവിക്കുന്നത്. ഇതിൽ മതവിശ്വാസത്തിന്റെ പങ്ക് വികാര സമ്മർദത്തിൽ നിന്നും ഗൃഹപീഡനത്തിൽനിന്നുമുള്ള ആശ്വാസമായി വർത്തിക്കുന്നു. തീർഥാടനസ്ഥലങ്ങൾക്കു ചുറ്റും വികസിച്ചുവരുന്ന ആതുരാലയങ്ങൾ അവരെ ശാരീരികമായി ആശ്വസിപ്പിക്കുന്നു. നിരാധാരരാണെങ്കിലും സത്രങ്ങളിൽനിന്നും ഭക്ഷണം ലഭിക്കുമെന്നും മൊഹന്തകളുടെ രക്ഷാകർത്തൃത്വത്തിലോ ക്ഷേത്ര പരിസരത്തോ അവർക്ക് അഭയം കണ്ടെത്താൻ കഴിയുമെന്നും വരുന്നു. യഥാർഥത്തിൽ, ചില സംഗതികളിൽ മതാചാര്യന്മാർ നൽകിയിരുന്ന സംരക്ഷണത്തിനു പകരമായി അവർ അവർക്കവകാശപ്പെട്ട ഭൂസ്വത്തുക്കളുടെ അധികാരം കൈമാറിയിരുന്നു. പണമായും സാധനങ്ങളായുമുള്ള സംഭാവനകളിലൂടെ തങ്ങളുടെ മതപരമായ പ്രശസ്തി ഉയർത്താനാഗ്രഹിച്ചിരുന്ന ധനിക തീർഥാടകർ നൽകുന്ന ഭിക്ഷാദാനം ഈ സ്ത്രീകൾക്ക് അവരുടെ അവശ്യസാധനങ്ങളായ വസ്ത്രം, പുതപ്പ് തുടങ്ങിയവ നേടാൻ സഹായകമായിരുന്നു. മധുകരി അഥവാ മതപരമായ ഭിക്ഷാടനം ചില വൈഷ്ണവ സമിതികളിൽ അംഗീകരിക്കപ്പെട്ട ഒരു സമ്പ്രദായമായിരുന്നു. വൃന്ദാവനം പോലുള്ള തീർഥാടന സ്ഥലങ്ങളിൽ ഇങ്ങനെ പ്രവർത്തിക്കുന്നതിൽ അപവാദമുണ്ടായിരുന്നില്ല. വീടില്ലാത്ത സ്ത്രീകൾ ഈ ജീവിതമായിരുന്നു സ്വീകരിച്ചിരുന്നത്. എന്നാൽ, 1914–ൽ രാജസ്ഥാനിലെ പരിശ്രമശാലിയായ ഒരു വ്യവസായ പ്രമുഖന്റെ സുചിന്തിതമായ പണനിക്ഷേപത്തിലൂടെ ഈ സമ്പ്രദായത്തിന്റെ അർഥശാസ്ത്രം ഗണ്യമായ രീതിയിൽ വ്യത്യാസപ്പെടുകയുണ്ടായി.

1914–ൽ നാവൽഗാറിലെ സേഠ് ജാനകീദാസ് പട്ടോടിയ വൃന്ദാവനത്തിൽ ശ്രീ ഭഗവാൻ ഭജനാശ്രമം എന്നൊരു സ്ഥാപനം ആരംഭിച്ചു. പുണ്യ നഗരങ്ങളിലെ ഭക്തിപ്രസ്ഥാനം മുൻപ് ജന്മിമാരുടെ അന്നദാനത്തിൽ കേന്ദ്രീകരിച്ചായിരുന്നെങ്കിൽ ഇപ്പോഴത് ഭജനാശ്രമത്തിലൂടെ ഗുണപരമായി രൂപവൽക്കരിക്കപ്പെടുകയും പിൽക്കാല വർഷങ്ങളിൽ വൃന്ദാവനത്തിലും പരിസരപ്രദേശങ്ങളിലും കൂടുതലായി വ്യാപിപ്പിക്കപ്പെടുകയും ചെയ്തു. നിരാലംബരായ സ്ത്രീകൾക്ക് എല്ലാ ദിവസവും അൽപ്പസമയം ഭജനാലാപനത്തിനും രാധാകൃഷ്ണ നാമോച്ചാരണത്തിനും അവസരം ലഭിച്ചു. ഭക്ഷ്യധാന്യങ്ങളും ധനവും വിശേഷാവസരങ്ങളിൽ വസ്ത്രവും സൗജന്യമായി അവർക്ക് കൊടുത്തിരുന്നു. മായികൾ എന്നു വിളിക്കപ്പെട്ട നിരാധാരരായ വിധവകൾ അക്കാലത്ത് ഭജനാശ്രമങ്ങളിലേക്ക് തള്ളിക്കയറിക്കൊണ്ടിരുന്നു. കാരണം ഈ സ്ഥാപനങ്ങൾ മതപരമായ സംരക്ഷണം മാത്രമല്ല, ഭൗതികമായ സംരക്ഷണത്തിനുപുറമെ

അവർക്ക് ഒരു ഉപജീവനമാർഗവും ബഹുമാന്യസ്ഥാനവും നൽകിയിരുന്നു. കൂടാതെ ഭജനകൾ നടത്തുന്നതിലൂടെയും ഭക്ത സ്ത്രീകളെ സഹായിക്കുന്നതിലൂടെയും പുണ്യഫലം ലഭിച്ചേക്കാമെന്ന സങ്കൽപ്പം സമ്പന്ന തീർഥാടകരെ വൃന്ദാവനസന്ദർശനത്തിൽ ഉദാരമായ സംഭാവനകൾ നടത്താൻ പ്രേരിപ്പിച്ചു. ഈ സംഭാവനയുടെ ഒരു പ്രധാന പങ്ക് നിരാധരരായ സ്ത്രീകൾക്ക് നൽകേണ്ടിയിരുന്ന സാമ്പത്തിക സഹായത്തിലേക്ക് പോകുമെന്നതിൽ സംശയമില്ല. ഇത് മതപരമായ കാരണങ്ങളാൽ ലൗകികജീവിതം വെടിഞ്ഞവർക്കും കുടുംബാംഗങ്ങളാൽ പുറംതള്ളപ്പെട്ടവർക്കും പ്രോത്സാഹനമാകുകയും അവരെ വലിയ സംഘങ്ങളായി വൃന്ദാവനത്തിലേക്ക് വരാനിടയാക്കുകയും ചെയ്തു. അതേസമയം ഇക്കൂട്ടർ നൽകുന്ന സംഭാവനയിലൂടെ വമ്പിച്ച സാമ്പത്തികനേട്ടം ഭജനാശ്രമം കൈവരിച്ചിരുന്നുവെന്ന കാര്യം തള്ളിക്കളയാനാവില്ല. തീർഥാടന കേന്ദ്രമെന്ന വൃന്ദാവനത്തിന്റെ സമ്പത്ത് വർധിച്ചത് ഈ പണത്തിന്റെയും പാരിതോഷികങ്ങളുടെയും പ്രവാഹം മൂലമാണ്. പിൽക്കാലത്ത് നിരാധാരരായ സ്ത്രീകളുടെ വൃന്ദാവനത്തിലേക്കുള്ള കുടിയേറ്റം വർധിച്ചിട്ടുണ്ടാവാമെന്ന് നമുക്കൂഹിക്കാം.

വൃന്ദാവനത്തിലെ *വിധവകളെപ്പറ്റിയുള്ള ദീപാളി ഭാണറ്റിന്റെ* റിപ്പോർട്ടിൽ, ഭജനാശ്രമത്തെപ്പറ്റിയും ഭജനാശ്രമങ്ങളുടെ അടുത്ത കാലത്തുള്ള സാമ്പത്തിക സ്ഥിതിയെപ്പറ്റിയും പ്രസക്തമായ പഠനവും അവലോകനവും നടത്തിയതായി പറഞ്ഞിട്ടുണ്ട്. 1986–ൽ ശ്രീ ഭഗവാൻ ഭജനാശ്രമത്തിന് ഒരു കോടിയിലധികം രൂപ വിവിധ ബാങ്കുകളിലായി സൂക്ഷിപ്പുണ്ടെന്ന് അവർ അഭിപ്രായപ്പെടുന്നുണ്ട്. അതേ വർഷത്തിൽത്തന്നെ പതിവുചെലവുകൾക്ക് വേണ്ടിയുള്ള പ്രധാന ഫണ്ട് 59,80,578 രൂപയായിരുന്നു. സാമ്പത്തിക വർഷം 1984–85–ൽ 17,26,178 രൂപയായിരുന്നു അവർക്ക് ലഭിച്ചിരുന്ന സംഭാവന. പ്രധാനഫണ്ടിന്റെ ലാഭത്തിൽനിന്നുള്ള വാർഷിക വരുമാനം 5,74,930 രൂപയായിരുന്നു. എന്നിരുന്നാലും ആകെത്തുകയ്ക്കു പുറമെ 11,21,755 രൂപയുടെ ചെലവുകൾ വിധവകൾക്കായി ഉണ്ടായതായി കാണിച്ചിട്ടുണ്ട്. കണക്കു പുസ്തകമനുസരിച്ച് യഥാർഥ വരവുചെലവു കണക്ക് 8,80,993–(29) രൂപ മാത്രമായിരുന്നു. ഇതൊരു ഹിമപർവതത്തിന്റെ ഒരു ചെറിയ അറ്റം മാത്രമാണ്. കണക്കു പുസ്തകത്തിലെ വിവരണങ്ങളിൽ ഈ സ്ഥാപനത്തിന്റെ കീഴിലുള്ള മറ്റു ശാഖകളിലൂടെയുള്ളവരും കെട്ടിടങ്ങളുടെയും ഭൂസ്വത്തിന്റെയും മറ്റും വരവുകളും ഉൾപ്പെടുത്തിയിരുന്നില്ല. എന്നാൽ ഭാണറ്റിന്റെ വിവരണങ്ങളിൽ, ഈ പദ്ധതി സംഘാടകർ ഭക്തിയെയും ലാഭത്തെയും വളരെ തന്ത്രപൂർവം കൂട്ടിച്ചേർത്തതിനെപ്പറ്റി വ്യക്തമാക്കുന്നുണ്ട്. ഭക്തന്മാരുടെ സംഘടനകളിൽ നിന്നുമായിരുന്നു നിക്ഷേപം പ്രധാനമായും വന്നിരുന്നത്. തീർഥാടനത്തെ പൂർണമായും ആശ്രയിച്ചിരുന്ന സ്ത്രീകൾക്ക് ലഭിക്കുന്ന പണവും സാധനങ്ങളും വളരെ ചെറിയ തോതിലായിരുന്നെങ്കിലും

അവർക്ക് ഒരു ഭക്തയെന്ന പരിവേഷം ലഭിച്ചിരുന്നു. ഈ വ്യവസായം ഉടമസ്ഥർക്ക് വൻലാഭം നേടിക്കൊടുത്തതിനുപുറമെ നിരാധാരരും അഗതികളുമായ സ്ത്രീകളെ ഇതിലേക്കാകർഷിക്കുകയും ഇവിടെ വന്നെത്താൻ ഉപയോഗപ്പെടുത്തുകയും ചെയ്തു.

വിശേഷിച്ച് ബംഗാളി വനിതകൾ കൂടുതലായി വൃന്ദാവനത്തിലേക്ക് വന്നെത്തിയതെന്തുകൊണ്ടാണെന്ന ചോദ്യത്തിന് ഒറ്റ വാചകത്തിൽ ഉത്തരം പറയാൻ എനിക്കു കഴിയും: കാരണം വൃന്ദാവനം അവിടെയുണ്ടായിരുന്നതുകൊണ്ടുതന്നെ. ഇന്ത്യയിലെ മറ്റു ഭാഗങ്ങളിലുള്ള വിധവകളെ അപേക്ഷിച്ച് ബംഗാളി വിധവകളോട് മോശമായ രീതിയിലാണ് പെരുമാറുന്നതെന്ന് നിരൂപിച്ചാൽ അത് തികച്ചും തെറ്റായിരിക്കും. അങ്ങനെയായിരുന്നെങ്കിൽ അവരുടെ കുടിയേറ്റം കാശിയിലേക്കോ മഥുരയിലേക്കോ മാത്രമല്ല മറ്റു ഭാഗങ്ങളിലേക്കും ആകാമായിരുന്നു. ബംഗാളും മഥുര–വൃന്ദാവനം തീർഥാടന കേന്ദ്രങ്ങളും തമ്മിലുള്ള ബന്ധത്തിന്റെ നീണ്ട ചരിത്രം പരിശോധിക്കുകയാണെങ്കിൽ പശ്ചിമ ബംഗാളിൽനിന്ന് വൃന്ദാവനത്തിലേക്കുള്ള വഴിയിലൂടെ ആയിരക്കണക്കിന് തീർഥാടകരുടെ പ്രവാഹം ഇന്നും തുടർച്ചയായുണ്ട്. ഇവിടെ വൈഷ്ണ സമ്പ്രദായത്തിന്റെ തുടർച്ചയായും കാണാം. ബംഗാളി വിധവകൾക്ക് മറ്റു സ്ഥലങ്ങളിലെ വിധവകളേക്കാൾ കൂടുതൽ സഞ്ചാരസ്വാതന്ത്ര്യമുണ്ടായിരുന്നുവെന്ന് നമുക്കൂഹിക്കാം. ഗാർഹസ്ഥ്യജീവിതം അസഹനീയമാകുമ്പോൾ മറ്റൊരു ജീവിതമാർഗം തേടാനും തീർഥാടകരോടുകൂടി തീർഥയാത്രയ്ക്കു പോകാനും അവർക്ക് പൂർണസ്വാതന്ത്ര്യമുണ്ടായിരുന്നു. ഈ സ്വാതന്ത്ര്യം മറ്റിടങ്ങളിലെ വിധവകൾക്ക് നിഷിദ്ധമായിരുന്നതിനാൽ അവർക്ക് വീട്ടിൽ പീഢനങ്ങളനുഭവിച്ചു ജീവിക്കേണ്ടിവന്നു. ഇത് സങ്കുചിതത്വമായിരുന്നില്ല. ഹിന്ദു വിധവകൾ പൊതുവെ സന്തുഷ്ടമായ സാഹചര്യത്തിലായിരുന്നുവെന്നും ബാംഗാളികളുടെ ഇടയിലേതുപോലെ സവിശേഷകാര്യങ്ങളിൽ മാത്രമാണ് അവർ മനുഷ്യത്വശൂന്യമായ പെരുമാറ്റം അനുഭവിക്കുന്നതെന്നും കരുതുന്നത്, സങ്കുചിത പ്രാദേശികത്വം മാത്രമല്ല ദ്രോഹപരവുംകൂടിയാണ്.

സ്വാതന്ത്ര്യലബ്ധിക്കുശേഷമുണ്ടായ വർഷങ്ങളിൽ ഇന്ത്യാവിഭജനത്തിന്റെയും അയൽരാജ്യങ്ങളിൽ ഇടയ്ക്കിടെയുണ്ടായ പ്രശ്നങ്ങളുടെയും ഫലമായി ബംഗ്ലാദേശിലെ (ആദ്യകാല കിഴക്കൻ പാകിസ്ഥാൻ) നിസ്സഹായരായ അഭയാർഥികളുടെ തള്ളിക്കയറ്റം പശ്ചിമബംഗാളിലേക്ക് ഉണ്ടായിക്കൊണ്ടിരുന്നു. വിഭജനത്തിനുശേഷം പടിഞ്ഞാറൻ ബംഗാളിൽ അഭയാർഥികളെ പുനരധിവസിപ്പിക്കാൻ അന്നത്തെ കേന്ദ്ര ഗവൺമെന്റ് അനാസ്ഥ കാണിച്ചിരുന്നതായാണ് ചരിത്രരേഖകളിൽ സുസ്ഥാപിതമായ വസ്തുത. തൽഫലമായി അഭയാർഥിപ്രശ്നം കുറേക്കാലത്തേക്ക് തുടരുകയും നിലവിലുള്ള ഭൂമി കൈവശപ്പെടുത്തുന്നതിന് ജനങ്ങളുടെ അതുല്യമായ സമ്മർദം കൂടി വരികയും ചെയ്തു. ഇതുകൂടാതെ യശോധര

ബഗ്പിയും ശുഭോരജ്ജൻ ദാസ് ഗുപ്തയും '*The Trauma and the Triumph: Gender and Partition in Eastern India*' എന്ന ഗ്രന്ഥത്തിലെ അവതാരികയിൽ ഇങ്ങനെ ചൂണ്ടിക്കാട്ടുന്നു: 'പഞ്ചാബിൽ മിന്നലാക്രമണവും തൽഫലമായി രക്തച്ചൊരിച്ചിലും നശീകരണവും ഉണ്ടായി എങ്കിൽ ബംഗാൾ വിഭജനം മൂലം വളരെ സാവധാനത്തിലുള്ള വേദനാജനകമായ ഭീതിയും അംഗവൈകല്യങ്ങളും ഇടയ്ക്കിടെയുള്ള ആക്രമണങ്ങളും നടമാടുകയായിരുന്നു.[30] രക്തച്ചൊരിച്ചിലിലൂടെയും ഭീകരവാഴ്ചയിലൂടെയും 1971–ൽ ബംഗ്ലാദേശ് രൂപം കൊണ്ടതിനു ശേഷമാണ് നിരാധാരരായ ജനങ്ങളുടെ ജീവരക്ഷാർഥമുള്ള പ്രവാഹം അതിർത്തി പ്രദേശങ്ങളിലേക്കുണ്ടായത്. ഇതിനുശേഷവും കാലാകാലങ്ങളായി കിഴക്കൻ അതിർത്തിയിലേക്കുള്ള പ്രവേശന സൗകര്യം അക്രമഭീതിയാലും സാമ്പത്തിക ഞെരുക്കത്താലും വിഷമിക്കുന്ന ജനങ്ങളെ കുടിയേറ്റത്തിനു പ്രോത്സാഹിപ്പിച്ചു. ഭരണനടപടികളാൽ മാത്രം പരിഹരിക്കാൻ കഴിയുന്നതല്ല ഈ മാനുഷിക പ്രശ്നം. ഇതിന് സമാശ്വാസം ലഭിക്കണമെങ്കിൽ അയൽരാജ്യങ്ങളുടെ സന്മനസും സൗഹൃദവും അത്യന്താപേക്ഷിതമാണ്.

കാലാകാലങ്ങളിലായി വൃന്ദാവനത്തിലേക്ക് കുടിയേറിയ നിരാധാരരായ ബംഗാളിവനിതകളെപ്പറ്റി ഞങ്ങൾ നടത്തിയ പഠനത്തിൽ, അതിർത്തിയുടെ മറുഭാഗത്തു നിന്നുംവന്നവരാണ് അവരിലധികം പേരുമെന്നാണ് കണ്ടെത്തിയത്. 1950 കളിലും 60–ന്റെ ആദ്യകാലങ്ങളിലും കുടിയേറിപ്പാർത്തവരിൽ ചിലർ പ്രായാധിക്യത്തിലാണെങ്കിലും ഇപ്പോഴും ജീവിച്ചിരിപ്പുണ്ട്. ഇവരിൽ ചിലർ പശ്ചിമ ബംഗാളിൽനിന്ന് നേരിട്ട് വന്നവരല്ലെന്നതാണ് ഒരു പ്രധാന വസ്തുത. അവരെ ആദ്യം മധ്യപ്രദേശ്, ആസ്സാം, ത്രിപുര എന്നിവിടങ്ങളിലേക്ക് കൊണ്ടുപോയിരുന്നു. പിന്നീട് സുഖസൗകര്യങ്ങളുടെ ലഭ്യതയാൽ ജീവിതമാർഗം സുഖദമാക്കാമെന്നതുകൊണ്ട് ബംഗാളിൽനിന്നും വന്ന ഒരു വലിയ വിഭാഗം ആളുകളുള്ള തീർഥാടന കേന്ദ്രമായ വൃന്ദാവനത്തിലേക്ക് അവർ കുടിയേറിപ്പാർത്തു. 1971–ൽ ബംഗ്ലാദേശ് രൂപീകരണകാലത്തെ വിപ്ലവത്തിന്റെ ഫലമായി വന്നവരും അതിനുശേഷം വന്നവരുമായിരുന്നു ചില സ്ത്രീകൾ. സ്വഗൃഹങ്ങളിൽനിന്ന് പിഴുതെറിയപ്പെട്ടവരും മാനുഷിക ദുരന്തത്തിനിടയായവരുമായ ഈ ബംഗാളി സ്ത്രീകളുടെ ചരിത്രം വൃന്ദാവനത്തിലേക്ക് അഭയാർഥികളെ എത്തിക്കുന്നതിൽ പ്രധാന പങ്കുവഹിച്ചു എന്നതിൽ സംശയമില്ല. 1970–ലും അതിനുമുമ്പും വന്നെത്തിയ സ്ത്രീകളിൽ പലരും മരിച്ചുപോയിരുന്നു. അവരെ സംബന്ധിച്ച യാതൊരു രേഖകളും നിലവിലില്ലാത്തതിനാൽ ആ കാലത്തിനു മുമ്പും അതിനുശേഷവുമുണ്ടായ കുടിയേറ്റത്തിന്റെ താരതമ്യ പഠനം സാധ്യമായിരുന്നില്ല. കിട്ടിയ ജനസംഖ്യാശാസ്ത്രരേഖകൾ ഈ സ്ത്രീകളുടെ ആഗമനത്തിലുള്ള വർധനവ് എത്രയെന്ന് കാണിക്കാൻ പര്യാപ്തമായിരുന്നില്ല. എന്തൊക്കെയായാലും വൃന്ദാവനത്തിലേക്കുള്ള തീർഥാടകരുടെ വർഷംതോറുമുള്ള വരവ് ഇപ്പോഴും നിരന്തരമായി തുടരുന്നുണ്ട്.

കുറിപ്പുകളും സൂചനകളും:

1. എഫ് എസ് ഗ്രോവ്സ്, '*മഥുര: എ ഡിസ്ട്രിക്ട് മെമ്മയർ* (1882)', പുതിയ പതിപ്പ്, *ഏഷ്യൻ എഡ്യൂക്കേഷണൽ സർവീസസ്*, (1979), P-197.
2. ഹരേകൃഷ്ണ മുഖോപാധ്യായ ആന്റ് സുബോധ് ചന്ദ്ര മജ്ജുംദാർ, (ഇ ഡി എസ്), കൃഷ്ണദാസ് കവിരാജയുടെ *ചൈതന്യ ചരിതാമൃത* (1612), *മധ്യലീല*, അധ്യായം 19, കൊൽക്കത്ത, 1996, P-344
3. *ഇബിഡ്*-P-427.
4. ഗ്രോവ്സ്, മഥുര: *എ ഡിസ്ട്രിക്ട് മെമ്മയർ*, PP-36-37.
5. ഇഷാൻ ചന്ദ്രഘോഷ്, (ഇ ഡി). *ജടക* (ബംഗാളി) Vol-IV, കൊൽക്കത്ത, 1385 B.S, PP. 57-56.
6. '*ഹിസ്റ്റോറിക്കൽ കൃഷ്ണ*,' *ഇൻ കമ്പൈൻഡ് മെത്തേഡ്സ് ഇൻ ഇൻഡോളജി ആന്റ് അദർറൈറ്റിങ്സ് ഓഫ് ഡി ഡി കൊസാമ്പി*, (എഡിറ്റ്സ്)-ബ്രജദുലാൽ ചതോപാധ്യായ, *ഓക്സ്ഫോർഡ്*, 2002, PP. 399-400.
7. സുവീര ജയ്സ്വാൾ, *ദ ഒറിജിൻ ആന്റ് ഡവലപ്മെന്റ് ഓഫ് വൈഷ്ണവിസം* ഫ്രം 200 ബി സി റ്റു എ ഡി 500, ഡൽഹി-1967, P-73.
8. *ഇബിഡ്*, P-393
9. *ഇബിഡ്*, PP.83, 175
10. *ഇബിഡ്*, PP-213-14
11. കൊസാമ്പി, '*ദ ഹിസ്റ്റോറിക്കൽ കൃഷ്ണ*,' P-400.
12. ശശി ഭൂഷൺ ദാസ് ഗുപ്ത, *ശ്രീധർ ക്രമാബികാശ്* (ബംഗാളി), കൊൽക്കത്ത, 1380 B.S.PP111-18.
13. കൊസാമ്പി, '*ദ ഹിസ്റ്റോറിക്കൽ കൃഷ്ണ*,' P-400
14. ദാസ് ഗുപ്ത, *ശ്രീധർ ക്രമാബികാശ്*, PP-81-230.
15. *മുഖോപാധ്യായ ആന്റ് മജ്ജുംദാർ*, (ഇ ഡി എസ്), *ചൈതന്യ ചരിതാമൃത*, P-344
16. രമാകാന്തോ ചക്രവർത്തി, ബംഗെ വൈഷ്ണവധർമ, ഏക്ത്തി, ഔതിഹാസിക്, *എബാംഗ് സമാജ് തത്വിക് അധ്യായ*(ബംഗാളി), കൊൽക്കത്ത, 1996, PP-128-29.
17. ഗ്രോവ്സ്, മഥുര: *എ ഡിസ്ട്രിക്ട് മെമ്മയർ* -PP-187-88.
18. ചക്രവർത്തി, ബംഗെ വൈഷ്ണവധർമ-P.139
19. ഹിതേഷ് രജ്ജൻ സന്യാൽ, ബംഗ്ലാ കീർത്താനർ, *ഇതിഹാസ്* (ബംഗാളി, കൊൽക്കത്ത-1989. P-43.
20. ചക്രവർത്തി, *ബംഗെ വൈഷ്ണവധർമ* -PP-144-45
21. *ഇബിഡ്*, P-167
22. സ്വർണകുമാരി ദേവി, '*വേഡ്സ് വിത്ത് ടൈംസ് പാസ്റ്റ് ഇൻ മാലിനി ഭട്ടാചാര്യ ആന്റ് അബിജിത്ത് സെൻ*, (ഇ സി എസ്), ടോക്കിങ്

ഓഫ് പവർ. ഏർളി റൈറ്റിങ്സ് ഓഫ് ബംഗാളി വിമൻ ഫ്രം ദ മിഡ് -നൈന്റീൻത് സെഞ്ചുറി റ്റു ദ ബിഗഗിനിങ് ഓഫ് ദ ട്വൻടിയത്ത് സെഞ്ചുറി, കൊൽക്കത്ത, 2003 PP-135-37.

23. *മഹാഭാരത* (ബംഗാളി), vol-V. ട്രാൻസലേറ്റഡ് ബൈ കാളി പ്രസന്ന സിങ് ആന്റ് എസിറ്റഡ് ബൈ സതീഷ് ചന്ദ്ര മുഖോപാധ്യായ, കൊൽക്കത്ത, 1905.
24. ഈശ്വർ ചന്ദ്ര വിദ്യാസാഗർ, '*വിധവാ വിവാഹ പ്രചലിതോ ഹൗ എ കീന ഏതദ്യ ശ്യതി പ്രസ്താബ്*,' ഇൻ *വിദ്യാസാഗർ രചന സംഗ്രഹ്* (ബംഗാളി) vol-II, കൊൽക്കത്ത, 1972, PP-164-65.
25. ബാമസുന്ദരി ദേവി, '*വാട്ട് ആർ ദ സൂപ്പർസ്റ്റിഷ്യൻസ് ദാറ്റ് മസ്റ്റ് ബി റിമൂവ്ഡ്, ഫോർ ദ ബെറ്റർമെന്റ് ഓഫ് അവർ കൺട്രി?*' ഇൻ ഭട്ടാ ചാര്യ ആന്റ് സെൻ, (ഇ സി എസ്), *ടോക്കിങ് ഓഫ് പവർ*, PP-21 -22.
26. ജാദുനാഥ് സർബാധികാരി, *തീർഥഭ്രമൺ* (1857) (ബംഗാളി), (എ ഡിറ്റ്സ് ബൈ നാഗേന്ദ്ര നാഥ് ബസു), കൊൽക്കത്ത, 1916. PP-90 -92.
27. ദുർഗാചരൺ റോയ്, *ദേബ്ഗാനർ മാർത്തയേ ആഗമൻ* (ബംഗാളി)', കൊൽക്കത്ത, 1984. PP-59-74.
28. ഇൻ, എ ചന്ദ, *എം സർക്കാർ ആന്റ് കെ ചതോപാധ്യായ*, (ഇ ഡി എസ്), *വിമൻ ഇൻ ഹിസ്റ്ററി*, കൊൽക്കത്ത 2003, P-158
29. '*ദ വിഡോസ് ഓഫ് വൃന്ദാവൻ* (ഡിസ്ട്രിക്ട് മഥുര, യു പി)', *അൺപ ബ്ലിഷ്ഡ് റിപ്പോർട്ട് ടു നാഷണൽ കമിഷൻ ഫോർ വിമൻ*, 1996-PP-9 -10.
30. യശോധര ബഗ്ചി സുബോരഞ്ചൻ ദാസ്ഗുപ്ത (ഇ ഡി എസ്), '*ദ ട്രോമ ആന്റ് ദ ട്രയംഫ്*'; *ജൻഡർ ആന്റ് പാർട്ടീഷൻ ഇൻ ഈസ്റ്റേൺ ഇന്ത്യ*, കൊൽക്കത്ത, 2003-P-2.

3

സർവേയുടെ അനുഭവങ്ങൾ

ഡൽഹിയിൽനിന്ന് റോഡുമാർഗം നൂറ്റിയൻപത് കിലോമീറ്റർ അകലെയാണ് മഥുര. റോഡ്, ദേശീയപാതയുടെ ഒരു ഭാഗവും. പ്രകൃതി ദൃശ്യം ഏറെക്കുറെ വരണ്ടതാണെങ്കിലും മികച്ച അവസ്ഥയിലുള്ളതുമാണ്. യമുനാനദീതീരത്ത് സ്ഥിതിചെയ്യുന്ന എണ്ണ, പഞ്ചസാര ശുദ്ധീകരണശാലകൾ അതിന്റെ പരിസരപ്രദേശങ്ങളെ മലിനപ്പെടുത്തുന്നതായി കുറ്റാരോപണമുണ്ടായിരുന്നു. ഈ വിമർശനത്തെ നേരിടാനായി അൽപ്പം വൃക്ഷങ്ങളും റോഡുനീളെ പച്ചപ്പും കാണാമായിരുന്നു. ഞങ്ങളുടെ ആദ്യ സന്ദർശനവേളയിൽ വിനോദ സഞ്ചാരികൾക്ക് ഉപയോഗപ്രദമാക്കാൻ വേണ്ടി റോഡരികുകളിൽ ഹോട്ടലുകളും വിശ്രമകേന്ദ്രങ്ങളും പ്രത്യക്ഷപ്പെട്ടതായി ഞങ്ങൾ കണ്ടു. ഇവരിൽ പലരും വരൾച്ച ബാധിച്ച ഡൽഹിയിൽ നിന്നും രക്ഷപ്പെട്ട് തഴച്ചു വളർന്നുകൊണ്ടിരിക്കുന്ന വൈൻ ഷോപ്പുകളിലും ബാറുകളിലും ആശ്വാസം കണ്ടെത്താൻ എത്തിയവരായിരുന്നു. മഥുരയിൽ എത്തുന്നതിനുമുമ്പ് ഇടത്തോട്ടുള്ള വളവിൽ കൂടി പോയാൽ നേരെ വൃന്ദാവനത്തിലേക്കാണ് ചെന്നെത്തുന്നത്. സർവേ നടത്താൻ തീരുമാനിച്ച ശേഷം ഞങ്ങളുടെ സ്ഥിതി എന്താവുമെന്ന് ഇപ്പോഴും ഉറപ്പില്ലാതെ ഡൽഹി വഴി ഈ പാതയിലൂടെയാണ് ഞങ്ങൾ രംഗപരിശോധന, യാത്ര നടത്തിയത്. പശ്ചിമബംഗാൾ വനിതാ കമീഷൻ മെമ്പറായ രത്നാബായി ചതോപാധ്യായ യാത്രയിൽ എന്നെ അനുഗമിച്ചിരുന്നു. 1999 ജൂൺമാസത്തിലെ ചുട്ടുപൊള്ളുന്ന ഉച്ചയ്ക്ക് ഞങ്ങൾ ബാലാജി ആശ്രമത്തിന്റെ മാർബിൾ പടവുകൾ കയറി. അവിടെയായിരുന്നു, മഥുരയിലെ ജില്ലാ ഭരണകൂടം ഞങ്ങൾക്ക് താമസസൗകര്യം ഏർപ്പെടുത്തിയിരുന്നത്. സേത്ത് ജാനകിദാസ് പട്ടോഡിയയുടെ പദ്ധതിയായ വൃന്ദാവനത്തിലെ ഭജനാശ്രമപദ്ധതിയുടെ വിജയത്തിലൂടെ വൃന്ദാവനത്തിൽ കർമോദ്യുക്ത

മാക്കപ്പെട്ട സമ്പ്രദായവുമായി ബാലാജി ആശ്രമത്തെ ഞങ്ങൾ പിന്നീട് ബന്ധപ്പെടുത്തുന്നതാണ്. പിൽക്കാലത്ത് ഇത് മറ്റു വ്യവസായ പ്രമുഖരെ വൃന്ദാവനത്തിൽ ഇത്തരം ആശ്രമങ്ങൾ സ്ഥാപിക്കുവാൻ സഹായം ചെയ്യാനായി പ്രേരിപ്പിച്ചു. അതുകൊണ്ട് മൂലസ്ഥാപകന്മാരുടെ ഭജനാശ്രമങ്ങൾക്കു പുറമെ അനാഥ സ്ത്രീകൾ ഓരോ ദിവസവും കൃത്യസമയത്തു ഭജന നടത്തുന്ന കുറെ ആശ്രമങ്ങൾ അവിടവിടെയായി വ്രജധാമിൽ ഉയർന്നുവന്നു. വൃന്ദാവൻ താന പ്രദേശത്ത് ഏഴ് ഭജനാശ്രമങ്ങളും വ്രജധാമിൽ അഞ്ചു ആശ്രമങ്ങളും ഞങ്ങളുടെ പ്രഥമ സന്ദർശനവേളയിൽ ഞങ്ങൾ കണ്ടു. ഗോള ആശ്രമം, പഗ്ല ബാബ ആശ്രമം, മീരാബായ് ആശ്രമം, ഭൗജീ ക്ഷേത്രം എന്നിവയായിരുന്നു, വൃന്ദാവൻതാന പ്രദേശത്തെ ഏറെ പ്രശസ്തമായ ആശ്രമങ്ങൾ. പഴയ ആശ്രമങ്ങളെ അപേക്ഷിച്ച് ബാലാജി ആശ്രമം ഭജനാലാപനം സംഘടിപ്പിക്കുക മാത്രമല്ല, സഞ്ചാരികളെ ആകർഷിക്കുന്ന വിധത്തിൽ ആധുനിക സൗകര്യങ്ങളും ഏർപ്പെടുത്തിയിരുന്നു. പഴയ ആശ്രമങ്ങളിൽ പലതും രൂപാന്തരപ്പെടുത്തിക്കൊണ്ടിരുന്നു. ഈ ആശ്രമങ്ങൾ ദ്വിനക്ഷത്ര, ത്രിനക്ഷത്ര ഹോട്ടലുകളായി പരിവർത്തനം ചെയ്യപ്പെടുന്ന പ്രക്രിയയിലായിരുന്നു. താഴെ നിലയിൽ ദിവസവും ഭജനമണ്ഡലി നടത്താൻ സൗകര്യമുള്ള ഹാബുള്ള അതിഥി മന്ദിരങ്ങളുമുണ്ടായിരുന്നു.

ബാലാജി ആശ്രമത്തിൽ ഞാൻ മൂന്നോ നാലോ തവണ താമസിച്ചിട്ടുണ്ട്. എന്നാൽ, എന്റെ ആദ്യ സന്ദർശനത്തിൽത്തന്നെ ഭക്തരല്ലാത്തതിനാൽ ഞങ്ങൾക്ക് പലതും സഹിക്കേണ്ടതായി വന്നു. ചിലരുടെ സംശയങ്ങളുടെ പരോക്ഷമായ വിദ്വേഷവും ഈ സന്ദർഭങ്ങളിൽ അപ്രതീക്ഷിതമല്ലാത്ത പ്രതികരണമെന്ന നിലയിൽ നേരിടേണ്ടിവന്നിരുന്നെങ്കിലും ഞങ്ങളുടെ താമസം വളരെ ശാന്തമായിരുന്നു. വെള്ളത്തിനു ക്ഷാമമില്ലായിരുന്നു. മുറികളെല്ലാം നിത്യേന വൃത്തിയാക്കിയിരുന്നു. നല്ലപോലെ പാകം ചെയ്ത സസ്യാഹാരം സുലഭമായിരുന്നു. ഭക്ഷണം കഴിക്കേണ്ടത് ചമ്രം പടിഞ്ഞിരുന്നിട്ടായിരുന്നു. പാത്രങ്ങൾ ചെറിയ സ്റ്റൂളിലോ മരത്തിന്റെ ചൗക്കയിലോ വെച്ചിട്ടായിരുന്നു ഞങ്ങൾ ഭക്ഷണം കഴിച്ചിരുന്നത്. സാമ്പത്തിക ലാഭത്തിനായി ഉണ്ടാക്കിയ, നല്ല പ്രവർത്തനക്ഷമമാക്കിയ പ്രൊഫഷണൽ ഭരണ യന്ത്രസംവിധാനങ്ങൾ ഞങ്ങൾക്ക് ബോധ്യപ്പെട്ടു. ഞങ്ങളുടെ ഭക്ഷണത്തിനും താമസത്തിനുമുള്ള ചെലവ് ഞങ്ങൾ തന്നെ വഹിക്കുകയും അവിടുത്തെ സമാധാനാന്തരീക്ഷത്തിന് വിഘാതമാകാതിരിക്കാൻ ശ്രദ്ധിക്കുകയും ചെയ്തു. അതു കൊണ്ടുതന്നെ ഞങ്ങൾ അന്തേവാസികളാൽ വെറുക്കപ്പെട്ടിരുന്നില്ല.

ഒരു വിവാഹ കർമത്തിനുവേണ്ടി മുറി ആവശ്യമായി വന്നതിനാൽ ഞങ്ങളുടെ സാധന സാമഗ്രികൾ ഒഴിവാക്കാൻ ഒരവസരത്തിൽ മാത്രം ഞങ്ങളോടു ആവശ്യപ്പെട്ടിരുന്നു. ഈ ആശ്രമങ്ങൾ മതപരവും മതപരമല്ലാത്തതുമായ പല കാര്യങ്ങൾക്കും ഉപയോഗിച്ചിരുന്നതായി കാണാം. രാഷ്ട്രീയ സ്വാധീനത്തിന്റെ ഉദാഹരണമായി, പാർലമെന്റ് അംഗങ്ങളും

മന്ത്രിമാരും ഹ്രസ്വ സന്ദർശനത്തിലെടുത്ത ഫോട്ടോകൾ ബാലാജി ആശ്രമത്തിന്റെ സ്വീകരണമുറിയെ അലങ്കരിച്ചിരുന്നു. മതവും രാഷ്ട്രീയവും കൈകോർത്തു നിൽക്കുന്ന ഇടമാണതെന്നതിൽ ഞങ്ങൾ വന്ന ആദ്യ ദിവസം മുതൽക്കുതന്നെ ഞങ്ങൾക്ക് സംശയമൊന്നുമുണ്ടായിരുന്നില്ല.

ഞങ്ങൾക്കവിടെ താമസിക്കാനായത് വളരെ ഗുണപ്രദമായി. എന്തെന്നാൽ ഭജനാശ്രമത്തിന്റെ പ്രവർത്തനങ്ങൾ നേരിട്ടറിയാൻ ഞങ്ങൾക്ക് സാധിച്ചു. ഞങ്ങളുടെ സന്ദർശനത്തിന്റെ രണ്ടാം ദിവസം ഉച്ചയ്ക്കുശേഷം ഭജന മണ്ഡലി ആരംഭിക്കാൻ പോകുകയാണെന്നും അവരുടെ മുറികളിൽ പോകാതെതന്നെയും അവരെ ബുദ്ധിമുട്ടിക്കാതെയും ഇതിൽ പങ്കെടുക്കുന്നവരെ വീക്ഷിക്കാൻ കഴിയുമെന്നും ഞങ്ങളെ അറിയിച്ചു. ഞങ്ങൾ വരാന്തയിലെ തുറന്നുവെച്ച വാതിലിന്റെ പകുതിഭാഗത്തുകൂടെ ഹാളിൽ സന്നിഹിതരായിരിക്കുന്ന മായികളെ നോക്കിക്കണ്ടു. ഞങ്ങൾ കണ്ട കാഴ്ച ഞെട്ടിക്കത്തക്കതായിരുന്നു. ഏതാണ്ട് ഇരുന്നുറോളം സ്ത്രീകൾ അവിടെ സന്നിഹിതരായിരുന്നു. വെള്ളച്ചുമരിലേക്ക് ദൃഷ്ടിയയ്ക്കുന്ന മുഖങ്ങൾ. വൈധവ്യത്തിന്റെ ദൃഷ്ടമായ മുദ്ര ഈ കാഴ്ചയിൽ ഞങ്ങൾ ഞെട്ടലോടെ കണ്ടു. അവരുടെ എണ്ണത്തിന്റെ ബാഹുല്യം ഞങ്ങൾ മനസിലാക്കി. അടുത്ത ദിവസം രാവിലെ നിത്യഭിക്ഷയ്ക്കായി ബാലാജി ആശ്രമത്തിന്റെ വാതിലിനു പുറത്ത് കാത്തുനിൽക്കുന്ന മായികളെ നോക്കിക്കൊണ്ടിരുന്നപ്പോൾ, അവരിൽ ചിലർ ഭർത്താക്കന്മാരുള്ളവരാണെന്നും അവരുടെ കുടുംബവരുമാനം പൂരകമാക്കാനുള്ള ഉദ്ദേശ്യത്തോടുകൂടി ഭജനാലാപനക്കാരുടെ പന്തിയിൽ ചേർന്നതാണെന്നും ഞങ്ങൾക്കറിയാൻ സാധിച്ചു. ഇത് ചിലപ്പോഴൊക്കെ വിധവകൾക്കും മറ്റുമുള്ള സ്ത്രീകൾക്കുമിടയിലെ സ്പർധയ്ക്കു കാരണമായി.

വൃന്ദാവനത്തിലെ ഞങ്ങളുടെ ആദ്യ ദിവസംതന്നെ വൈധവ്യത്തിന്റെ സർവ വ്യാപകത്വം ബോധ്യമായി. അവർ നിരനിരയായിനിന്ന് ഏകദേശം ഒരു മണിക്കുറോളം രാധാകൃഷ്ണനാമം ചൊല്ലി. അവരിൽ ചിലർ ചെറിയ ഇലത്താളങ്ങൾ (ഖഞ്ചിനികൾ) കൊണ്ട് താളമടിച്ചു. വേറെ ചിലർ ചാമരം (ചൗരി–കാളയുടെ വാലിലെ രോമം കൊണ്ടുണ്ടാക്കിയ വിശറി–) ചടങ്ങുകളിൽ വീശിക്കൊണ്ടിരുന്നു. അവരുടെ തല ആവരണം ചെയ്തിരുന്നു. ചില വൃദ്ധകളായ വിധവകൾ തല മുണ്ഡനം ചെയ്തതായി കാണാം. ചിലർ തുളസിമാല (ദിവ്യമായ തുളസിമരം കൊണ്ടുണ്ടാക്കിയ മാല) ധരിച്ചിരുന്നു. വൈഷ്ണ ഭക്തരുടെ വിശേഷ അടയാളം അവർ നെറ്റിയിൽ വെള്ളക്കളിമണ്ണുകൊണ്ട് മുദ്രണം ചെയ്തിട്ടുണ്ടായിരുന്നു. അടുത്ത മൂന്നുനാലു ദിവസങ്ങളിൽ, സ്നാനഘട്ടങ്ങളിൽ കുളികഴിഞ്ഞ് രാധാനാമം ഉച്ചരിക്കുന്നവരും തങ്ങളുടെ വാടക മുറികളിൽ ഭക്ഷണം പാചകം ചെയ്യുന്നവരും അവർക്ക് കിട്ടിയ അഭയകേന്ദ്രങ്ങളിൽ വൈരാഗികളായി കഴിഞ്ഞു കൂടുന്നവരുമായ വിധവകളെ ഞങ്ങൾക്ക് കാണാൻ കഴിഞ്ഞു. വിവരശേഖരണത്തിനായെത്തിയ ഞങ്ങളുടെ ലക്ഷ്യം ഇത്തരം നിരാധാരരായ സ്ത്രീകളിലായിരുന്നു.

ആദ്യ സന്ദർശനവേളയിൽ ഞങ്ങൾ താമസിച്ചത് പുതിയ ഭജനാശ്രമങ്ങളിലായിരുന്നെങ്കിലും പഴയ ചില ആശ്രമങ്ങളും ഞങ്ങൾ സന്ദർശിച്ചു. ഉത്തർപ്രദേശ് ഗവൺമെന്റ് സ്വാഭാവികമായും ചില മാറ്റങ്ങൾ വരുത്തി വീടുകളാക്കിയ രണ്ടെണ്ണമായിരുന്നു ഭൗജി മന്ദിരവും പഗ്‌ല ബാല ചാരിറ്റബിൾ ട്രസ്റ്റും. ഞങ്ങൾ ഗോവർധനത്തിലും ബർസാഹയിലുമുള്ള വേറെ ആശ്രമങ്ങൾ കൂടി സന്ദർശിച്ചു. ഗോവർധനത്തിലെ ഒരാശ്രമത്തിൽ വളരെ കുറച്ചു വിധവകളെ മാത്രം താമസിപ്പിച്ചിരുന്നു. മറ്റു ആശ്രമങ്ങളിൽ അധികവും വിധവകൾക്ക് പാർപ്പിട സൗകര്യമേ നൽകിയിരുന്നില്ല. വിധവകളിൽ ഭൂരിഭാഗവും ഏതു നിമിഷവും തങ്ങളെ ഇറക്കിവിടാവുന്ന തരത്തിലുള്ള വാടക വീടുകളിൽ സഹവസിച്ചു. അവരിലും നിർഭാഗ്യവാന്മാർ വരാന്തകളിലും ക്ഷേത്രപരിസരത്തും തെരുവുകളിൽപ്പോലും താമസിച്ചിരുന്നു. പഗ്‌ല ബാബ ചാരിറ്റബിൾ ട്രസ്റ്റിന്റെ പെട്ടെന്നുള്ള പരിസര രൂപാന്തരീകരണം, വിധവകളുടെ അവസ്ഥയെപ്പറ്റി മാധ്യമ വീക്ഷത്തിൽനിന്നുണ്ടായ സമ്മർദത്താൽ വിമൻ ആന്റ് ചൈൽഡ് ഡവലപ്മെന്റിന്റെ കേന്ദ്രമന്ത്രിയായ ഉമാഭാരതിയുടെ നിർദേശപ്രകാരമായിരുന്നു. ട്രസ്റ്റിൽനിന്നും വാടകയ്ക്കെടുത്ത രണ്ടു വീടുകളിൽ ചോക്-എ-ബ്ലോക്കിൽ 186 സ്ത്രീകളെ പാർപ്പിച്ചതായി ഞങ്ങൾ കണ്ടു. ഇത് വീടില്ലാത്തവർക്ക് ഒരനുഗ്രഹം തന്നെയായിരുന്നെന്നതിൽ സംശയമില്ല. എന്നാൽ അവർക്ക് ഭക്ഷണത്തിന് യാതൊരു മാർഗവുമില്ലായിരുന്നു. ഇവരിൽ ആരെങ്കിലും ഈ സ്ഥലം അൽപ്പ ദിവസത്തേക്ക് വിട്ടുപോകുകയാണെങ്കിൽ അധികൃതർക്ക് പണം കൊടുത്താൽ മാത്രമേ വീണ്ടും പ്രവേശനം ലഭിച്ചിരുന്നുള്ളുവെന്നും അവിടെ താമസിക്കുന്നവരിൽ ചിലർ പരാതി പറഞ്ഞു.

ആ സമയത്ത് വൃന്ദാവനത്തിൽ വേറെ രണ്ടു അഭയാശ്രമങ്ങൾ കൂടിയുണ്ടായിരുന്നു. അതിലൊന്ന് എ ഐ ഡബ്ല്യൂ സി വളരെ കാലമായി നടത്തുന്ന താരാസ് മന്ദിരത്തിനടുത്തായുള്ള വാടകക്കെട്ടിടത്തിലുള്ള വീടായിരുന്നു. രണ്ടാമത്തേത്, ഗിൽഡ് ഒഫ് സർവീസ് നടത്തുന്ന ജ്ഞാൻ ഗുസ്രയിലെ അടുത്ത കാലത്തുണ്ടായ അമർബാരിയിൽ ചെറിയ കിടപ്പുമുറികളോടുകൂടിയ നീളത്തിലുള്ള വീടാകയാൽ ഏകദേശം തൊണ്ണൂറ് വിധവകളെ പാർപ്പിക്കുകയും ഭക്ഷണം നൽകുകയും ചെയ്തിരുന്നു. നിരാധാരരായ സ്ത്രീകൾക്ക് പാർപ്പിടം നൽകുന്ന ഇത്തരം അഭയ കേന്ദ്രങ്ങളിൽ വെച്ച് അമർബാരിയായിരുന്നു മെച്ചപ്പെട്ടത്. ഞങ്ങൾ അവിടെ അവരോടൊപ്പം ഭക്ഷണം കഴിച്ചു. കാലഭേദമനുസരിച്ച് നിത്യേനയുള്ള ഭക്ഷണവിഭവങ്ങളിൽ മാറ്റം വരുത്താൻ ശ്രമിക്കുന്നുണ്ടെന്ന് അവർ ഞങ്ങളോട് പറഞ്ഞു. ഈ സ്ഥാപനം സ്ത്രീകൾക്ക് തുന്നലിലും എംബ്രോയിഡറിയിലും കൈത്തൊഴിലിലും പരിശീലനം നേടാൻ കൂടി വ്യവസ്ഥ ചെയ്യുന്നുണ്ട്. ഇതിലെ സ്ഥിരവാസികളെ ഭജനാശ്രമങ്ങളിൽ ഭിക്ഷാടനത്തിനായി പോകാൻ പ്രോത്സാഹിപ്പിക്കാറില്ല. ഇത് ചിലർക്ക് മനോവിഷമത്തിന് കാരണമാകുന്നുണ്ടെന്നു ഞങ്ങൾ കണ്ടു. കാരണം ഭജനാലാപനത്തിനു പക

രമായി കിട്ടുന്ന ഭിക്ഷ അന്തസ്സുറ്റതും ധർമനിഷ്ഠയുള്ളതുമായ ഫലങ്ങളിലൊന്നാണെന്ന് സ്ഥിരവാസികളിലധികവും കണക്കാക്കിയിരുന്നു. ഭക്തകളെന്ന അവരുടെ പദവിക്ക് പകരമായി ലൗകിക കാര്യങ്ങളിലേർപ്പെടുന്നതിൽ അവർക്ക് വൈമുഖ്യമുണ്ടായിരുന്നു. മതമനുവദിച്ച ശുഭ്രവസ്ത്രങ്ങൾക്ക് പകരം വർണവസ്ത്രങ്ങൾ നൽകുന്നതിനെ സംബന്ധിച്ച് അവർക്ക് എതിരഭിപ്രായമുണ്ടായിരുന്നു. ഞങ്ങളുടെ പിന്നീടുള്ള സന്ദർശനങ്ങളിൽ മതവിരുദ്ധമായ വസ്ത്ര നിർധാരണം സ്ഥിരവാസികൾക്കിടയിൽ സ്വീകാര്യമായി വന്നതായി ഞങ്ങൾ മനസിലാക്കി. ക്ഷേത്രങ്ങളിലെയും ഭജനാശ്രമങ്ങളിലെയും അസ്ഥിരമായ സഹായത്തെ ആശ്രയിക്കുന്നതിനു പകരം അനാഥമന്ദിരത്തിലെ ചിട്ടയാർന്ന ജീവിതമാണ് നല്ലതെന്ന് കാലാന്തരത്തിൽ അവർക്ക് ബോധ്യമായി.

നിരാലംബരായ സ്ത്രീകളുടെ സംരക്ഷണത്തിനു വേണ്ടി ധീരമായ നടപടികൾ സ്വീകരിച്ചിരുന്നെങ്കിലും എ ഐ ഡബ്ള്യൂ സി ഹോമിലെയും അമർബാരിയിലെയും പൊതുവായുള്ള സ്ഥിതി പഗ്ല ബാബാ ചാരിറ്റബിൾ ട്രസ്റ്റിന്റെ പോലെതന്നെ പരിതാപകരമായിരുന്നു. ജോലിക്കാർ അവർക്ക് കഴിയുന്നത്ര നന്നായി പ്രവർത്തിക്കുന്നു. എന്നാൽ, കാലങ്ങളായുള്ള വിയോഗം, മോശമായ പെരുമാറ്റം, ഒറ്റപ്പെടൽ, ഉപേക്ഷിക്കപ്പെട്ടതിലുള്ള മാനസികവും ശാരീരികവുമായ അസ്വാസ്ഥ്യം, വാർധക്യസഹജമായ വിഷമങ്ങൾ എന്നിവ പുനരുദ്ധാരണത്തിന് സാധ്യമല്ലാത്ത രീതിയിൽ സ്ത്രീകളെ തളർത്തിയിരുന്നു. ഓരോരുത്തർക്കും അവരവരുടേതായ കദനകഥകൾ പറയാനുണ്ടായിരുന്നു. ചിലർ വിഭജനത്തിന്റെ ഇരകളായിരുന്നു. മറ്റുചിലർ മക്കളുടെയും മറ്റു കുടുംബാംഗങ്ങളുടെയും അവഗണന സഹിക്കാൻ പറ്റാത്തതുകൊണ്ട് വീടുവിട്ടതോ വീട്ടിൽ നിന്നും പുറത്താക്കപ്പെട്ടവരോ, ആണ്. ചിലർ യൗവനക്കാലത്ത് അസാന്മാർഗികമായ ബന്ധത്തിലേർപ്പെട്ട് വൃന്ദാവനത്തിലേക്ക് ഒളിച്ചോടിയവരും പിന്നീട് സ്വന്തം ജീവിതമാർഗം കണ്ടെത്തിയവരുമായിരുന്നു. ചിലർ അവരുടെ ജീവിതകാല സമ്പാദ്യം സൂക്ഷിച്ചുവെക്കാൻ അവരുടെ ഗുരുവിനെ ഏൽപ്പിച്ചെങ്കിലും അത് തിരിച്ചു കിട്ടാതായപ്പോൾ അനാഥത്വത്തിലേക്ക് വലിച്ചെറിയപ്പെട്ടവരായിരുന്നു. അവരുടെ ദയനീയസ്ഥിതിക്ക് ഇങ്ങനെയുള്ള സാമ്പത്തിക അനിശ്ചിതത്വം ആക്കംകൂട്ടി. മേൽ പ്രസ്താവിച്ച രണ്ടു അഗതി മന്ദിരങ്ങളിൽ നൽകിയിരുന്ന പ്രാഥമിക വൈദ്യസഹായവും മറ്റൊരിടത്തും വിധവകൾക്ക് ലഭ്യമായിരുന്നില്ല.

മേൽപ്പറഞ്ഞ സ്ഥാപനങ്ങളുടെയും കമലാഘോഷ്, സ്വരാജ് ലത ഗോയൽ എന്നീ വ്യക്തികളുടെയും പരിശ്രമഫലമായി വൃന്ദാവനത്തിലെ ചില സ്ത്രീകൾക്ക് റേഷൻകാർഡുകൾ ലഭിക്കുകയും മറ്റുള്ളവർക്ക് വിധവാ പെൻഷന്റെ രേഖകൾ ശരിയാക്കിക്കിട്ടുകയും ചെയ്തു. ഉത്തർപ്രദേശ് ഗവൺമെന്റിൽനിന്നും വളരെ കുറച്ചു പേർക്ക് പശ്ചിമബംഗാൾ ഗവൺമെന്റിന്റെ വിധവാപെൻഷൻ ലഭിക്കുന്നതായി കണ്ടു. ബാങ്കിൽ നിന്ന് പെൻഷൻ പണം കിട്ടുന്നതിനുള്ള പ്രയാസം സ്ത്രീകളും മറ്റു

ജോലിക്കാരും ഞങ്ങളോട് വിവരിച്ചു. അവിടെ ഔദ്യോഗികമായും സാങ്കേതികമായുള്ള വിഷമങ്ങൾ മാത്രമല്ല, കിട്ടുന്ന തുച്ഛമായ സംഖ്യയിൽനിന്ന് ഒരു ചെറിയ ഭാഗം കമിഷൻ പറ്റുന്ന ഏജന്റുമാരുടെ ശല്യവുമുണ്ടായിരുന്നു. ബാങ്ക് അക്കൗണ്ടുകൾ അവർക്കുവേണ്ടി തുറന്നിട്ടുണ്ടായിരുന്നെങ്കിലും പണം കിട്ടാൻ മഥുരവരെ പോകേണ്ടി വന്നിരുന്നു. അധികം പേർക്കും ഇത് അസാധ്യമായിരുന്നു. കൂടാതെ ബാങ്ക് രേഖകളിലുണ്ടായ അനവധാന തെറ്റുകൾ അത് തിരുത്തിക്കിട്ടുന്നതുവരെ പണം ലഭിക്കുന്നതിന് വിഘാതമായി. നിരക്ഷരരും ഓർമശക്തി നശിച്ചവരും കാഴ്ച മങ്ങിയവരുമായ ഈ വിധവകൾക്ക് ഇതൊരു ദുർഘടകൃത്യമായിരുന്നു.

ഇത്തരം തെറ്റുകൾ മൂലവും മനസാക്ഷിയില്ലാത്ത ബാങ്കുദ്യോഗസ്ഥരുടെ തട്ടിപ്പുകൊണ്ടും, അക്കൗണ്ടുകൾ പ്രവർത്തനരഹിതമായിത്തീർന്നു എന്ന സ്ഥിരീകരിക്കാത്ത റിപ്പോർട്ടുകൾ ഞങ്ങൾക്ക് കിട്ടിയിരുന്നു. ശരിയായ ഉടമസ്ഥർക്ക് പ്രവർത്തിപ്പിക്കാൻ സാധിക്കാതെ വന്ന നൂറുകണക്കിന് അക്കൗണ്ടുകൾ അവരുടെ മരണശേഷം വൃന്ദാവനത്തിലെ ബാങ്കുകളിൽ നിക്ഷേപിക്കപ്പെട്ടതായി കരുതപ്പെടുന്നു. പാണ്ഡകളുടെയോ ഗുരുവിന്റെയോ കൂടെ ജോയിന്റ് അക്കൗണ്ട് തുടങ്ങിയ ചില സ്ത്രീകൾക്ക് അവർ വൃന്ദാവനത്തിലേക്ക് വരുമ്പോൾ കൊണ്ടുവന്ന തുച്ഛമായ സംഖ്യ നിഷേധിക്കപ്പെട്ടു. ഈ കാരണങ്ങളെക്കൊണ്ട് അഭയ കേന്ദ്രങ്ങൾക്ക് ഒരു പരിധിവരെ മാത്രമേ ആശ്വാസം നൽകാൻ സാധിച്ചുള്ളൂ.

ക്ഷേത്രനഗരത്തിലുള്ള യുവതികളായ കുടിയേറ്റക്കാർക്ക് നേരിടുന്ന ലൈംഗിക ചൂഷണം നിഷേധിക്കാനാവാത്തതായിരുന്നു. അമ്പലപ്പടവുകളിൽ ഭിക്ഷാടനം നടത്തിയിരുന്ന ഒരു സ്ത്രീയിൽനിന്നും താൻ വൃന്ദാവനത്തിലെത്തിയതിനു ശേഷം ഏഴു പ്രാവശ്യം വാങ്ങപ്പെടുകയും വിൽക്കപ്പെടുകയും ചെയ്യുകയുണ്ടായി എന്ന സത്യം ഞങ്ങളറിഞ്ഞു. ഇത്തരത്തിലുള്ള ചില സംഗതികളൊഴിച്ചാൽ നിരാധാരരായ സ്ത്രീകളുടെ ലൈംഗികചൂഷണത്തിന്റെ പ്രത്യക്ഷത്തിലുള്ള യാതൊരു തെളിവുകളും ഞങ്ങൾക്ക് കിട്ടിയിരുന്നില്ല. എന്നാൽ അസ്വസ്ഥതയുടെ അടയാളങ്ങൾ അവിടെ കാണപ്പെട്ടിരുന്നു. അതായത് മതവൈകാരികതയുടെ പ്രകാശനത്തിന് സൗകര്യം കൊടുക്കുന്ന സുസ്ഥാപിതമായ ഇത്തരം സ്ഥാപനങ്ങൾക്കു പുറമെ അധികം അറിയപ്പെടുന്ന മറ്റു സ്ഥാപനങ്ങളും മതവൈകാരികതയുടെ പ്രകാശനത്തിന്റെ മറവിൽ ഈ നിരാലംബരായ സ്ത്രീകളെ ചൂഷണം ചെയ്തിരുന്നു. സേവദാസി സമ്പ്രദായം ഈ സ്ഥാപനങ്ങളിലെ വിശ്വാസപ്രമാണങ്ങളിൽ ഒരു ഭാഗമാണ്. അതുകൊണ്ട് അഖാരങ്ങളിൽ വരുന്ന ധനാഢ്യരായ സന്ദർശകർക്ക് വിധേയയാകാൻ ഒരു സ്ത്രീ ഒരുങ്ങുന്നത് ഭക്തിയുടെ ഒരു ഭാഗമെന്ന നിലയ്ക്കാണ്. ബലാത്സംഗം ചെയ്യപ്പെട്ടവരോ തട്ടികൊണ്ടുപോകപ്പെട്ടവരോ വീട്ടിലേക്ക് പ്രവേശനം നിഷേധിച്ചവരോ ആയ സ്ത്രീകൾക്ക് അവലംബമായിത്തീർന്നത് ഈ തീർഥാടന കേന്ദ്രങ്ങളായതുകൊണ്ട് ആദ്യകാലത്തേ ഇവിടെ ഇത്തരം ലൈംഗികചൂഷണം നിലനിന്നിട്ടുണ്ടാവാം. തഴച്ചുവള

രുന്ന നിരവധി അനധികൃത ഗർഭച്ഛിദ്ര കേന്ദ്രങ്ങൾ മഥുരയിൽ കാണപ്പെടുന്നത് ഈ കഥ ഇപ്പോഴും തുടരുന്നുവെന്നതിന്റെ തെളിവാണ്.

പശ്ചിമ ബംഗാൾ, ഒറീസാ, ബംഗ്ലാദേശ് എന്നിവിടങ്ങളിൽനിന്നും തുച്ഛമായ വിലയ്ക്ക് പാവപ്പെട്ട കുടുംബത്തിലെ പെൺകുട്ടികളെ വാങ്ങി അധികവിലയ്ക്ക് മറ്റു ആളുകൾക്ക് വിൽക്കുന്ന സംഘം ഈ തീർഥാടന പരിസരങ്ങളിൽ ഉണ്ടായിരുന്നുവെന്നാണ് മറ്റൊരു സ്ഥിരീകരിക്കാത്ത റിപ്പോർട്ടിൽ പറയുന്നത്. വിവാഹം ചെയ്തു കൊടുക്കുമ്പോൾ നൽകേണ്ട വമ്പിച്ച സ്ത്രീധനമൊഴിവാക്കാൻ വേണ്ടി തുച്ഛമായ വിലയ്ക്ക് പെൺകുട്ടികളെ വിൽക്കുന്ന രക്ഷിതാക്കളുണ്ടായിരുന്നു. അങ്ങനെയുള്ള പെൺകുട്ടികൾ വിൽക്കപ്പെടുകയും വീണ്ടും വീണ്ടും വിൽക്കപ്പെടുകയും ചെയ്യുന്നു. പ്രായാധിക്യമുള്ള സ്ത്രീകളും വിധവകളും താമസിക്കുന്ന അത്യാധുനിക ഭജനാശ്രമങ്ങളിൽ യുവതികളായ ബംഗാളികളും ബംഗാളികളല്ലാത്തവരുമായ സ്ത്രീകളെ പ്രവേശിപ്പിക്കാത്ത സാഹചര്യത്തിൽ അവരെ അടുത്ത മുറികളിൽ താമസിപ്പിച്ചിരുന്നു എന്നതാണ് സത്യം. വിധവകളുടെ വരവ് കുറഞ്ഞ സമയങ്ങളിൽ, വൃന്ദാവനത്തിൽ ഇത്തരം യുവതികളെ കേന്ദ്രീകരിച്ച് പെൺവാണിഭക്കാർ രംഗത്തുവന്നു.

എന്നാൽ, ഇത്തരം അപകടസാധ്യതകൾ ഉണ്ടായിരുന്നുവെങ്കിൽപ്പോലും, ഞങ്ങളുടെ പഠനകാലത്ത് മൂവായിരത്തിൽപ്പരം സ്ത്രീകളുമായി ബന്ധപ്പെട്ട് അഭിമുഖസംഭാഷണം നടത്തിയതിൽ കേവലം നാനൂറ്റിമുപ്പത്താറ് സ്ത്രീകൾ മാത്രമേ തങ്ങളുടെ സ്വന്തം വീടുകളിലേക്ക് പോകാൻ ഇഷ്ടപ്പെട്ടിരുന്നുള്ളു. കൂടുതൽ സ്ത്രീകളുടെ കാര്യത്തിലും ബന്ധുക്കൾ ഇല്ലാതായതുകൊണ്ടോ കുടുംബം ശിഥിലീകരിച്ചതുകൊണ്ടോ സ്വന്തം വീടിന്റെ അഭാവത്തിലോ ആണ് തിരിച്ചുപോക്ക് അസാധ്യമായത്. വർഷത്തിൽ ഒന്നോ രണ്ടോ തവണ പശ്ചിമബംഗാളിലെ സ്വന്തം വീട് സന്ദർശിക്കാറുള്ള സ്ത്രീകൾപോലും അവരുടെ ഇപ്പോഴത്തെ ഭക്തി ജീവിതത്തിന്റെ സവിശേഷതകളെക്കൊണ്ട് ലൗകികകാര്യങ്ങളിലേർപ്പെടാനും ബാധ്യതകളേറ്റെടുക്കാനും തയാറല്ലായിരുന്നു. ഈ വിഷയം ഞാൻ പിന്നീട് വിശദീകരിക്കുന്നതാണ്. എങ്കിലും മരണംവരെ 'രാധാ' നാമം ഉച്ചരിച്ചുകൊണ്ട് ജീവിക്കാനും വ്രജധാമിൽ വെച്ചുതന്നെ കാലഗതി പ്രാപിക്കാനുമാണ് ഭൂരിഭാഗം സ്ത്രീകളും ആഗ്രഹിക്കുന്നതെന്ന് ഞാനിവിടെ രേഖപ്പെടുത്തട്ടെ.

അടുത്ത കാലത്തുണ്ടായ വൃത്താന്തങ്ങളനുസരിച്ച് ബംഗാളി സ്ത്രീകളെ ബംഗാളിലേക്കുതന്നെ തിരിച്ചയയ്ക്കാൻ പോകുന്നുവെന്ന കിംവദന്തി അവരിൽ തീർത്തും നീരസവും ഭീതിയുമുളവാക്കി. പഗ്ലബാബാ ഹോം ഉദ്ഘാടനത്തിനെത്തിയ ഉമാഭാരതി, ബംഗാളികളിലെ വിധവകളെ സ്വഗൃഹങ്ങളിൽനിന്ന് പുറത്താക്കുകയും അവരോട് മോശമായി പെരുമാറുകയും ചെയ്തതിന് ബംഗാളി സമൂഹത്തെ അധിക്ഷേപിച്ചു സംസാരിച്ചു. അപ്പോൾ അവിടെ സന്നിഹിതരായിരുന്ന ചില ബംഗാളി സ്ത്രീകൾ അത് ശക്തമായി നിഷേധിച്ചു. കേട്ടവാർത്തകൾ സത്യമല്ലെന്നും തങ്ങൾ

തങ്ങളുടെ സ്വന്തം ഇഷ്ടപ്രകാരം രാധാകൃഷ്ണഭക്തന്മാരായി ജീവിക്കാൻ ഇറങ്ങിത്തിരിച്ചവരാണെന്നും അവർ പറഞ്ഞു. അവർ ഞങ്ങളോട് ഇതു പല പ്രാവശ്യം പറഞ്ഞു എന്നതുകൊണ്ടും ഇത്തരം സ്ത്രീകളുടെ അവസ്ഥ അപകടസാധ്യതയുള്ളതാണെന്ന് അവരിൽ ശക്തമായ വിശ്വാസമുണ്ടായിരുന്നു എന്നതുകൊണ്ടുമാണ് ഞാൻ ഈ കഥ ആവർത്തിക്കുന്നത്. സ്വമനസാലെയുള്ള ഇവരുടെ കുടിയേറ്റം യഥാർഥത്തിൽ ജീവിതാവസ്ഥയുടെ പുനരാവർത്തനമാണെന്ന് അർഥമാക്കേണ്ടതില്ല. ഇത്തരം കഥകൾ ഈ തീർഥാടന നഗരത്തിലേക്കുള്ള കുടിയേറ്റക്കാരായ സ്ത്രീകൾക്ക് തിരിച്ചറിവ് സാധ്യമാക്കുന്നതിലേക്ക് വെളിച്ചം വീശുന്നു എന്നതാണ് ഇതിലെ സവിശേഷമായ വസ്തുത.

ഇത്തരം സ്ഥാപനത്തിൽ ഈ സമ്പ്രദായമനുസരിച്ച് ചില പദവികൾ നേടിയെടുക്കാൻ കഴിഞ്ഞ ചില സ്ത്രീകളെ ഞങ്ങൾ കാണുകയുണ്ടായി. ഉദാഹരണത്തിന്, ഇവിടെയെത്തിയതിനുശേഷം എല്ലാവരും കൊതിക്കുന്ന ജന്മഭർത്തി (ധാന്യം സൂക്ഷിപ്പിക്കാനും വിതരണത്തിനും ഉത്തരവാദിത്വമുള്ള) എന്ന പദവി സുസ്ഥാപിതമായ ഈ ഭജനാശ്രമത്തിൽ നേടിയെടുത്ത കുഞ്ചലത എന്ന മധ്യവയസ്ക, താൻ ബംഗ്ലാദേശിലെ സമ്പന്നമായ ഒരു വ്യാപാരികുടുംബത്തിൽനിന്നും വന്നതാണെന്ന് ഞങ്ങളോട് പറയുകയുണ്ടായി. സ്വന്തം മാതാപിതാക്കളുടെ കൂടെ കഴിഞ്ഞിരുന്ന ഒരു ശിശു വിധവയെ ഇന്ത്യാ വിഭജനത്തിനുശേഷം സുരക്ഷിതത്വത്തിനായി പശ്ചിമ ബംഗാളിലെ അതിർത്തിപ്രദേശത്തിലെ റാണാഘട്ടിലെ ഒരു ക്യാമ്പിലേക്കയച്ചു. അവളുടെ അച്ഛൻ ചെലവിനു പണമയച്ചു കൊടുക്കുകയും അവിടെവെച്ച് അവൾ തുന്നലും എംബ്രോയിഡറിയും പഠിക്കുകയും ചെയ്തു. ഏതായാലും അവിടെ താമസിച്ചുവരുമ്പോൾ അവൾ (സംഗീതജ്ഞയായ സുബ്ബലക്ഷ്മി മീരയുടെ കഥാപാത്രം അഭിനയിച്ചതാവാം) '*മീരാഭായി*' എന്ന സിനിമ കാണാനിടയാക്കുകയും ആ അനുഭവം അവളുടെ ജീവിതത്തിന് ഒരു വഴിത്തിരിവുണ്ടാക്കുകയും ചെയ്തു. മീരാഭായിക്ക് അവളുടെ ലൗകികബന്ധങ്ങൾ ഉപേക്ഷിച്ച് ഒരു ഭക്തയാകാൻ കഴിയുമെങ്കിൽ എന്തുകൊണ്ട് തനിക്കും അങ്ങനെയായിക്കൂടാ എന്ന് അവൾ ചിന്തിച്ചു. കുടുംബാംഗങ്ങളുടെയും ക്യാമ്പിലുള്ള രക്ഷാകർത്താക്കളുടെയും അപേക്ഷപോലും നിരസിച്ച് അവൾ ഒരു സംഘം തീർഥാടകരോടൊപ്പം വൃന്ദാവനത്തിലേക്ക് പോയി അവിടെ സ്ഥിരതാമസമാക്കി. അവളുടെ ഈ അവസ്ഥയിൽ അവൾ ബഹുമാനിക്കപ്പെടുകയും ഒരിക്കലും അവിടം ത്യജിക്കില്ലെന്ന പ്രതീക്ഷ അവളിൽ കാണപ്പെടുകയും ചെയ്തു.

വൃന്ദാവനത്തെപ്പറ്റിയുള്ള അവളുടെ സ്വപ്നങ്ങൾ സഫലമായോ എന്ന ഞങ്ങളുടെ ചോദ്യത്തിന് അവൾ നിർവികാരതയോടെ ഉത്തരം നൽകി: 'ആദ്യമായി ഞാനിവിടെ വന്നപ്പോൾ ഇവിടുത്തെ ഓരോ മുക്കും മൂലയും ഭക്തിസാന്ദ്രമായിരിക്കുമെന്നും പരിപാവന മൂർത്തിയുടെ സ്മരണകളുടെ സൗരഭ്യത്തോടു കൂടിയതായിരിക്കുമെന്നും കരുതി. പക്ഷേ,

പിന്നീട് മറ്റുള്ളയിടങ്ങളിലെപ്പോലെ ഇവിടെയും ഗുണദോഷസമ്മിശ്രമാണെന്ന് ഞാൻ മനസിലാക്കി.' കുഞ്ചലതയുടെ വിവരണം തന്റെ ഭാവനകളുടെയും ആഗ്രഹങ്ങളുടെയും വ്യക്തിപരമായ പുനരാവിഷ്കാരമാണെന്നതിൽ സംശയമില്ല. അവരുടെ ജീവിത്തിലുണ്ടായിരുന്ന ചില ദുരനുഭവങ്ങളെപ്പറ്റി അവർ മന:പൂർവം മൗനം പാലിക്കുകയോ നമ്മെ തെറ്റിദ്ധരിപ്പിക്കുകയോ ആവാനും സാധ്യതയുണ്ട്. എന്നാൽ, അവരുടെ ശക്തമായ സ്വാശ്രയശീലത്തിന് ഒരു കോട്ടവും തട്ടിയിരുന്നില്ല. തന്റെ ജീവിതം സ്വന്തം കൈകളിൽ സുരക്ഷിതമാക്കാനുള്ള കഴിവ് അവർക്കുണ്ടായിരുന്നു. ചില ചില കാര്യങ്ങളിൽ കുഞ്ചലത തികച്ചും വ്യത്യസ്തയായിരുന്നു. അൽപ്പം ചില സമ്പാദ്യമുള്ളവരും സ്വാശ്രയ ശീലമുണ്ടെന്നു ഭാവിക്കുന്നവരുമായ വേറെ ചില സ്ത്രീകളെയും ഞങ്ങൾ കണ്ടുമുട്ടി. വിധവകളിൽ സുസ്ഥിതിയുള്ള ചിലർ ഇടയ്ക്കിടയ്ക്ക് പശ്ചിമബംഗാളിലെ തങ്ങളുടെ ഗ്രാമങ്ങളിൽ പോവുകയും തിരിച്ചുവരുമ്പോൾ സന്ദർശനത്തിനും സ്ഥിരതാമസത്തിനും മറ്റു സ്ത്രീകളെയും കൊണ്ടുവരികയും ചെയ്തുവെന്നതിന് ഞങ്ങൾക്ക് ധാരാളം തെളിവുകൾ കിട്ടി. അങ്ങനെ ഭജനാശ്രമത്തിലേക്ക് തുടർച്ചയായി സ്ത്രീകളുടെ ആഗമനമുണ്ടായിക്കൊണ്ടിരുന്നു. വൃന്ദാവനത്തിൽ ജീവിക്കുന്ന സ്ത്രീകളിൽ വലിയൊരു ശതമാനം വൈഷ്ണവപാരമ്പര്യമുള്ളവരായിരുന്നു; അല്ലാത്തവരുമുണ്ടായിരുന്നു. വൃന്ദാവനത്തിൽ കാലാകാലങ്ങളിൽ എത്തിച്ചേരുന്ന തീർഥാടക സംഘങ്ങളിൽപ്പെട്ട സ്ത്രീകളിൽ ചിലർ കൂടുതൽ കാലം ഇവിടെ താമസിക്കാനിഷ്ടപ്പെട്ടിരുന്നു. വൃന്ദാവനത്തിലേക്കുള്ള പ്രധാന ഉത്സവകേന്ദ്രമായ നവദ്വീപിലെ സന്ദർശന വേളയിലാണ് ഈ ധാരണ സ്ഥിരീകരിക്കാൻ കഴിഞ്ഞത്. യുവതികളും നിരാധാരരും നിരാലംബരുമായ സ്ത്രീകൾ വൃന്ദാവനത്തിലേക്ക് ഈ വഴികളിൽക്കൂടി എത്തുമ്പോൾ സ്വമനസാലെയുള്ള കുടിയേറ്റവും വാണിഭക്കാരുടെ വിക്രിയകളും ബുദ്ധിമുട്ടുണ്ടാക്കുന്നു. എന്നാൽ, വാണിഭക്കാരുടെ ശൃംഖലാ പ്രവർത്തനങ്ങൾ പശ്ചിമബംഗാളിലും വൃന്ദാവനത്തിലും നിലവിലുണ്ടായിരുന്നുവെന്നതിന് ഞങ്ങളുടെ ആദ്യ സന്ദർശനം തെളിവുകൾ നൽകി.

പ്രകൃതി ദുരന്തങ്ങളും സാമൂഹികാസ്വാസ്ഥ്യങ്ങളും കാരണം വളരെയധികം ആളുകൾ കുടിയേറ്റക്കാരായി എത്തുന്നുണ്ടെന്നും സാധാരണ ഒറ്റയ്ക്കു വരുന്ന സ്ത്രീകളേക്കാൾ കുടുംബസമേതം വരുന്നവരാണ് കൂടുതലെന്നും ഞങ്ങൾക്കു മനസിലായി. ഇത്തരം കുടുംബങ്ങൾ അൽപ്പകാലം തങ്ങിയതിനുശേഷം നാട്ടിലെ സ്ഥിതിഗതികൾ ശാന്തമാകുമ്പോൾ തിരിച്ചു പോകുകയും ചെയ്യാറുണ്ട്. വൃന്ദാവനത്തിന്റെ പ്രാന്തപ്രദേശത്തിലെ ഒരു ജ്ജുഗ്ഗിയിൽ താമസിക്കുന്ന മൂർഷിദാബാദിൽനിന്നും വന്ന അത്തരമൊരു കുടുംബത്തെ ഞങ്ങളുടെ പര്യടനത്തിനിടയിൽ കാണാൻ സാധിച്ചു. നാട്ടിലെ വെള്ളപ്പൊക്കം മൂലം കഴിഞ്ഞവർഷം വൃന്ദാവനത്തിലേക്ക് വന്നതാണെന്ന് അവർ പറഞ്ഞു. പുരുഷൻ റിക്ഷാക്കാരനും അവന്റെ ഭാര്യ വീട്ടുജോലിക്കാരിയുമായിരുന്നു. ഒരു തീർഥാടനകേന്ദ്ര

മായ വൃന്ദാവനത്തിൽ എന്തെങ്കിലും ജോലി ലഭിക്കുമെന്ന് അവർ പ്രതീക്ഷിച്ചിരുന്നു. പക്ഷേ, അവർ ഉടനെതന്നെ മൂർഷിദാബാദിലേക്ക് മടങ്ങുമെന്നും പറഞ്ഞു. അതിഘോരമായ കൊടുങ്കാറ്റു കാരണം ഒറീസയിൽനിന്നുമുള്ള ആളുകളുടെ വരവും വളരെയധികമായിരുന്നുവെന്ന് ഞങ്ങൾ കണ്ടെത്തി.

ഞങ്ങൾ ആദ്യ സന്ദർശനവേളയിൽ, ബാലാജി ആശ്രമത്തിൽ താമസിക്കുന്നതിനിടെ പശ്ചിമബംഗാളിലെ നാഭിയയിൽനിന്നുമുള്ള ഒരു യുവാവ് ഞങ്ങളുടെ മുറി അടിച്ചു വൃത്തിയാക്കുന്നതു കണ്ടു. അവൻ കോളെജിൽ പഠിക്കുകയായിരുന്നുവെന്നും വിദ്യാഭ്യാസം പൂർത്തിയാക്കിയാൽപ്പോലും അവിടെ ജോലി ലഭിക്കുക ദുസ്സാധ്യമാണെന്നും കണ്ടതുകൊണ്ടാണ് ഒരു ജോലിയന്വേഷിച്ച് വൃന്ദാവനത്തിലെത്തിയത് എന്നും പറഞ്ഞു. ഇത്തരം ജോലികൾ പശ്ചിമബംഗാളിൽത്തന്നെ കിട്ടുകയില്ലേ എന്ന ചോദ്യത്തിന് വൃന്ദാവനത്തിലെ ബന്ധുക്കളുടെ നിർദേശപ്രകാരമാണ് ഇങ്ങോട്ടു വന്നതെന്നായിരുന്നു മറുപടി. അടുത്ത തവണ ഞങ്ങൾ ബാലാജി ആശ്രമത്തിൽ താമസിച്ചപ്പോൾ അയാൾ അവിടെയുണ്ടായിരുന്നില്ല. അവൻ അവന്റെ ഔദ്യോഗിക സ്വപ്നങ്ങൾ സഫലീകരിച്ചോ എന്നൊന്നും ഞങ്ങൾക്കറിയാനായില്ല. ഇത്തരം സ്ഥിതിവിശേഷം തീരെ അപൂർവമല്ലായിരിക്കാം. ഔദ്യോഗികമായി നല്ല ജോലി ലഭിക്കാൻ പ്രയാസമായി വരുമ്പോൾ വിദ്യാസമ്പന്നരായ ചെറുപ്പക്കാർ അന്യദേശത്ത് പോയി താഴ്ന്ന ജോലികളിലേർപ്പെടുകയും അതുവഴി കുടുംബത്തിൽനിന്നുള്ള ചോദ്യങ്ങളും കുറ്റപ്പെടുത്തലുകളും ഒഴിവാക്കാൻ ശ്രമിക്കുകയും ചെയ്യാറുണ്ട്. ഈ തീർഥാടനകേന്ദ്രം ഇപ്പോഴും അത്തരം സന്ദർഭങ്ങൾ ഒരുക്കിക്കൊടുക്കാറുണ്ട്.

II

ആദ്യത്തെ രംഗനിരീക്ഷിണത്തിനു ശേഷം ഫീൽഡ് റിസർച്ച് ഓപ്പറേഷൻ നെറ്റ്‌വർക്ക് (FRON) എന്ന സ്ഥാപനത്തിന് ഇത്തരം കാര്യങ്ങളിൽ കൂടുതൽ അനുഭവജ്ഞാനമുണ്ടെന്നും ഞങ്ങൾക്കു വേണ്ട വിവരങ്ങൾ നൽകാൻ പര്യാപ്തമാകുമെന്നും ഞങ്ങൾ മനസിലാക്കി. ഞങ്ങളുടെ ആദ്യയാത്രയ്ക്കു ശേഷം ഇത്തരം സ്ത്രീകളുടെ വീടുകൾ തോറുമുള്ള കണക്കെടുപ്പിന് ഏതാണ്ട് പതിനാറായിരം വീടുവരെ വേണ്ടിവരുമെന്ന് ഞങ്ങൾ കരുതി. പക്ഷേ, കൂടുതൽ പരിശോധിച്ചപ്പോൾ അത് അയ്യായിരത്തിനും ആറായിരത്തിനു ഇടയിൽ മാത്രമേ വേണ്ടൂ എന്ന് ഞങ്ങൾ കണ്ടു. ഈ ജോലിയുടെ വലുപ്പം ഞങ്ങൾക്ക് ഒരു വെല്ലുവിളിയും ഉദ്വേഗജനകവുമായിരുന്നു. ബംഗാളിൽനിന്നും വന്ന നിരാലംബരായ വിധവകളെപ്പറ്റി മാത്രം അന്വേഷിക്കാമെന്നാണ് ഞങ്ങൾ ആദ്യം തീരുമാനിച്ചത്. പക്ഷേ, ഈ അന്വേഷണത്തിനിടയിൽ വിധവകൾക്കു പുറമെ ഗാർഹിക പീഡനം സഹിക്കവയ്യാതെ എത്തിയവരായ വിവാഹിതകളെയും നിരാലംബരായ സ്ത്രീകളെയും ഞങ്ങൾ കണ്ടുമുട്ടി.

ആസാം, മണിപ്പൂരി, ഒറിയ എന്നിവിടങ്ങളിൽ നിന്നും സംഖ്യയിൽ ഒട്ടും കുറവല്ലാത്ത സ്ത്രീകളെയും ഞങ്ങൾക്ക് കാണാനിടയായി. ഇവിടെയും കുടിയേറ്റക്കാരുടെ സമ്പ്രദായവുമായി ബന്ധമുണ്ടെന്നും ഇത്തരം എല്ലാ സംസ്ഥാനങ്ങളിലും വൈഷ്ണവമതം വളരെ ശക്തമായി പ്രാബല്യത്തിലുണ്ടായിരുന്നുവെന്നും കാണപ്പെട്ടു.

ഏതാനും ബംഗാളി സ്ത്രീകൾ പശ്ചിമബംഗാളിൽനിന്നും വന്നവരല്ലെന്നും 1970-ലെ രക്തരൂക്ഷിതമായ സംഭവങ്ങൾമൂലം ബംഗ്ലാദേശിൽനിന്നോ ത്രിപുര, മധ്യപ്രദേശ് എന്നീ സംസ്ഥാനങ്ങളിലുള്ള അഭയകേന്ദ്രങ്ങളിൽനിന്നോ വന്നവരാണെന്നും ഞങ്ങൾക്ക് മനസിലാക്കാൻ സാധിച്ചു. സർവേക്കാലത്ത് ഇത്തരം സ്ത്രീകളുടെ സംഖ്യ ഏകദേശം മൂന്നൂറായിരുന്നു. മുമ്പ് ഇതേപോലെ സർവേ ഇല്ലാതിരുന്നതുകൊണ്ടും ഇരുപതോ മുപ്പതോ വർഷങ്ങൾക്കുമുമ്പ് വന്ന സ്ത്രീകളിലധികവും മരണപ്പെട്ടുപോയതുകൊണ്ടും കുടിയേറ്റ സമ്പ്രദായത്തിന്റെ താരതമ്യ പഠനം ഞങ്ങൾക്ക് പ്രയാസമായിരുന്നു. എന്നാൽ, വൃന്ദാവനത്തിലേക്കുള്ള ബംഗാളി വിധവകളുടെ കുടിയേറ്റം കാലാന്തരത്തിൽ നാമമാത്രമായി എന്നു പറഞ്ഞു കൂടാ. ജനസംഖ്യാശാസ്ത്രപരമായി സങ്കുചിത ചിന്താഗതിക്കാർ ഉയർത്തിക്കാട്ടുന്നത്ര വലിയ മാറ്റങ്ങൾ ഉണ്ടായിട്ടില്ലെന്നു പറയാൻ കഴിയും. എന്നിരുന്നാലും പശ്ചിമബംഗാളിലെ ചില ജില്ലകളിൽനിന്നും പ്രാന്തപ്രദേശങ്ങളിൽനിന്നും യുവതികളും വിവാഹിതരും അവിവാഹിതരുമായ സ്ത്രീകളെ അവരുടെ കുടുംബാംഗങ്ങളോ അയൽവാസികളോ വൃന്ദാവനത്തിലേക്കു കൊണ്ടുവരുന്ന അസ്വസ്ഥജനകമായ ഒരു പ്രവണത നിലവിലുണ്ടായിരുന്നു. ഈ പ്രവണത പിൽക്കാലത്ത് കൂടിയിരിക്കാം.

ആയിരത്തിത്തൊള്ളായിരത്തി തൊണ്ണൂറ്റി ഒൻപത് ഒക്ടോബർ 27-നും നവംബർ ഒന്നിനും ഇടയ്ക്ക് ഞങ്ങൾ ഏകോപനസമിതിക്കാരുടെ കൂടെ നടത്തിയ സാധ്യതാ സർവേയിൽനിന്നാണ് ഈ നിഗമനങ്ങളിലെ ചില സത്യങ്ങൾ മനസിലായത്. താൽക്കാലികമായി താഴെ പറയുന്ന സ്ഥിതി വിവരക്കണക്കിനെ സംബന്ധിക്കുന്ന ഒരു ചോദ്യാവലി ഞങ്ങൾ തയാറാക്കിയിരുന്നു. കക്ഷികളുടെ വീട്ടുമേൽ വിലാസം, വൃന്ദാവനത്തിലെ അവരുടെ മേൽവിലാസം, അവരുടെ ബന്ധുക്കളുടെ കൂടെയാണോ ഒറ്റയ്ക്കാണോ താമസിച്ചത് എന്ന്, ജീവിതമാർഗത്തിന്റെ ഉറവിടം, അവർക്ക് ലഭ്യമായിരുന്ന സൗകര്യങ്ങൾ എന്നിവ ഇതിൽ ഉൾപ്പെട്ടിരുന്നു. ചോദ്യാവലിയിൽ, അവർ തിരിച്ചുപോകാൻ ഇഷ്ടപ്പെടുന്നുണ്ടോ, ജീവിതമാർഗം നന്നാക്കാനുള്ള ശ്രമം തുടരുന്നുണ്ടോ എന്നിവ ഉൾപ്പെടുത്തിയിരുന്നു. സർവേ സഹായികളായ പ്രവർത്തകരോട് ഈ സ്ത്രീകൾക്ക് മാനസികമോ ശാരീരികമോ ആയ വല്ല ദൗർബല്യങ്ങളുമുണ്ടോ എന്ന് നിരീക്ഷിക്കണമെന്നും അതിനാധാരമായ വസ്തുതകളുണ്ടെങ്കിൽ അതു ശേഖരിക്കണമെന്നും ഞങ്ങൾ നിർദേശിച്ചിരുന്നു. സാധ്യതാ പഠനത്തിനിടയിൽ സർവേ സഹായികളുടെ പരിശീലനത്തിനായി സമിതി

ഏകോപനക്കാർ നൂറ്റിയെട്ട് സ്ത്രീകളെ അഭിമുഖം ചെയ്യാൻ ഈ ചോദ്യാവലി ഉപയോഗിച്ചിരുന്നു. മറ്റുള്ള സ്ഥലങ്ങളിൽ താമസിക്കുന്നവരായിരുന്നുവെങ്കിലും സങ്കീർത്തനത്തിന്റെ സമയത്ത് ഈ സ്ത്രീകളെല്ലാവരും പതിവായി വൃന്ദാവനത്തിലെ ഭജനാശ്രമങ്ങളിൽ എത്താറുമുണ്ടായിരുന്നു. സങ്കീർത്തനത്തിനു മുമ്പും ശേഷവും അവരുടെ വാസസ്ഥലത്തു ചെന്നും ഈ സംഘം അഭിമുഖം നടത്തിയിരുന്നു. അമർബാരിയിൽ ഗിൽഡ് ഓഫ് സർവീസ് നടത്തിയിരുന്ന എ ഐ ഡബ്ല്യൂ സിയിൽ താമസിച്ചിരുന്നവരെപ്പറ്റിയും അവർ യാത്രാവസരത്തിൽ സർവേ നടത്തി.

ലൈബ്രറിയും രേഖകളുടെ ചെറിയൊരു ശേഖരവും ഒരു അതിഥി മന്ദിരവുമടങ്ങുന്ന വൃന്ദാവൻ ഷോധ് സൻസ്ഥാൻ എന്ന ഒരു സ്ഥാപനം ഞങ്ങൾ സന്ദർശിച്ചു. അവിടുത്തെ ലൈബ്രേറിയൻ ഗോപാൽ ഘോഷ്, ഞങ്ങളുടെ ദീർഘസന്ദർശനവേളയിൽ ഞങ്ങൾക്ക് അതിഥിമന്ദിരത്തിൽ താമസസൗകര്യം ഒരുക്കിത്തരാനാവുമെന്നും, വൃന്ദാവനത്തിന്റെ ചരിത്രപരവും ഭൂമിശാസ്ത്രപരവുമായ വിലപ്പെട്ട വിവരങ്ങൾ ലഭ്യമാക്കിത്തരാമെന്നും വാഗ്ദത്തം ചെയ്തു. സർവേയുടെ മേൽനോട്ടം വഹിക്കാൻ ചെല്ലുമ്പോഴെല്ലാം പലപ്പോഴായി ഞാനും സൻസ്ഥാനിൽ താമസിച്ചിട്ടുണ്ട്. രാധയുടെ പ്രിയങ്കരനായ കൃഷ്ണന്റെ കറുപ്പുനിറംപോലെ കറുത്ത തൊലിയോടെയുള്ള തമാൽ വൃക്ഷങ്ങളുടെ ഭംഗിയും കുളിർമയും ശാന്തതയും ഞാനാസ്വദിച്ചു. വിധവകൾ കൂടുതലായി താമസിക്കുന്നയിടങ്ങളും അവർ ഇടയ്ക്കിടെ സന്ദർശിക്കുന്ന അമ്പലങ്ങൾ, ഛത്രങ്ങൾ, ഘട്ടങ്ങൾ, ഭജനാശ്രമങ്ങൾ എന്നിവയെപ്പറ്റിയും ഗോപാൽഘോഷ് ഞങ്ങൾക്ക് വിവരങ്ങൾ തന്നു. അദ്ദേഹം തന്ന അറിവിന്റെ അടിസ്ഥാനത്തിൽ വളരെ കുറച്ചു മാത്രം സ്ത്രീകൾ താമസിച്ചിരുന്ന ഗോവർധനിലെ ഒരു പ്രധാനപ്പെട്ട അഖാരം ഞങ്ങൾ കണ്ടുപിടിച്ചു. കൂടുതൽ സ്ത്രീകൾ എല്ലാ ദിവസവും സങ്കീർത്തനത്തിനു വന്നിരുന്ന വൃന്ദാവനത്തിലെ ഭൗജിഅമ്പലം സന്ദർശിക്കാൻ അദ്ദേഹം എന്നോടു പറഞ്ഞു. ഒരു ഭക്തയെന്ന നിലയിൽ ഞാനവിടെ ചെന്നപ്പോൾ, ദേവദർശനത്തിനായി ഒരു ചെറിയ സംഖ്യ അടയ്ക്കണമെന്നറിഞ്ഞു. ദിവസേന രണ്ടായിരം സ്ത്രീകൾക്ക് ഭക്ഷണത്തിനായാണ് ഈ പണമുപയോഗിക്കുന്നതെന്ന് ക്ഷേത്രാധികാരികൾ തന്ത്രപൂർവം അറിയിച്ചു. എന്നാൽ, യാഥാർഥ്യമെന്താണ്? സങ്കീർത്തനം കഴിഞ്ഞാൽ പ്രാതലിനും അത്താഴത്തിനുമായി നാമമാത്രമായ അരിയും പരിപ്പും രണ്ടുരൂപയും പുതപ്പുമായിരുന്നു ഈ വിധവകൾക്ക് കിട്ടിയിരുന്നത്.

മഥുരയിലെ ജില്ലാ ഭരണകൂടത്തിന്റെ സഹായത്തോടെ ഞങ്ങളുടെ ഗവേഷണസംഘത്തിന് വൃന്ദാവൻ ഷോധ് സൻസ്ഥാൻ താൽക്കാലിക ഭവനമാക്കാൻ സാധിച്ചു. മിക്കപ്പോഴും ഞങ്ങളുടെ ഉറക്കം കെടുത്തിവരാന്തയിൽ കടിപിടികൂട്ടി ബഹളമുണ്ടാക്കുന്ന കുരങ്ങന്മാരൊഴിച്ചാൽ ആ സ്ഥലത്ത് മറ്റു ശല്യങ്ങളൊന്നുമുണ്ടായിരുന്നില്ല. ബജ് രംഗബാലിയാൽ (രാമഭക്തനെന്ന നിലയിൽ പ്രശസ്തനായ കുരങ്ങൻ) സുരക്ഷിതരാ

ണ്ണെന്ന് തമാശയായി ഞങ്ങൾ പറയാറുണ്ടായിരുന്നു. സംഘാംഗങ്ങൾ അവരുടെ താമസത്തിനിടയിൽ രണ്ടായി പിരിയുകയും അവരിലൊരു സംഘം രണ്ടാമത്തെ സ്വകാര്യ അതിഥിമന്ദിരത്തിൽ താമസമാക്കുകയും ചെയ്തു. കൂടുതൽ ആളുകൾക്ക് ഒരുമിച്ച് ഭക്ഷണം വിളമ്പാനുള്ള അസൗകര്യംമൂലം പാചകത്തിനുള്ള ക്രമീകരണങ്ങൾ രണ്ടു അതിഥി മന്ദിരങ്ങളിലും ഏർപ്പാടു ചെയ്തിരുന്നു. സൻസ്ഥാനിലെ താഴെ നിലയിലുള്ള ഇടത്തരം മുറി കംപ്യൂട്ടർ ഉപയോഗിക്കാനായി തെരഞ്ഞെടുത്തു. അത് കുരങ്ങന്മാരുടെ ശല്യത്തിൽനിന്നൊഴിവാക്കാൻ ജോലിയില്ലാത്തപ്പോൾ പൂട്ടിയിട്ടു. 2000 ജനുവരി മുതൽ ഫിബ്രുവരിവരെ രണ്ടുമാസം പൂർണമായ ജനസംഖ്യാ കണക്കെടുപ്പിനായി വൃന്ദാവനത്തിൽ സംഘം താമസിച്ചു.

വൃന്ദാവനത്തിൽ മാത്രമല്ല, രാധാകുണ്ഡ്, ഗോവർധനം, ഗോകുലം, മഥുര, ബർസാന, നന്ദഗോൺ എന്നിവിടങ്ങളിലും നിരാധാരരായ സ്ത്രീകൾ താമസിച്ചിരുന്നതായി സർവേക്കിടയിൽ ഞങ്ങൾ മനസിലാക്കി. ഈ സ്ഥലങ്ങൾ പവിത്ര വ്രജധാം എന്നു വിളിക്കപ്പെട്ടിരുന്നു. സ്ത്രീകൾ തങ്ങളുടെ ഉപജീവനമാർഗത്തിനുവേണ്ടിയും ഭക്തിമാർഗാവലംബനത്തിനു വേണ്ടിയും വിവിധ ഭജനാശ്രമങ്ങളിൽ സന്നിഹിതരായിരുന്നു. വൃന്ദാവനം, താനാ പ്രദേശങ്ങളിൽ സ്ത്രീകളെ താമസിപ്പിക്കാനുള്ള ഏഴു ഭജനാശ്രമങ്ങളിൽ രണ്ടെണ്ണം വലുതും അഞ്ചെണ്ണം ചെറുതുമായിരുന്നു. അതേപോലെ ഗോവർധനം, രാധാകുണ്ഡ്, നന്ദഗോൺ എന്നിവിടങ്ങളിൽ ഓരോന്നു വീതവും ബർസാനയിൽ രണ്ടു ഭജനാശ്രമങ്ങളുമുണ്ടായിരുന്നു. മഥുരയിൽ ഭജനാശ്രമങ്ങളൊന്നുമുണ്ടായിരുന്നില്ലെന്ന് ഞങ്ങൾ കണ്ടു. അവിടെ ജീവിച്ചിരുന്ന സ്ത്രീകൾ മറ്റു സ്ഥലങ്ങളിലെ ജനക്കൂട്ടത്തിലേക്ക് എല്ലാ ദിവസവും പ്രയാസകരമായ കാൽനട പ്രയാണം നടത്തിയിരുന്നു. സങ്കീർത്തനത്തിലൊടുവിൽ ഭജനാശ്രമത്തിലെ സ്ത്രീകളുമായുള്ള കൂടിക്കാഴ്ചയിൽ ഞങ്ങൾ എണ്ണം തെറ്റിപ്പോകാതിരിക്കാനായി അവരുടെ ഇടതു പെരുവിരലിൽ എളുപ്പം മായാത്ത മഷികൊണ്ട് അടയാളമിട്ടിരുന്നു.

വൃന്ദാവൻ മുനിസിപ്പൽ കോർപ്പറേഷന്റെ ഉദ്യോഗസ്ഥരുമായുള്ള കൂടിയാലോചനയിൽ ഭൂമിശാസ്ത്രപരമായി മൊഹല്ലകളായി വിഭജിച്ച പ്രദേശങ്ങളെക്കൂടി ശ്രദ്ധിക്കാൻ ഞങ്ങൾ തീരുമാനിച്ചിരുന്നു. അങ്ങനെ അൻപത്തിമൂന്ന് മൊഹല്ലകളായി തരംതിരിച്ച വൃന്ദാവനപ്രദേശത്തിലെ എല്ലാ വീട്ടുകാരെപ്പറ്റിയും വീടു വീടാന്തരമുള്ള ഒരു സർവേ ഞങ്ങൾ നടത്തുകയും അവരിൽ നിരാധാരരായ എല്ലാ സ്ത്രീകളുമായും അഭിമുഖ സംഭാഷണം നടത്തുകയും ചെയ്തു. ഈയവസരത്തിൽ ഭജനാശ്രമങ്ങളിൽ വെച്ച് കണ്ടുമുട്ടിയ സ്ത്രീകളെ ഒഴിവാക്കി: അവർ തന്നിരുന്ന മേൽവിലാസങ്ങൾ പുനഃപരിശോധിക്കുകമാത്രം ചെയ്തു. ഭജനാശ്രമങ്ങളിൽനിന്നും ക്ഷേത്രങ്ങളിൽനിന്നും ലഭിക്കുന്ന ഭിക്ഷയല്ലാതെ ഉപജീവനത്തിന് മറ്റൊരു മാർഗവുമില്ലാതിരിക്കുക എന്നതായിരുന്നു അഗ

തികളുടെ മാനദണ്ഡം. ഇങ്ങനെയുള്ള സ്ത്രീകളുടെ പെൻഷൻ, ചെറിയ സമ്പാദ്യം, ക്ഷേത്രങ്ങളിൽനിന്നും വീടുകളിൽ നിന്നും കിട്ടുന്ന ജോലിക്കൂലി കുടുംബാംഗങ്ങളിൽനിന്നും ലഭിക്കുന്ന ധനസഹായം എന്നിവ വരുമാനമായി കണക്കാക്കി. ഭൂസ്വത്തുള്ളവർ, സ്ഥിരതാമസക്കാർ, ദരിദ്രരാണെങ്കിലും ദീർഘകാലത്തേക്കും ഇടക്കാലത്തേക്കുമായി കുടുംബാഗംങ്ങളോടുകൂടി വ്രജധാമിൽ വരികയും താമസമാക്കുകയും ചെയ്തവർ, ഉപജീവനത്തിന് മറ്റു മാർഗമുള്ളവർ– ഇവരെയെല്ലാം ഞങ്ങൾ ഒഴിവാക്കി. ദാരിദ്ര്യത്തിൽ ജീവിക്കുന്നവരിൽ പലരെയും നിരാധാരരെന്ന് വിളിക്കാൻ കഴിയില്ല. എന്തെന്നാൽ അവർക്ക് റേഷൻകാർഡ് ലഭിക്കയോ വോട്ടർ പട്ടികയിൽ പേരു ചേർക്കപ്പെടുകയോ കാരണം ഒരു സാമൂഹ്യ പദവി ലഭിച്ചിട്ടുണ്ട്. കൂടാതെ അവർ അവരുടെ കുടുംബാംഗങ്ങളോടൊത്ത് ജീവിച്ചിരുന്നതിനാൽ വിഷമസ്ഥിതിയിൽ അവർക്ക് ആശ്രയത്തിന് സാധ്യതയുമുണ്ടായിരുന്നു.

ആരംഭത്തിൽ ഞാൻ സൂചിപ്പിച്ചതുപോലെ വൃന്ദാവനത്തിലെ നിരാലംബരായ സ്ത്രീകളെല്ലാം വിധവകളായിരുന്നുവെന്ന ഒരു തെറ്റിദ്ധാരണയുണ്ടായിരുന്നു. പക്ഷേ, വിധവകളെക്കാൾ പല സാഹചര്യങ്ങളിൽ ഭർത്താക്കന്മാരിൽ ഉപേക്ഷിക്കപ്പെട്ടവരും ഉത്തർപ്രദേശ് ഒഴികെയുള്ള സംസ്ഥാനങ്ങളിൽനിന്ന് വീടു വിട്ട് കുടിയേറിയവരും ദുഃഖിതകളുമായ ഒരു വിഭാഗം സ്ത്രീകളുമുണ്ടായിരുന്നുവെന്ന് ഞങ്ങൾക്ക് ഉടനെതന്നെ മനസിലായി. അവിവാഹിതകളാണെന്ന് അവകാശപ്പെടുന്ന ചില സ്ത്രീകളും അവിടെയുണ്ടായിരുന്നു. അങ്ങനെ നിരാലംബത്വത്തിന്റെ ഏകമാനദണ്ഡം വൈധവ്യമല്ലെന്ന നിഗമനത്തിലെത്തുകയും വിധവകളല്ലാത്തവരെയും സാമ്പത്തിക ദുരിതമനുഭവിക്കുന്നവരെയും ഈ സർവേയിൽ നിന്നും ഒഴിവാക്കാൻ കഴിയില്ലെന്നു ഞങ്ങൾ കരുതുകയും ചെയ്തു. താരതമ്യേന സാമ്പത്തിക ശേഷിയുള്ള ഗൃഹസ്ഥരോട് ദുരിതമനുഭവിക്കുന്ന ഏതെങ്കിലും സ്ത്രീക്ക് സംരക്ഷണം നൽകിയിട്ടുണ്ടോ എന്നു കൂടി ഞങ്ങൾ ചോദിച്ചു. ഇത്തരം സംഗതികളറിയാൻ ഞങ്ങൾ സ്ത്രീകളുമായി വെവ്വേറെ അഭിമുഖസംഭാഷണം നടത്തി. യഥാക്രമം ഏഴും അഞ്ചും മൊഹല്ലകളായി വിഭജിച്ച ഗോവർധനത്തിലും രാധാകുണ്ഡിലും ഇതേ രീതി തന്നെയായിരുന്നു സർവേയിൽ ഉപയോഗിച്ചിരുന്നത്. ഞങ്ങൾ സർവേ നടത്താനുദ്ദേശിച്ച ബർസാന, നന്ദഗോൺ, ഗോകുലം, മഥുര എന്നിവിടങ്ങളിൽ ജനസംഖ്യ വളരെ കുറവായതിനാൽ ചെറുഘടകങ്ങളായാണ് ഞങ്ങൾ അഭിമുഖം നടത്തിയത്. രാധാകുണ്ഡിൽ ഒട്ടേറെ മണിപ്പൂരി സ്ത്രീകളുള്ളതായി ഞങ്ങൾ കണ്ടു. അവരുടെ കണക്കെടുത്തെങ്കിലും അഭിമുഖസംഭാഷണം നടത്തിയിരുന്നില്ല.

III

ഞങ്ങൾ അഭിമുഖം നടത്തിയ 2,910 സ്ത്രീകളിൽ 2,113 പേർ പശ്ചിമ ബംഗാളിൽനിന്നും നേരിട്ടു വന്നവരായിരുന്നു. ബാക്കിയുള്ളവരിൽ 297

സ്ത്രീകൾ ബംഗ്ലാദേശിൽ (മുമ്പത്തെ കിഴക്കൻ പാക്കിസ്ഥാൻ) നിന്നും 500 ബംഗാളി സ്ത്രീകൾ മറ്റു സംസ്ഥാനങ്ങളിൽനിന്നുമായിരുന്നു. ഞങ്ങളുടെ സർവേകാലത്ത് 'പരിക്രമ'യിൽ പങ്കെടുക്കാൻ പോയതുകൊണ്ടോ സ്വന്തം ഗ്രാമങ്ങൾ സന്ദർശിക്കാൻ പോയതുകൊണ്ടോ 92 സ്ത്രീകളെ ഞങ്ങൾക്ക് കണ്ടെത്താനായില്ല. രാധാകുണ്ഡിൽ ബംഗാളി മായികളുടെ ഒരു കോളനിയുണ്ടെന്നു പറഞ്ഞുതന്നതനുസരിച്ച് ഞങ്ങൾ അവിടെയെത്തിയപ്പോൾ, ബംഗാളികളെന്ന് തെറ്റിദ്ധരിപ്പിക്കപ്പെട്ട മണിപ്പൂരി ഭക്തകളെയാണ് കാണാൻ കഴിഞ്ഞത്. അവരുടെ എണ്ണമെടുത്തെങ്കിലും അവരുമായി അഭിമുഖം നടത്തിയില്ല.

സ്ത്രീകളിൽ വലിയൊരു വിഭാഗം അതായത് 2,064 പേരും നിരക്ഷരരായിരുന്നു. അടുത്തൊരു വിഭാഗം വിദ്യാഭ്യാസമുള്ളവരായിരുന്നെങ്കിലും സ്കൂളിൽ പോകാത്തവരോ അഥവാ പ്രൈമറിതലത്തിലോ സെക്കണ്ടറി തലത്തിലോ വിദ്യാഭ്യാസം നേടിയവരോ ആയിരുന്നു. പതിനെട്ടു സ്ത്രീകൾ കോളെജിൽ പോയിട്ടുള്ളവരും പത്തുപേർ സർവകലാശാലബിരുദത്തിനുമപ്പുറം വിദ്യാഭ്യാസമുള്ളവരുമായിരുന്നു എന്നതാണ് രസാവഹമായ ഒരു കാര്യം. ഉദാഹരണത്തിന്, അവിടെ മുംബെയിൽനിന്നും വന്ന വൃദ്ധയായ ഒരു പാർസി സ്ത്രീയുണ്ടായിരുന്നു. അവർക്ക് ഒരു സ്കൂളിൽ ജോലിയുണ്ടായിരുന്നെങ്കിലും ആരോഗ്യം ക്ഷയിച്ചപ്പോൾ നിരാലംബയായ അവർ വൃന്ദാവനത്തിലെ അമർബാരിയിൽ എത്തുകയും അവിടെ അഭയം പ്രാപിക്കുകയും ചെയ്തു. തനിക്കിവിടെ വളരെ നല്ല ശ്രദ്ധകിട്ടുന്നുണ്ടെന്നും ആരും തന്റെ കാര്യങ്ങളിലിടപെടാറില്ലെന്നും അവർ പറഞ്ഞു. ആശ്രയിക്കാനൊരു കുടുംബമുണ്ടായിരുന്നില്ലെന്നതുകൊണ്ട് മറ്റുള്ളവരെപ്പോലെ അവർക്ക് യാതൊരു പശ്ചാത്താപവുമുണ്ടായിരുന്നില്ല.

ഞങ്ങൾ അഭിമുഖം നടത്തിയവരിൽ 60–71 വയസ്സുള്ളവ (654)രായിരുന്നു കൂടുതലും. അവരിലും പത്തും ഇരുപതും മുപ്പതും വയസ്സ് ഇളപ്പമുള്ള യുവതികളുടെ സംഖ്യയും അഗണ്യമായിരുന്നില്ല. യഥാർഥത്തിൽ മുപ്പതു വയസുവരെ പ്രായമുള്ള ചെറുപ്പക്കാരികളുടെ സംഘമാണ് രണ്ടാമത്തെ വലിയ സംഘം (507). ഇതായിരിക്കും അടുത്തകാലത്തുണ്ടായ വലിയ പ്രവണത. കൂടുതൽ പേർ (1,525) വിധവകളായിരുന്നെങ്കിലും ഭർത്താവിനോടും കുടുംബത്തോടുമൊപ്പം താമസിക്കുന്ന സ്ത്രീകളും (970) ഇല്ലാതില്ല. 82 പേർക്ക് ഭർത്താക്കന്മാരുണ്ടെങ്കിലും അവരോടൊന്നിച്ച് സ്ഥിരമായി താമസിക്കാത്തവരാണെന്നും 89 പേർ പല കാരണങ്ങളാലും ഭർത്താക്കന്മാരെ ഉപേക്ഷിച്ചവരാണെന്നും അറിയാൻ കഴിഞ്ഞു. പിന്നീടുള്ള 148 പേർ ഉപേക്ഷിക്കപ്പെട്ട ഭാര്യമാരായിരുന്നു. അവിവാഹിതകളെന്നു പറഞ്ഞ സ്ത്രീകളുടെ (87) സംഖ്യ വളരെ കുറവായിരുന്നെങ്കിലും പ്രധാനപ്പെട്ട ഒരു ന്യൂനപക്ഷമായിരുന്നു അത്. അഭിമുഖം നടത്തിയവർക്കിടയിൽ ഭജനാശ്രമങ്ങളെമാത്രം ആശ്രയിക്കുന്ന വലിയ ഒരു സംഖ്യ (1,160)യുണ്ട്. അവിടെ വേറെ ചെറിയ സംഘങ്ങൾ (272) ഉണ്ടെങ്കിലും അവർ ഭജനാശ്രമങ്ങളിൽനിന്നും വരുമാനം ലഭിക്കുന്നവരും

ക്ഷേത്രങ്ങളിൽനിന്നും ഭിക്ഷ സ്വീകരിക്കുന്നവരുമായിരുന്നു. ഭിക്ഷ മാത്രം ആശ്രയിച്ചു ജീവിക്കുന്നവരുടെ എണ്ണം 121 ആയിരുന്നു. ഇതു രണ്ടും ആശ്രയിക്കുന്നവരും കുടുംബങ്ങളിൽനിന്നും നാമമാത്രമായ സഹായം ലഭിക്കുന്നവരുമായവരുടെ എണ്ണം 21 ആയിരുന്നു. അവസാനത്തേതാണ് ഏറ്റവും ചെറിയ സംഘമെന്ന് പറയേണ്ടിയിരിക്കുന്നു.

ചെറിയ തോതിൽ സമ്പാദ്യമുണ്ടായിരുന്നത് വെറും എട്ടുപേർക്കു മാത്രമായിരുന്നു. ഗണ്യമായ വലിയൊരു വിഭാഗം സ്ത്രീകളും ഏതെങ്കിലും തരത്തിലുള്ള പെൻഷൻ ലഭിക്കുന്നവരായിരുന്നു. 513 സ്ത്രീകൾ അവരുടെ ഉപജീവനമാർഗം നേടുന്നത് വീട്ടുജോലി ചെയ്തും 571 സ്ത്രീകൾ സേവനത്തിലൂടെയും ആശ്രമങ്ങളും സേവനമനസ്കരായ വ്യക്തികളും നൽകുന്ന ഭക്ഷണവും പാർപ്പിടവും സ്വീകരിച്ചുമാണ്. സ്ത്രീകളിലധികവും ഒറ്റയ്ക്കോ കൂട്ടായോ വാടകയ്ക്കൊടുത്ത പാർപ്പിടത്തിലും മറ്റു ആശ്രമ സങ്കേതങ്ങളിലും താമസിക്കുന്നവരായിരുന്നു. പ്രധാനപ്പെട്ട ഒരു ചെറിയ സംഘം കുടുംബാംഗങ്ങളോടൊത്തു ജീവിക്കുന്നു. സ്ത്രീകൾക്ക് ജോലി ചെയ്യുന്നതിനോ സഞ്ചരിക്കുന്നതിനോ സാധിക്കാത്ത അവസ്ഥ വന്നാൽ ജീവിതസായാഹ്നത്തിലെ അഭയ കേന്ദ്രങ്ങളായി ഈ സ്ഥാപനങ്ങളെ കരുതുന്നുവെന്നതാണ് ഒരു പ്രവണത. പഗ്‌ലാ ബാബാ ആശ്രമത്തിൽ പകൽ സമയങ്ങളിൽ ഉപജീവനാർഥം പുറത്തുപോകുകയും രാത്രികാലങ്ങളിൽ ആശ്രമങ്ങളിലേക്കു തിരിച്ചുവരികയും ചെയ്യുന്നതായ സ്ത്രീകളെ ഞങ്ങൾ കണ്ടു.

വ്രജധാമിൽ ഏകദേശം ആറുതൊട്ട് പത്തുകൊല്ലംവരെ താമസിച്ചവരായിരുന്നു ഞങ്ങളുടെ ചോദ്യങ്ങൾക്ക് ഉത്തരം നൽകിയവരിൽ ഏറിയ പങ്കും. ഏകദേശം പതിനൊന്നു മുതൽ പതിനഞ്ചുകൊല്ലം വരെ താമസിച്ചിട്ടുള്ളവരായിരുന്നു മറ്റേ സംഘം. 303 സ്ത്രീകൾ ഏകദേശം പതിനാറു മുതൽ ഇരുപതു കൊല്ലം വരെ താമസിച്ചവരായിരുന്നു. ദീർഘകാലം താമസിച്ചവർ നാമമാത്രമായിരുന്നെങ്കിലും അവിടെ സർവേക്കു മുമ്പുണ്ടായിരുന്ന കാലഘട്ടത്തിൽ മരിച്ചവരുടെ എണ്ണം തിട്ടപ്പെടുത്താൻ യാതൊരു മാർഗവുമുണ്ടായിരുന്നില്ല. ആറു വർഷത്തിൽ കുറയാതെ അവിടെ താമസിച്ചിട്ടുണ്ടെന്നു പറയപ്പെടുന്നവരുടെ സംഖ്യ 700 ആയിരുന്നു. ഇത്തരം സ്ത്രീകളിൽ കുറച്ചുപേർ പിന്നീട് സ്വന്തം കുടുംബത്തിലേക്കോ അവരുടെ വീടുകളിലേക്കോ മടങ്ങിപ്പോകാൻ ഇഷ്ടപ്പെട്ടു. വർഷം തോറുമുള്ള ശരാശരി വരവിന്റെ ഏകദേശ രൂപം ഇപ്പോഴും ഈ തെളിവുകളിൽനിന്നാവും ലഭിക്കുന്നത്. അവിടെ ഇപ്പോഴും പതിവായി സ്ത്രീകളുടെ വരവുമുണ്ടെങ്കിലും അത് ജനസംഖ്യാപരമായ സ്വാധീനം ചെലുത്താൻ മാത്രം വലുതല്ലെന്നതാണ് ഞങ്ങളുടെ പൊതുവായ അഭിപ്രായം.

ഞങ്ങളുടെ ചോദ്യങ്ങൾക്കുത്തരം പറഞ്ഞവരുടെ ആകത്തുകയിൽ 436 പേർ മാത്രമാണ് തിരിച്ചുപോവാനുള്ള നിശ്ചിതമായ ആഗ്രഹം പ്രകടിപ്പിച്ചത്. തിരിച്ചുപോകാൻ ഇഷ്ടപ്പെടാത്ത ബഹുഭൂരിപക്ഷം ആളുക

ളിൽ–എന്നാൽ, അവരിൽ 1,216 പേർ ഞങ്ങൾക്ക് കുടുംബമോ ആശ്രയത്തിന് സ്വന്തക്കാരോ ഇല്ല എന്നു പറഞ്ഞു–ഗണ്യമായ ഒരു സംഘം ഇവിടെനിന്ന് തിരിച്ചുപോവാൻ ഇഷ്ടമില്ലെന്നും കുടുംബത്തിൽ സമാധാനത്തോടുകൂടി താമസിക്കാൻ പറ്റാത്തതിനാൽ അകന്നുജീവിക്കാനാണ് കൂടുതൽ ഇഷ്ടപ്പെടുന്നതെന്നും പറഞ്ഞു. സർവെയിൽ ഉൾപ്പെടുത്തപ്പെട്ടവരിൽ നല്ലൊരു ഭാഗമായ 1,211 സ്ത്രീകൾ വൈഷ്ണവ പശ്ചാത്തലത്തിൽനിന്നും വന്നവരാണെന്നത് സവിശേഷമാണ്. പശ്ചിമ ബംഗാളിലെ ജില്ലകളായ നാദിയ, മൂർഷിദാബാദ്, നോർത്ത് 24 പർഗാനകൾ, ബർധമാൻ എന്നി ജില്ലകളാണ് കുടിയേറ്റത്തിന് ഏറ്റവുമധികം സ്ത്രീകളെ വൃന്ദാവനത്തിൽ എത്തിച്ചത്. കുടിയേറ്റക്കാരുടെ നിർഗമനത്തിന് ദാരിദ്ര്യം, വൈഷ്ണവബന്ധങ്ങൾ, തീർഥാടന പാതയിലേക്കുള്ള പ്രവേശന സൗകര്യം എന്നിവയായിരിക്കാം സംസ്ഥാനപരമായ താരതമ്യഘടകങ്ങൾ.

ബംഗാളിൽനിന്ന് വൃന്ദാവനത്തിലെത്തിയ അഗതികൾ ഏതൊക്കെ തരത്തിലുള്ളവരാണെന്ന് കണ്ടെത്തേണ്ടതുണ്ട്. നമ്മൾ മുമ്പേ കണ്ടതുപോലെ ആകെയുള്ള എണ്ണത്തിൽ അഞ്ഞൂറുപേർ അവരുടെ വീട്ടു മേൽവിലാസത്തിൽ പശ്ചിമബംഗാൾ ഒഴിച്ചുള്ള സംസ്ഥാനങ്ങളാണ് കാണിച്ചത്. അതായത് അവർ മറ്റുള്ള വഴികളിലൂടെയാണ് വൃന്ദാവത്തിലെത്തിയതെന്നർഥം. ഇന്ത്യാവിഭജനത്തിന്റെ ഫലമായി ത്രിപുര, മധ്യപ്രദേശ്, ആന്ധ്രപ്രദേശ് എന്നിവിടങ്ങളിലെത്തിയ അഭയാർഥികൾക്ക് രണ്ടാമതുണ്ടായ സ്ഥാനചലനത്തിന്റെ ഫലമാണ് വൃന്ദാവനത്തിലെത്തിച്ചേരാനിടയായത്. വൃന്ദാവനത്തിൽ പശ്ചിമബംഗാളിൽനിന്നും നേരിട്ടെത്തിയവരിൽ പത്തു ശതമാനം പേർ ബംഗ്ലാദേശ് എന്ന കിഴക്കൻ പാകിസ്ഥാനിൽനിന്നും വന്നവരാണ്. നമ്മുടെ അയൽ രാജ്യങ്ങളിലുണ്ടായ രാഷ്ട്രീയ പ്രശ്നങ്ങൾ കാരണം 1940, 1950, 1970–71 കാലങ്ങളിൽ ഭവനരഹിതരായ സ്ത്രീകളുടെ വൃന്ദാവനത്തിലേക്കുള്ള ആഗമനം വർധിച്ചിരിക്കാം.

ഞങ്ങൾ അമർബാരി സന്ദർശിച്ചപ്പോൾ കിഴക്കൻ പാകിസ്ഥാനിൽ നിന്നും വന്ന ഒരു വൃദ്ധയെ പരിചയപ്പെടാനിടയായി. അവരുടെ ഭർത്താവ് വിഭജനകാലത്ത് കിഴക്കൻ പാക്കിസ്ഥാനിൽ ഡോക്ടറായിരുന്നു. തുടർന്നുണ്ടായ സാമുദായിക ലഹളയിൽ അവർക്ക് അവരുടെ രണ്ടാൺമക്കളെയും സകല സമ്പാദ്യങ്ങളും നഷ്ടപ്പെട്ടു. അതിർത്തിക്കു മറുവശത്തേക്ക് രക്ഷപ്പെട്ടുപോകേണ്ടിയും വന്നു. അങ്ങനെ അവരും ഭർത്താവും ശാന്തിയന്വേഷിച്ച് 1950 കളിൽ വൃന്ദാവനത്തിലെത്തുകയും അവിടെ ഒരു ജീവിതമാർഗം കണ്ടെത്തുകയും ചെയ്തു. കുറച്ചുകാലത്തിനു ശേഷം അവരുടെ ഭർത്താവിന്റെ മരണത്തോടെ അവർ തീർത്തും നിരാധാരയാകുകയും അമർബാരിയിലെത്തിയ ആദ്യ അഭയാർഥികളിൽ ഒരാളാവുകയുമായിരുന്നു. പശ്ചിമബംഗാളിലെ വിവിധ ജില്ലകളിൽ നിന്നുവന്ന വിധവകൾക്ക് പുറമെ വിഭജനത്തിന്റെ ഫലമായി ബംഗ്ലാദേശിൽ അനാഥരായവരും പിന്നീടുണ്ടായ രാഷ്ട്രീയ കോലാഹലങ്ങളുടെയും മറ്റുംഫല

മായി ഭവനരഹിതരായവരും ബംഗ്ലാദേശ് വഴി വൃന്ദാവനത്തിലെത്തിയവരുമായിരുന്നു രണ്ടാമത്തെ ഗണ്യമായ സംഖ്യ. ഇത്തരത്തിലുള്ള കുടിയേറ്റം തീരെ നിലച്ചുവെന്ന് പറയാൻ കഴിയില്ലെങ്കിലും അത്തരം വരവ് കേവലം നാമമാത്രമായി എന്നതാണ് വാസ്തവം.

ഭർത്താക്കന്മാരും കുടുംബങ്ങളും ഉപേക്ഷിച്ചവരും സ്വമനസാലേ വീടു വിട്ടിറങ്ങിയവരുമായിരുന്നു മൂന്നാമത്തെ സംഘം. അവർ വ്യക്തമായി ആ കാര്യം സമ്മതിച്ചിട്ടില്ലെങ്കിലും, വീടുവിട്ടിറങ്ങാനുണ്ടായ കാരണങ്ങളിൽ ചിലത് അസാന്മാർഗിക ജീവിതവും തട്ടിക്കൊണ്ടുപോകലും ആയിരുന്നു. ഇവകാരണം വൃന്ദാവനത്തിൽ നിരാധാരയായിത്തള്ളപ്പെട്ടവരാണ് ഇവർ എന്നതാണ് യാഥാർഥ്യം. ചിലർ തീർഥാടകരുടെ കൂടെയെത്തുകയും ഇവിടെ ഉപേക്ഷിക്കപ്പെട്ടവരുമായിരിക്കാം. കുടുംബാംഗങ്ങളുമായി സ്വരച്ചേർച്ചയില്ലാതെ സ്വന്തം ഇഷ്ടപ്രകാരം വീടുവിട്ടിറങ്ങിയവരായിരുന്നു ചിലർ. അവർ ഭർത്താക്കന്മാരോടോ മക്കളോടോ കുടുംബാംഗങ്ങളോടോ തങ്ങളോട് ചെയ്ത ദ്രോഹത്തിനുള്ള പക മനസിൽ സൂക്ഷിച്ചിരുന്നെങ്കിലും ആ കാര്യത്തിൽ അവർ നിശ്ശബ്ദതപാലിച്ചു. മറ്റുള്ളവരെ ആശ്രയിച്ച് അവരുടെ അവഹേളനങ്ങൾക്ക് വിധേയരാകുന്നതിനേക്കാൾ നല്ലത് സ്വന്തം കാലിൽ നിൽക്കുന്നതാണ് ഭേദമെന്നായിരുന്നു അവരുടെ നിലപാട്.

അമർബാരിയിൽ താമസിച്ചിരുന്ന മധ്യപ്രദേശിലെ (ബംഗാളിയല്ലാത്ത) എഴുപതുവയസുള്ള ഒരു വിവാഹിതയായ സ്ത്രീയെ കണ്ടുമുട്ടിയതാണ്, ഞങ്ങളെ ഞെട്ടിച്ച മറ്റൊരു സംഭവം. അവർക്ക് തന്റെ മകനും മരുമകളുമായി അഭിപ്രായ വ്യത്യാസമുണ്ടായിരുന്നെന്നും എല്ലായ്പ്പോഴും തന്നെ ഭർത്താവ് അനുകൂലിച്ചിരുന്നുവെന്നും അവർ വളരെ ലാഘവത്തോടെ ഓർക്കുന്നു. പക്ഷേ, ഒരു ദിവസം അയാൾ അവരോട് വീടുവിട്ടിറങ്ങി പോകാൻ പറഞ്ഞു. മറ്റാരേക്കാളും തന്നെ സംരക്ഷിക്കാൻ ബാധ്യതയുള്ള ആൾതന്നെ അനൗപചാരികമായി തന്നെ പരിത്യജിച്ചതിനാൽ തെരുവിൽവെച്ച് മരിച്ചാൽപ്പോലും ഒരിക്കലും വീട്ടിലേക്ക് തിരിച്ചു വരില്ലെന്നു അവർ ഭർത്താവിനോട് പറഞ്ഞു. ആ ദിവസം തന്നെ അവർ വെറുംകൈയോടെ വീടുവിട്ടുപോവുകയും എങ്ങോട്ടു പോകണമെന്നറിയാതെ ഒരു തീവണ്ടിയിൽ കയറുകയും സഹയാത്രികരുടെ നിർദേശമനുസരിച്ച് വൃന്ദാവനത്തിൽ എത്തുകയും ചെയ്തു. ഇവിടെ ആദ്യത്തെ കുറച്ചു കൊല്ലം അവർ ഭജനാശ്രമങ്ങളിൽപോയി ഉപജീവനമാർഗം കണ്ടെത്തി. അവരുടെ കാലുകൾ തളർന്നെന്നു കണ്ടപ്പോൾ മാത്രമാണ് അമർബാരിയിൽ ആശ്രയം സ്വീകരിച്ചത്. ഇവിടെയവർ വളരെ സമാധാനത്തോടെയാണ് കഴിയുന്നതെന്നുപറഞ്ഞു. ഭർത്തൃമതിയുടെ ഭാവലക്ഷണങ്ങൾ പ്രകടമാക്കിയിരുന്നെങ്കിലും അവരൊരിക്കലും അയാളുടെ അടുത്തേക്ക് തിരിച്ചുപോകാൻ ആഗ്രഹിച്ചിരുന്നില്ല. ഇപ്പോൾ അവരുടെ ഭർത്താവ് ജീവിച്ചിരിപ്പുണ്ടോ മരിച്ചോ എന്നുപോലും അവർക്കറിയില്ല. തികച്ചും വൃദ്ധയായിരുന്നെങ്കിലും അടുത്ത കാലത്താണ് ഇവിടെയെത്തിപ്പെട്ടത്. സ്വന്തം

വീടുപേക്ഷിക്കുകയും വൃന്ദാവനത്തിലേക്ക് വരികയും ചെയ്ത ബംഗാളിയല്ലാത്ത ഒരു വിവാഹിതയുടെ അപൂർവ ഉദാഹരണമാണ് ഈ സ്ത്രീ.

സ്ത്രീകളിൽ ഒട്ടുപേർക്കും ഇതേപോലുള്ള അനുഭവകഥകൾ പറയാനുണ്ടായിരുന്നു. വൃന്ദാവനത്തിൽ അത്തരം സ്ത്രീകൾ ഭിക്ഷയെടുത്തും ഭജനാശ്രമങ്ങൾ സന്ദർശിച്ചും അമ്പലങ്ങളിലും ആശ്രമങ്ങളിലും സ്വകാര്യ ഗൃഹങ്ങളിലും ഭജനാലാപനം ചെയ്തും കിട്ടുന്ന തുച്ഛമായ വേതനം കൊണ്ട് അവരുടെ ജീവിതം സന്തോഷത്തോടെ കഴിച്ചുക്കൂടുകയാണ്. വാർധക്യകാലത്ത് ആരോഗ്യം ക്ഷയിക്കുമെന്ന് കാണുമ്പോൾ, തെരുവിൽ കിടന്നു മരിക്കേണ്ടിവരുമല്ലോ എന്ന ഭയം വേട്ടയാടുമ്പോൾ മാത്രമാണ് അവർക്ക് സംരക്ഷണത്തിന് ഒരഭയകേന്ദ്രം വേണമെന്നു തോന്നുന്നത്. ധാക്കയിൽ നിന്നും വന്ന ഒരു സ്ത്രീ പറഞ്ഞതെന്തെന്നാൽ, അവർ അവരുടെ മകളോടും മരുമകനോടും കൂടി കുറച്ചുകാലം മുമ്പ് പശ്ചിമ ബംഗാളിലെ വടക്കേ ദിനാജ്പൂരിലേക്ക് മാറിത്താമസിച്ചിട്ടുണ്ടായിരുന്നുവെന്നാണ്. എന്നാൽ, മരുമകന്റെ മരണശേഷം മകൾക്ക് അവരൊരു ഭാരമാകാതിരിക്കാനായി വൃന്ദാവനത്തിലേക്ക് വന്നതാണത്രെ. ഇവിടെയവർ മറ്റൊരു സ്ത്രീയുടെ കൂടെ വാടകമുറിയിൽ താമസിക്കുകയും ക്ഷേത്രത്തിൽ ഭജനാലാപനംചെയ്ത് ഉപജീവനം നടത്തുകയും ചെയ്യുന്നു. ഇവിടെ അവർക്ക് സമാധാനം ലഭിക്കുന്നുണ്ടെന്നും തിരിച്ചു പോകാനാഗ്രഹിക്കുന്നില്ലെന്നും അവർ പറഞ്ഞു. അറുപത്തിയാറ് വയസുള്ള മറ്റൊരു സ്ത്രീക്ക് പറയാനുണ്ടായിരുന്നത് അൽപ്പം വ്യത്യസ്തമായ ഒരു കഥയായിരുന്നു. പതിനേഴ് പതിനെട്ട് കൊല്ലങ്ങൾക്കു മുമ്പ് അവരുടെ ഭർത്താവ് ജീവിച്ചിരിക്കെത്തന്നെയാണ് ഇവിടെയെത്തിയത്. ഭർത്താവിൽനിന്ന് രക്ഷപ്പെടാനോ വിവാഹേതര ബന്ധം മൂലമോ ആണ് അവർ വീടുവിട്ടുപോന്നതെന്നാണ് ഇത് സൂചിപ്പിക്കുന്നത്. പക്ഷേ, ഭർത്താവിന്റെ മരണശേഷം അവർ കൊല്ലത്തിലൊരിക്കൽ മകന്റെയും കുടുംബത്തിന്റെയുമൊപ്പം ചെലവഴിക്കാൻ മൂർഷിദാബാദിലെ തന്റെ ഗ്രാമത്തിലേക്ക് തിരിച്ചു പോകുന്നുണ്ടെന്നതാണ് രസകരമായ സംഗതി. എന്നിരുന്നാലും സ്ഥിരതാമസത്തിന് നാട്ടിലേക്ക് പോകാൻ അവരിഷ്ടപ്പെടുന്നില്ല. ഉപജീവനത്തിന് ഭജനാലാപനമാണ് അവർ ആശ്രയിക്കുന്നത്.

വാർധക്യകാലത്ത് തളർന്നവശരാകുകയും അവർക്ക് ലഭിച്ചിരുന്ന സ്വാതന്ത്ര്യം നഷ്ടപ്പെടുകയും ചെയ്യുന്നത് വൃന്ദാവനത്തിലെ സ്ത്രീകളെ സംബന്ധിച്ചിടത്തോളം ഒരു യാഥാർഥ്യമാണ്. ഇത്തരം ദയനീയാവസ്ഥയിലുള്ള വളരെയധികം സ്ത്രീകളെ ഞങ്ങൾക്ക് കാണാനിടയായി. അവരെ പരിപാലിച്ചിരുന്ന ചുരുക്കം ചില അഗതി മന്ദിരങ്ങളിൽപ്പോലും വാർധക്യ സഹജരോഗങ്ങളായ അന്ധത, സംയമനമില്ലായ്മ, കൈകാലുകൾക്കുള്ള സ്വാധീനക്കുറവ്, മാനസികാസ്വാസ്ഥ്യം എന്നിവയ്ക്ക് ആവശ്യമായ ചികിത്സാസൗകര്യങ്ങൾ ഉണ്ടായിരുന്നില്ല. ആരോഗ്യസംരക്ഷണത്തിന് വലിയ സൗകര്യങ്ങളൊന്നുമില്ലാത്ത സ്ഥലമാണെങ്കിലും അവർക്ക് പരിചയമുള്ള സ്ഥലത്തുവെച്ച് മരിക്കാനാണവർ ഇഷ്ടപ്പെട്ടത്.

ഞങ്ങൾ നടത്തിയ സർവേ പ്രകാരം അവരെ അവരുടെ മാതൃസംസ്ഥാനങ്ങളിലേക്ക് അയയ്ക്കപ്പെടുമോ എന്ന ഭയം പലരിലും കാണപ്പെട്ടു. യഥാർഥത്തിൽ, ഞാൻ മുമ്പ് സൂചിപ്പിച്ചതുപോലെ സർവേ നടക്കുന്ന സമയത്ത് വൃന്ദാവനത്തിൽ പ്രാദേശിക സങ്കുചിതത്വം പ്രബലമായിരുന്നു. മഥുര സ്റ്റേഷനിൽ വന്നിറങ്ങുന്ന അഗതികളെ സ്വന്തം രാജ്യത്തേക്ക് തിരിച്ചയയ്ക്കാൻപോലും ആലോചന നടക്കുന്നുണ്ടായിരുന്നു. ഭൂരിപക്ഷം സ്ത്രീകളും ഈ ആശയത്തെ ശക്തമായി എതിർത്തു. സർവേ പ്രവർത്തകരുടെ ഉത്തരവാദിത്വം സ്ത്രീകളോട് ചോദ്യങ്ങൾ ചോദിക്കുകയും കൂടുതൽ വിവരങ്ങൾ ശേഖരിക്കുകയും മാത്രമാണെന്ന് ഞങ്ങൾ ആദ്യമേ ഓർമിപ്പിച്ചിരുന്നു. ഒരു കാര്യത്തിലും വിധി പ്രസ്താവന നടത്തരുതെന്ന് ഞങ്ങൾ നിഷ്കർഷിച്ചിരുന്നു. അവർക്ക് ഒരു പ്രതീക്ഷയും കൊടുക്കാൻ ഞങ്ങൾ ഉദ്ദേശിച്ചിരുന്നില്ല. അതുകൊണ്ടുതന്നെ പ്രവർത്തകർ ഒരു വാഗ്ദത്തവും നൽകാൻ പാടില്ല. അവർ തയാറാക്കിയ വസ്തുതാവിവരണം പരിശോധിച്ചപ്പോൾ ചോദ്യങ്ങൾ അവരിൽ ചിലരുടെ മനസാക്ഷിക്കനുസൃതമായിരുന്നില്ലെന്ന് ഞാൻ കണ്ടെത്തി. 'അവർക്കുവേണ്ടി ഒന്നും ചെയ്യാൻ കഴിയില്ലെങ്കിൽ പിന്നെയെന്തിനാണ് ഞങ്ങൾ ഈ ചോദ്യങ്ങളുമായി അവരെ സമീപിക്കുന്നത്.' 'എന്തെങ്കിലും ചെയ്യുമെന്ന വിശ്വാസം അവരിലുണ്ടാക്കുകയല്ലേ ഞങ്ങൾ ചെയ്യേണ്ടത്'? ഇത്തരം വേദനാജനകമായ ചോദ്യങ്ങളായിരുന്നു അവരിൽ ചിലരുടെ ഭാഗത്തുനിന്നുയർന്നത്. ഇതിൽ കുറ്റബോധം ഉണ്ടായെങ്കിലും അവരുടെ ആവശ്യങ്ങൾ കേന്ദ്രത്തിലേക്കോ സംസ്ഥാന ഗവൺമെന്റിലേക്കോ അറിയിച്ച് ഏറ്റവും ചുരുങ്ങിയ സൗകര്യങ്ങൾ അവർക്കെത്തിച്ചുകൊടുക്കാൻ ശ്രമിക്കണമെന്ന് ഞങ്ങൾ കരുതി. അത്തരം ആവശ്യങ്ങൾക്കുവേണ്ടിയുള്ള കാര്യങ്ങളെപ്പറ്റി ഗവൺമെന്റിനോട് ശുപാർശ ചെയ്യാനെങ്കിലും ഞങ്ങൾക്ക് കഴിയും.

ഞങ്ങളുടെ ചോദ്യങ്ങൾക്ക് പ്രതികരിച്ചവർ എന്തൊക്കെ ആവശ്യങ്ങളായിരുന്നു ഉദ്ദേശിച്ചത്? സ്ഥിതിവിവരക്കണക്കുപ്രകാരം ഒരു ചെറിയ വിഭാഗം പേർക്ക് നാട്ടിലേക്ക് തിരിച്ചു പോകണം. അവരിൽ ചിലർ വിവാഹിതരും കുട്ടികളുള്ളവരും വീട്ടിൽനിന്നും പുറത്താക്കപ്പെട്ടവരുമായിരുന്നു. മറ്റു ചിലർ പ്രായാധിക്യമുള്ള വിധവകളായിരുന്നു. അവർ മാനസികമായി വേദനിപ്പിക്കപ്പെട്ടവരും മക്കളാൽ സംരക്ഷിക്കപ്പെടാത്തവരുമായിരുന്നെങ്കിലും മക്കൾ തിരിച്ചു വിളിച്ചാൽ വീണ്ടും വീടുകളിലേക്ക് തിരിച്ചുചെല്ലാൻ ആഗ്രഹിക്കുന്നവരായിരുന്നു. ഒരു തരത്തിലുമുള്ള തിരിച്ചുപോക്ക് ഇഷ്ടപ്പെടാത്തവരുമുണ്ടായിരുന്നു. അവർക്കിവിടെ 'സ്വാതന്ത്ര്യവും സമാധാന'വും ഉണ്ടായിരുന്നുവെന്നതു തന്നെയായിരുന്നു കാരണം. വീടുകളിൽ ഒരു ആശ്രിതയായി കഴിയേണ്ടിവരുന്ന സാഹചര്യമാണ് അവർ ഏറ്റവുമധികം വെറുക്കുന്നത്. ജീവിതകാലം മുഴുവൻ മറ്റുള്ളവരെ ആശ്രയിച്ചു കഴിയേണ്ടിവന്ന സ്ത്രീകളെയാണ് ഞങ്ങൾ വിശേഷവിധിയായി അവിടെ കണ്ടത്. സ്ത്രീകൾ പൊതുവെ ഗൃഹജീവിതം ഇഷ്ടപ്പെടുന്നവരും എല്ലാറ്റിലുമുപരി കുടുംബജീവിതമാഗ്രഹിക്കുന്നവരുമാ

ണെന്ന വസ്തുതയുടെ നിഷേധമാണ് ഈ വെളിപ്പെടുത്തൽകൊണ്ട് ഞങ്ങൾക്ക് മനസിലായത്.

ജീവിതാവസാനം വൃന്ദാവനത്തിൽത്തന്നെ വേണമെന്നു ലക്ഷ്യം വെച്ച ചിലർക്കുകൂടി ചില ആകാംക്ഷകളൊക്കെയുണ്ടായിരുന്നു. വാർധക്യസഹജമായ അവശതകളനുഭവിക്കുന്ന ചിലർ, 'പുറത്താക്കൽ' ഭീഷണിയില്ലാത്ത നല്ലൊരു സങ്കേതത്തിൽ അവരെ താമസിപ്പിക്കണമെന്ന് ആവശ്യപ്പെട്ടു. അഗതിമന്ദിരമാണ് അവസാനത്തെ അഭയ കേന്ദ്രം. ആതുരാലയങ്ങളിലും ആശ്രമങ്ങളിലും ക്ഷേത്രപരിസരങ്ങളിൽ നടത്തുന്ന വീടുകളിലും മറ്റു വാടകയ്ക്ക് താമസിക്കുന്ന ചിലർക്കു പോലും അവർ പുറത്താക്കപ്പെടുമോ എന്ന ഭീതിയുണ്ടായിരുന്നു. അതിനാൽ അഭയ കേന്ദ്രത്തിൽ സ്ഥിരതാമസത്തിനുള്ള അവകാശം കിട്ടണമെന്നതാണ് അവരുടെ പ്രധാന ആവശ്യം. ചുരുക്കം ചിലർക്ക് ഉത്തർപ്രദേശ് ഗവൺമെന്റിൽനിന്ന് ഒരു ചെറിയ സംഖ്യ പെൻഷനായി കിട്ടുന്നുണ്ടായിരുന്നു. അത്തരം പെൻഷൻ കിട്ടാത്തവരിൽനിന്ന് തങ്ങൾക്ക് വാർധക്യകാല പെൻഷനോ വിധവാപെൻഷനോ കിട്ടണമെന്ന ആവശ്യം ഉയർന്നുവന്നു. പെൻഷൻ വിതരണം എളുപ്പമാക്കാനും കൃത്യമാക്കാനും നടപടിയെടുക്കാൻ അവർ ആവശ്യപ്പെട്ടു. ഒന്നോ രണ്ടോ ആതുരാലയങ്ങളിലൊഴിച്ചാൽ ചികിത്സയ്ക്കും സൗജന്യനിരക്കിൽ മരുന്നുകൾ ലഭിക്കാനുമുള്ള സാഹചര്യമുണ്ടായിരുന്നില്ല. ഈ സ്ത്രീകൾ അവരുടെ ചികിത്സാ ആവശ്യങ്ങളിൽ ഉദാസീനത കാണിച്ചുവന്നു. കാരണം അവർക്ക് വൈദ്യസഹായം ലഭിക്കുമെന്ന് ആരും അവരോട് പറഞ്ഞിട്ടില്ലായിരുന്നു. മരണശേഷം വേണ്ട വിധം ശവസംസ്കാരം നടത്തിക്കിട്ടണമെന്നതായിരുന്നു മറ്റൊരു വേദനാജനകമായ ആവശ്യം. തെരുവുകളിൽ വെച്ചു മരണമടയുന്നതും നാഥനില്ലാതെ ശവശരീരം കിടക്കേണ്ടിവരുന്നതുമായിരുന്നു അവരെ വേട്ടയാടിയിരുന്ന ഭയം.

IV

വൃന്ദാവനത്തിൽ ജീവിക്കുന്ന പശ്ചിമബംഗാളിലെ സ്ത്രീകൾ: സർവേ കണക്കനുസരിച്ചുള്ള ചില സ്ഥിതി വിവരപ്പട്ടിക.

I. കണക്കെടുത്ത സ്ത്രീകളുടെ മൊത്തം സംഖ്യ – 2910

1. പശ്ചിമബംഗാളിൽനിന്നും വന്ന സ്ത്രീകൾ–2113.
2. പൂർവ ബംഗാളി(ബംഗ്ലാദേശ്)സ്ത്രീകൾ–297.
3. മറ്റു സംസ്ഥാനങ്ങളിൽനിന്നും വന്ന ബംഗാളികളും ബംഗാളികളല്ലാത്ത ഏതാനും സ്ത്രീകളും–500.
4. രാധാകുണ്ഡിൽ താമസിക്കുന്ന മണിപ്പൂരി (അഭിമുഖം ചെയ്യപ്പെടാത്ത) സ്ത്രീകൾ–951.
5. ഞങ്ങൾക്ക് സന്ദർശിക്കാൻ കഴിഞ്ഞിട്ടില്ലാത്ത ബംഗാളി സ്ത്രീകൾ –92.

II വിദ്യാഭ്യാസം

1. നിരക്ഷരർ–2064.
2. സാക്ഷരരെങ്കിലും സ്കൂളിൽപോകാത്തവർ–262.
3. പ്രാഥമിക തലത്തിലുള്ളവർ–393.
4. മധ്യമതലത്തിലുള്ളവർ–163.
5. കോളെജിൽ പോയവർ–18.
6. ബിരുദാനന്തര വിദ്യാഭ്യാസമുള്ളവർ–10.

III വയസ്സ്

1. മുപ്പതു വയസുവരെയുള്ളവർ–507.
2. മുപ്പത്തിഒന്നു മുതൽ നാൽപ്പതുവയസുവരെയുള്ളവർ–416.
3. നാൽപ്പത്തിയൊന്നു മുതൽ അൻപത് വയസുവരെയുള്ളവർ–407.
4. അൻപത്തിയൊന്നുമുതൽ അറുപതു വയസുവരെയുള്ളവർ–541.
5. അറുപത്തിയൊന്നു മുതൽ എഴുപതുവയസുവരെയുള്ളവർ–654.
6. എഴുപത്തിയൊന്നുമുതൽ എൺപതുവയസുവരെയുള്ളവർ–294.
7. എൺപത്തിയൊന്നു മുതൽ തൊണ്ണൂറു വയസുവരെയുള്ളവർ–71.
8. തൊണ്ണൂറ്റിയൊന്നു മുതൽ നൂറുവയസുവരെയുള്ളവർ–18.
9. നൂറ്റിയൊന്നു മുതൽ നൂറ്റിപ്പത്തുവയസുവരെയുള്ളവർ–02.

IV. ഉപജീവനമാർഗം

1. കുടുംബങ്ങളിൽനിന്നും സാമ്പത്തിക സഹായം ലഭിക്കുന്നവർ (പതിവായി)–26.
2. കുടുംബങ്ങളിൽനിന്നും സാമ്പത്തിക സഹായം ലഭിക്കുന്നവർ (പലപ്പോഴും)–03.
3. കുടുംബത്തിലൂടെയും ഭജനാശ്രമങ്ങളിലൂടെയും ഭിക്ഷാടനത്തിലൂടെയും സഹായം കിട്ടുന്നവർ–21.
4. ഭിക്ഷാടനത്തിലൂടെ–121.
5. ഭജനാശ്രമങ്ങളിലൂടെയും ഭിക്ഷയിലൂടെയും–272.
6. ഭജനാശ്രമങ്ങളിലൂടെ–1160.
7. സ്വകാര്യ വീടുകളിലും അഗതിമന്ദിരങ്ങളിലും ആശ്രയം ലഭിക്കുന്നവർ–571.
8. കൂലിപ്പണി–513.
9. പെൻഷൻ–215.
10. സമ്പാദ്യങ്ങൾ–08.

V. താമസസ്ഥലത്തിന്റെ തരം

1. സ്വയം വാടകയടയ്ക്കുന്നവർ–705.
2. വാടക പങ്കുവെക്കുന്നവർ–354.
3. അഗതി മന്ദിരങ്ങൾക്കുപുറമെ വേറെയേതെങ്കിലും തരത്തിലുള്ള അഭയ കേന്ദ്രങ്ങളിൽ താമസിക്കുന്നവർ–905.

a. ജോലിക്കുപകരമായി താമസസൗകര്യം ലഭിക്കുന്നവർ–280.
b. ആശ്രമത്തിലോ മറ്റാരുടെയെങ്കിലും കുടുംബവുമൊത്തോ മറ്റാരുടെയെങ്കിലും സംരക്ഷണത്താലോ ജീവിക്കുന്നവർ–291.
c. ഭർത്താവിനോടൊപ്പം താമസിക്കുകയും ഭർത്താവ് വാടകയടയ്ക്കുകയും ചെയ്യുന്നവർ–334.
4. മറ്റുള്ളവർ (അഗതി മന്ദിരങ്ങളിൽ താമസിക്കുന്നവരുൾപ്പെടെ)–946.

IV. വൈവാഹികപദവി

1. വിധവ–1525.
2. ഉപേക്ഷിക്കപ്പെട്ടവർ–148.
3. വിവാഹമോചനം ചെയ്തവർ–03.
4. അവിവാഹിതകൾ–87.
5. ഭർത്താവുമൊത്ത് ജീവിക്കുന്നവർ (പതിവായി)–970.
6. വല്ലപ്പോഴും ഭർത്താവുമൊത്ത് ജീവിക്കുന്നവർ (പതിവല്ലാതെ)–82.
7. ഭർത്താവിനെ വിട്ടവർ–89.
8. മറ്റുള്ളവർ–06.

VII. വൃന്ദാവനത്തിൽ (വ്രജധാം) താമസിക്കുന്നവർ

1. ഒരു വയസ്സിൽ താഴെയുള്ളവർ–367.
2. 1 മുതൽ 2– വയസുവരെയുള്ളവർ–333.
3. 3 മുതൽ 5– വയസുവരെയുള്ളവർ–350.
4. 6 മുതൽ 10– വയസുവരെയുള്ളവർ–543.
5. 11 മുതൽ 15– വയസുവരെയുള്ളവർ–386.
6. 16 മുതൽ 20– വയസുവരെയുള്ളവർ–303.
7. 21 മുതൽ 25– വയസുവരെയുള്ളവർ–172.
8. 26 മുതൽ 30– വയസുവരെയുള്ളവർ–186.
9. 31 മുതൽ 40 വയസുവരെയുള്ളവർ–168.
10. 40 മുതൽ 50 വയസുവരെയുള്ളവർ–67.
11. 50 വയസിനു മുകളിലുള്ളവർ–35.

VIII. തിരിച്ചുപോവാൻ ആഗ്രഹിക്കുന്നവർ

1. അതെ–436.
2. അല്ല–2474.

IX. മടങ്ങിപ്പോവാൻ ഇഷ്ടപ്പെടാത്തതിന്റെ കാരണങ്ങൾ

1. വീട്ടിൽ ആരുമില്ലാത്തതുകൊണ്ട്–568.
2. കുടുംബത്തിൽ സമാധാനമില്ലാത്തവർ–327.
3. ഇവിടെ താമസിക്കുന്നത് ഉൽക്കൃഷ്ടമെന്നു കരുതുന്നവർ–329.
a. അവിടെ തന്നെ പരിപാലിക്കാൻ ആരുമില്ലാത്തവർ–648.
b. കുടുംബത്തിൽ നിന്നും ദൂരെ താമസിക്കുന്നതാണ് നല്ലതെന്നു കരുതുന്നവർ–91.

6. തിരിച്ചു പോവാൻ തോന്നാത്തവർ–161.

X. കുടുംബത്തിലെ വൈഷ്ണവ പശ്ചാത്തലം (ജനനാലുള്ളതും വൈവാഹികവും)

1. നിലവിലുള്ളവർ–1211.
2. നിലവിലില്ലാത്തവർ–1699.

V

ഭജനാശ്രമങ്ങളിൽ ഭജനാലാപനത്തിലേർപ്പെടുന്നവരെ മായികൾ (അമ്മമാർ) എന്നുവിളിക്കുന്നു. ഈ പേര് അവരുടെ ജോലിക്ക് ഒരു പാവനത്വം കൽപ്പിക്കുന്നു. ആ പാവനത്വം ആഭ്യന്തരകാര്യമാണ്. ലൗകിക ജീവിതം പരിത്യജിച്ച വിധവകളായ ഇവർ, തീർഥാടനത്തിന് വൃന്ദാവനത്തിലെത്തുന്ന ഭക്തർക്കിടയിൽ ഭഗവാന്റെ കാരുണ്യവും മഹത്വവും പ്രചരിപ്പിക്കുന്നവരാണെന്നു നിർവചിക്കപ്പെടുന്നു. ഇവർ ഭക്തിപരമായ ആചാരങ്ങളിൽ പങ്കെടുക്കുക വഴി അവരുടെ ആത്മീയ ധന്യത ഉയർത്തുകയും ഈ പരിപാടികൾ നടത്തുന്നവരെ പരിപോഷിപ്പിക്കുകയും ചെയ്യുന്നു. മായികളുടെ ദിനചര്യ ഈ സമ്പ്രദായമനുസരിച്ചുള്ളതാണ്. ഉഷ്ണകാലത്തായാലും തണുപ്പുകാലത്തായാലും അതിരാവിലെ യമുനയിലുള്ള ഏതെങ്കിലും സ്നാനഘട്ടത്തിൽ പോയി അവർ കുളിക്കുന്ന പതിവു മുടക്കാറില്ല. ഈ ഘട്ടങ്ങളുണ്ടാക്കിയത് ബംഗാളിലെ ഭൂപ്രഭുക്കന്മാരായ ജമീന്ദാർമാരായിരുന്നു. ഇതിൽ ചിലതിന് കേശീഘട്ട്, കാളിയദമൻ ഘട്ട് എന്നീ പേരുകൾ നൽകിയത് കൃഷ്ണന്റെ കൗമാര ലീലകൾ സ്മരിച്ചുകൊണ്ടാണ്. ഇവയ്ക്ക് ക്ഷേത്രങ്ങളുടെയും ചെങ്കല്ലുകൊണ്ട് നിർമിച്ച പന്തലുകളുടെയും സാമീപ്യമുണ്ടായിരുന്നു. ഇമ്ലിതലഘട്ട് പോലെയുള്ള മറ്റുള്ളവ ചില വൈഷ്ണവസന്യാസിമാരുമായുള്ള ബന്ധത്തെ ഭക്തരിൽ ഓർമിപ്പിക്കുന്നു.

പ്രഭാതകർമങ്ങൾക്കുശേഷം ചുണ്ടിൽ രാധാനാമം ഉച്ചരിച്ചുകൊണ്ട് ഭഗവാന് പ്രഭാതവഴിപാടുകൾ നൽകാൻ അവർ ക്ഷേത്രങ്ങളിലേക്കു പോകുന്നു. ക്ഷേത്ര നഗരങ്ങളിൽ ഈശ്വരചൈതന്യമന്വേഷിച്ചുവരുന്ന ഭക്തന്മാർ നൽകുന്ന ഭിക്ഷകൊണ്ട് ഉപജീവനം നടത്തുന്നതിൽ യാതൊരു ദുഷ്പേരുമില്ലാതിരുന്നതിനാൽ ഈ സ്ത്രീകളിൽ പലരും ക്ഷേത്രത്തിന്റെ പടികളിലിരുന്ന് ഭിക്ഷയാചിച്ചു. മറ്റുള്ളവർ ക്ഷേത്രങ്ങളിലെ നിത്യകർമങ്ങളായ ശ്രീകോവിൽ വൃത്തിയാക്കൽ, മാല കെട്ടൽ, ചന്ദനമരച്ചുവെക്കൽ, വിഗ്രഹത്തിൽ അണിയിക്കുന്ന വസ്ത്രം തുന്നൽ തുടങ്ങിയ വിവിധ ജോലികളിൽ ഏർപ്പെടുന്നു.

ഭൗജി ക്ഷേത്രം പോലുള്ള ചില ക്ഷേത്രങ്ങളിൽ നിത്യവും ഭജനമണ്ഡലികൾ അവതരിപ്പിക്കുന്നു. ഭജനാശ്രമങ്ങളിൽത്തന്നെ ദേവനെ പ്രതിഷ്ഠിക്കുകയും നിത്യേന പൂജ നടത്തുകയും ചെയ്യുന്നു. ഇത്തരം സ്ഥാപനങ്ങളിലേക്ക് തുടർച്ചയായി തീർഥാടകർ എത്തിച്ചേരുന്നുണ്ട്.

നിത്യേനയുള്ള ചടങ്ങുകളും ആരാധനാ സമ്പ്രദായത്തിനുവേണ്ട പ്രവൃത്തികളും ചെയ്യേണ്ടതുണ്ട്. അവർക്ക് അവിടെ തൊഴിലിനും ക്ഷാമമില്ല.

മായികളുടെ സേവനം അനുബന്ധജോലികളിലായിരുന്നു. പുരുഷന്മാരായ പുരോഹിതന്മാരും അവരുടെ സഹായികളും കൂടിയാണ് യഥാർഥ പൂജ ചെയ്തിരുന്നത്. മായികൾക്ക് കിട്ടുന്ന ചെറിയൊരു വിഹിതം അവരുടെ ജീവിതോപാധിയായി. ഈ സേവനം അവിടുത്തെ കൃത്യങ്ങളിൽ അവർക്കുള്ള പങ്കാളിത്തം നിലനിർത്തുകയും അവരുടെ വിശ്വാസത്തെ ഊട്ടിയുറപ്പിക്കുകയും ചെയ്തു. ഭജനാശ്രമങ്ങളിലും ഭൗജി ക്ഷേത്രങ്ങളിലും നിത്യേന രാവിലെയോ ഉച്ചയ്ക്കുശേഷം ഒരു പ്രാവശ്യമോ ഭജനാലാപനം നടത്തുന്നു. അതിനൊടുവിൽ ജമദർണിയോ അവരുടെ സഹായികളോ നൽകുന്ന അരിയും പരിപ്പും കൂടാതെ രണ്ടുരൂപയും കിട്ടാനുള്ള കൂപ്പണുവേണ്ടി ഈ മായികൾ ക്യൂ നിൽക്കുന്നു. ആലാപനം ഏകദേശം ഒരു മണിക്കൂറോളം നീണ്ടു നിൽക്കും. സ്ത്രീകൾ പൊതുവായി നിന്നുകൊണ്ടാണ് പാടുന്നത്. അവരിൽ ചിലർ ചെറിയ ഇലത്താളം (ഖൻജനികൾ) കൊണ്ട് താളമിടുകയും മറ്റു ചിലർ ചൗരികൊണ്ട് വീശുകയും ചെയ്യുന്നു. കൂട്ടപ്രാർഥനയുടെ ആവേശം കൊണ്ട് ആലാപനത്തിന്റെ വിരസതയും ആയാസവും ശമിക്കുന്നു. മായികൾ ദിവസക്കൂലിക്കാരെപ്പോലെ തോന്നിക്കാതെ ഒരു വെളിപാടിന്റെ അനുഭവത്തിൽ പങ്കുകൊള്ളുന്നതായിട്ടാണ് ദർശിക്കപ്പെടുന്നത്.

ചെറിയൊരു റേഷൻ വിഹിതം മാത്രമാണ് അവരിൽ പലർക്കും ഒരു ദിവസത്തെ പ്രധാന ആഹാരം. എല്ലാ സ്ത്രീകൾക്കും സ്വന്തമായി ഭക്ഷണം പാകം ചെയ്യാനുള്ള സൗകര്യമുണ്ടായിരുന്നില്ല. ചില സ്ത്രീകൾ സ്വന്തമായോ മറ്റുള്ളവരുമായി പങ്കുവെച്ചോ താമസിക്കുന്ന മുറിയിൽവെച്ച് വിഗ്രഹത്തിന് അവർ പാകം ചെയ്ത ഭക്ഷണം നിവേദിക്കുകയും അതിനുശേഷം അവരത് ഭക്ഷിക്കുകയും അത് വലിയൊരു പുണ്യമായി കരുതുകയും ചെയ്യുന്നു. മറ്റുള്ളവർക്ക് അവരുടെ അരിയും പരിപ്പും നൽകി ഒന്നിച്ച് ഭക്ഷണം പാകം ചെയ്ത് കഴിക്കുന്നു. മറ്റുചിലർ സത്രങ്ങളും ആതുരസങ്കേതങ്ങളും നടത്തുന്ന സദ്യയിൽ പങ്കുകൊണ്ട് അവർക്ക് കിട്ടുന്ന ഭക്ഷണസാധനങ്ങൾ അങ്ങാടിയിൽ വിറ്റ് മറ്റു അത്യാവശ്യസാധനങ്ങൾ വാങ്ങുകയാണ് പതിവ്.

ക്ഷേത്രനഗരങ്ങളിൽ വാർഷിക ഉത്സവങ്ങളും ആചാരപരമായ ചടങ്ങുകളും വളരെ വിപുലമായിത്തന്നെ ആഘോഷിക്കുന്നു. അവയിലൊന്ന് വസന്തകാലത്തിൽ ആഘോഷിക്കുന്ന വർണങ്ങളുടെ ഉത്സവമായ ഹോളിയാണ്. ശരത്കാല മാസമായ കാർത്തികയിലെ പൗർണമിരാവിൽ 16,000 ഗോപിനിമാർ കൃഷ്ണനുമായി യോഗസംഗമം നടത്തുന്നതായി ഓർമപ്പെടുത്തുന്ന 'റാസ്' ആണ് മറ്റൊന്ന്. ഇത്തരം എല്ലാ ഉത്സവങ്ങളും ഐതിഹ്യദേവന്റെ ശൃംഗാരവിലാസങ്ങൾ സംബന്ധിച്ചുള്ളതാകയാൽ തീർഥാടകരുടെ വലിയൊരു സംഘത്തെ വൃന്ദാവനത്തിലേക്ക് ആകർഷിക്കുന്നു. ചിലപ്പോൾ രക്ഷാധികാരികളുടെ കുടുംബക്ഷേമത്തിനായി അവർ

പ്രത്യേകപൂജകൾ നടത്തുന്നു. അഖാരങ്ങൾക്കും ക്ഷേത്രങ്ങൾക്കും ഉദാരമായി വസ്തു ദാനം നടത്തുകയും ചെയ്യുന്നു. ഇത്തരം വാർഷികച്ചടങ്ങുകളിലും വിശേഷപൂജകളിലും വിധവകൾക്ക് തുച്ഛസമ്പാദ്യത്തിനു പുറമെ കൂടുതൽ വസ്ത്രങ്ങൾ, കമ്പിളികൾ, മിഠായികൾ, ഭക്ഷണസാധനങ്ങൾ ഇവ ലഭിക്കുന്നു. മായികളുടെ ഒരു സാധാരണ ദിവസം വളരെ വേഗം അവസാനിക്കുന്നു. പ്രത്യേകിച്ചും കാഴ്ച ശക്തി നഷ്ടപ്പെട്ടവർക്കും ബലഹീനരായവർക്കും. ഉച്ചയ്ക്കുശേഷമുള്ള ഭജനാലാപനത്തിൽ പങ്കെടുക്കുന്നവർ വീട്ടിൽ തിരിച്ചെത്തുന്നത് സന്ധ്യാസമയത്താകയാൽ വൈദ്യുതിച്ചെലവ് വഹിക്കാനാവാതെ മിക്കവാറും രാത്രികാലങ്ങളിൽ പാചകം ചെയ്യേണ്ടതില്ലാത്ത ഭക്ഷണം കഴിക്കുകയാണ് പതിവ്.

വൃന്ദാവനത്തിൽ വളരെയധികം വേലികൾ (അകത്തും പുറത്തും മുറ്റത്തോടുകൂടിയ പഴയ രീതിയിലുള്ള ഹർമ്യങ്ങൾ) ആതുരാലയങ്ങളുടെ ഉടമസ്ഥതയിലുണ്ട്. പുണ്യാവസരങ്ങളിൽ കുടുംബത്തോടും സ്നേഹിതരോടുമൊത്ത് നഗരം സന്ദർശിക്കാൻ വന്നിരുന്ന ജന്മിമാരായ രക്ഷാധികാരികളും സേത്തുമാരും മറ്റുമാണ് ഇവ നിർമിച്ചുകൊടുത്തത്. മുമ്പത്തെ രക്ഷാധികാരികളുടെ സന്തതി പരമ്പരകൾക്ക് പഴയകാല ജീവിതനിലവാരത്തിൽ ഇവയെ ഇപ്പോൾ നിലനിർത്താൻ കഴിയാത്തതുകൊണ്ട് ഈ ആതുരാലയങ്ങൾ ഏതാണ്ട് ഉപയോഗശൂന്യമായിക്കൊണ്ടിരിക്കുന്നു. പ്രാദേശിക സ്ഥാവര വസ്തു കച്ചവടക്കാർ ഈ വസ്തുക്കൾ ബലമായി കൈവശപ്പെടുത്തിയിരിക്കുകയാണിപ്പോൾ. ഇത്തരം ദയനീയാവസ്ഥയിലുള്ള വാസസ്ഥലങ്ങളുടെ മുക്കിലും മൂലയിലും ചില വിധവകൾ കൈവശക്കാരന് ചെറിയ വാടക കൊടുത്തുകൊണ്ട് താമസിക്കുന്നതായി ഞങ്ങൾ കണ്ടു. ദുരിതങ്ങൾ സഹിച്ചുകൊണ്ടു മാത്രമാണിവിടെ താമസിക്കുന്നതെന്നും ഏതു സമയത്തും അവരവിടെ നിന്ന് പുറത്താക്കപ്പെടാൻ സാധ്യതയുണ്ടെന്നും അവർക്ക് നന്നായറിയാം. എന്നാലും അവരുടെ സ്ഥിതി കടത്തിണ്ണകളിലും വീടുവരാന്തകളിലും ക്ഷേത്രപ്പടവുകളിൽനിന്നുപോലും മെച്ചപ്പെട്ടതായിരുന്നു. ചിലർ അഖാരങ്ങളിലും സമ്പന്നഗൃഹങ്ങളിലും ഗൃഹജോലി ചെയ്ത് അഭയം തേടുന്നു.

രക്ഷാസങ്കേതമാണ് മായികളെ സംബന്ധിച്ച് ഏറ്റവും കഠിനമായ പ്രശ്നമെന്നതിൽ യാതൊരു സംശയവുമില്ല. പ്രത്യേകിച്ച് വയസാകുകയും വാർധക്യജന്യമായ അവശതകൾ കൂടുകയും ചെയ്യുമ്പോൾ ഒരു പരിധിവരെ ഭജനാശ്രമങ്ങളും ഛത്രങ്ങളും നിത്യേന അവർക്ക് ഭക്ഷണം നൽകാൻ ശ്രദ്ധിക്കുന്നുണ്ടെങ്കിലും ക്ഷേത്ര നഗരങ്ങളിലെ ആന്തരഘടന വീടില്ലാത്തവർക്കായി ഒരു വ്യവസ്ഥയും പ്രദാനം ചെയ്യുന്നില്ല. സ്ത്രീകളിലധികവും ആദ്യമായി വൃന്ദാവനത്തിലെത്തിയത് മതപരമായ ചില ബന്ധങ്ങളിലൂടെയാണ്. സംഘത്തിനു പൊതുവായ ഒരു ആത്മീയ യോഗ്യതയുണ്ടായിരുന്നതിനപ്പുറം ഇവയ്ക്ക് അഭയ കേന്ദ്രമോ ചികിത്സാവശ്യങ്ങളോ സംബന്ധിച്ചുള്ള അവരുടെ വ്രണിതവികാരങ്ങളെ ശമിപ്പിക്കാനാവുകയില്ല. ഞാൻ മുൻപു പറഞ്ഞതുപോലെ, സ്ത്രീകളുടെ ഏറ്റവും

വലിയ ഭയങ്ങളിലൊന്ന് ആരുമില്ലാതെ തെരുവിൽ കിടന്ന് മരിക്കുന്നതും ശരിയായ ശവസംസ്കാരംപോലും ഉറപ്പു വരുത്താൻ കഴിയാതിരിക്കുന്നതുമാണ്. പതിനേഴും പതിനെട്ടും നൂറ്റാണ്ടുകളിൽ വേശ്യകൾപോലും സ്വന്തം സമുദായത്തിൽനിന്ന് ശരിയാംവണ്ണം ശവസംസ്കാരം നടത്തിക്കിട്ടുമെന്ന ഉറപ്പിനാൽ അവരുടെ വാർധക്യകാലത്ത് വൈഷ്ണവമതം സ്വീകരിച്ചിരുന്നതായി കാണാം. സമുദായത്തിനുള്ളിൽ പല രൂപാന്തരീകരണങ്ങളും നടന്നിട്ടുണ്ടാവാമെന്ന് ഈ മാറിയ അവസ്ഥ നമ്മോട് പറയുന്നു.

മായികളെ മൊത്തത്തിൽ നോക്കുമ്പോൾ–അവർ ദൈവനാമജപം ഒന്നിച്ചാലപിക്കുമ്പോൾ–ചായം തേച്ച മരത്തൂണുകളോടും വർണത്തിരശ്ശീലകളോടും കൂടിയ പ്രാർഥനാഹാളിലെ ഇരുണ്ട വെളിച്ചത്തിൽ ശുഭവസ്ത്രത്താലുള്ള വെള്ളപ്പരവതാനി കണക്ക് ഭക്തിസാന്ദ്രമായ അന്തരീക്ഷത്തിൽ പൂർണമായി ലയിച്ചു ചേർന്നതായി കാണപ്പെട്ടു. അവർ ഈ സമ്പ്രദായത്തിൽ പൂർണനിമഗ്നരായിരുന്നുവെന്നതിന്റെ തെളിവാണിത്. എന്നാൽ, ഓരോരുത്തരുടെയും വ്യത്യസ്താനുഭവ കഥകളും പിണക്കങ്ങളും മനോവിഷമങ്ങളും അവരുടെ മുഖങ്ങളിൽ പ്രകടമാണെന്ന് കാണാം. ഇത്, ഭക്തിസാന്ദ്രമായ ആ അന്തരീക്ഷം ഒരു മിഥ്യയോ ദൃശ്യം മാത്രമോ ആയതുപോലെയല്ല; പിന്നെയോ അതിന്റെ ആന്തരിക സംഘർഷങ്ങളും വൈരുധ്യങ്ങളും കാണാറാവുന്നതുപോലെ ആയിരുന്നു. അടുത്ത അധ്യായത്തിൽ ഇത്തരം പിളർപ്പുകളെയും വൈരുധ്യങ്ങളെയും പറ്റി ഞങ്ങൾ കൂടുതൽ വിശദമായി പ്രതിപാദിക്കുന്നതാണ്. ഉദാഹരണത്തിന്, കൂട്ടായുള്ള ഭജനാലാപനത്തിനു ശേഷം മാത്രമാണ് പങ്കെടുത്ത എല്ലാ സ്ത്രീകളും വിധവകളല്ലെന്നും ചിലർ വിവാഹിതരും കുടുംബിനികളുമാണെന്നും മറ്റുള്ളവർ ഉപേക്ഷിക്കപ്പെട്ടവരാണെന്നും ഞങ്ങൾക്ക് മനസിലായത്. മായികളെ സംബന്ധിച്ച് സന്യാസം ആദർശവൽക്കരണമാണ്. പലപ്പോഴും അവർ ജീവിതയാഥാർഥ്യങ്ങളിൽ നിന്ന് വ്യത്യസ്തമായി പ്രതികരിക്കുന്നു. മുതിർന്നവരുടെയും യുവാക്കളുടെയും തലമുറകൾ തമ്മിലുള്ള വ്യത്യാസവും ആശ്രയിക്കാനെന്തെങ്കിലുമുള്ളവരും തികച്ചും നിരാധാരരായവർ തമ്മിലും ഭക്തിമാർഗത്തിൽ മാത്രം ചിരിക്കുന്നവരും കുടുംബത്തെ ശ്രദ്ധിക്കേണ്ടവരും തമ്മിലുമുള്ള വ്യത്യാസം സൂക്ഷ്മ നിരീക്ഷണത്തിൽ വ്യക്തമാക്കുന്നു. അതിനാൽ ക്ഷേത്ര നഗരത്തിന്റെ മാറിവരുന്ന മുഖച്ഛായയെപ്പറ്റി മനസിലാക്കുക എന്നത് നിർണായകമായ പ്രാമുഖ്യം നേടിയെടുത്തിരിക്കുന്നു. സാഹചര്യങ്ങളുടെ വിശിഷ്ടവിവരങ്ങൾ കണക്കിലെടുക്കുമ്പോൾ മാത്രമേ ഈ സമ്പ്രദായത്തിന്റെ ഊർജസ്വലത പ്രത്യക്ഷമാകുകയുള്ളു.

ഞങ്ങളുടെ പഠനത്തിനു വിഷയമായ സ്ത്രീകളുടെ ആത്മനിഷ്ഠയെപ്പറ്റിയാണ് ഞങ്ങൾ പര്യവേക്ഷണം ചെയ്തത്. പല സംഗതികളാലും അവർ ആഴത്തിൽ മുറിവേൽപ്പിക്കപ്പെട്ട നിലയിലുള്ളവരായിരുന്നു. വളരെക്കാലമായി 'സ്വാഗതം ചെയ്യപ്പെടാത്ത' കുടിയേറ്റക്കാരെന്ന നിലയി

ലേക്കെത്തിച്ച സമ്പ്രദായത്തിന്റെ മാറ്റങ്ങളാണ് അവരെ ഈ മനോവിഷമത്തിലേക്ക് നയിച്ചത്. ഈ ജീവിതത്തിലേക്കെത്തിച്ച സാഹചര്യങ്ങൾ പലതായിരുന്നു. കുടുംബബന്ധങ്ങളിലെ പീഡനങ്ങളിൽ നിന്നുള്ള സ്വാഭാവികമായ ചെറുത്തുനിൽപ്പാണ് സ്വന്തം ജീവിതമാർഗം കണ്ടെത്താനും ഈ ആത്മനിഷ്ഠയും നിദാനമായത്. പലർക്കും ഭക്തിമാർഗമായിരുന്നു ഏകാവലംബം. അവർ സ്വീകരിച്ച വൈഷ്ണവസമ്പ്രദായത്തിന്റെ ആധിപത്യസംബന്ധിയായ പീഡനങ്ങൾക്ക് അവർക്കുവഴങ്ങേണ്ടിയും വന്നു എന്നത് സംശയരഹിതമാണ്. സ്വയം മായിയായി കണ്ടെത്തുന്നവഴി ഒന്നു മാത്രമായിരുന്നില്ല. അവർക്ക് സ്വന്തം കാര്യം സാധിക്കാനുള്ള ചില മാർഗങ്ങളുണ്ടായിരുന്നു. ഇത് അവരുടെ വീടിന്റെ നാലു ചുമരുകൾക്കുള്ളിൽ സാധ്യമായിരുന്നില്ല. അവരുടെ ജീവിതത്തിൽ മതപരമായ വിശ്വാസത്തിന്റെ സാധീനം ഉണ്ടായിരുന്നു. എന്നിരുന്നാലും അവർക്ക് തമ്മിൽത്തമ്മിലും പുറത്തുള്ള മതരഹിത ലോകം തമ്മിലുമുള്ള ബന്ധം അവരുടെ അഖണ്ഡമായ വിശ്വാസദാർഢ്യത്തിന്റെ ലക്ഷണമാണ്.

4

ശബ്ദങ്ങൾ

പരമ്പരാഗത തീർഥാടനപാതയിലൂടെ കുടിയേറ്റത്തിന്റെ ഒരു പ്രത്യേക രീതിയെന്നപോലെ വർഷങ്ങളായുള്ള സ്ത്രീകളുടെ വ്രജധാമിലേക്കുള്ള പ്രവാഹം പ്രത്യേക മത–സംസ്കാര വിശ്വാസങ്ങളുടെയും അഭിലാഷങ്ങളുടെയും അടിസ്ഥാനത്തിൽ സംഭവിക്കുന്നതായി നമുക്ക് സങ്കൽപ്പിക്കാം. എങ്കിൽത്തന്നെയും അത്തരം വിശ്വാസങ്ങളുടെ മാറുന്ന പ്രാന്ത്യരേഖയും അത്തരമൊരു പ്രതിഭാസത്തിന് ലൗകികകാര്യങ്ങൾക്കായി നടക്കുന്ന മറ്റുതരത്തിലുള്ള കുടിയേറ്റങ്ങളുമായുള്ള കവിഞ്ഞുകയറ്റവും കുറച്ചുകാണുവാൻ കഴിയുകയില്ല. വൈധവ്യത്തിന്റെ വിറങ്ങലിച്ച വെള്ളയൂണിഫോമിൽ വ്യക്തികൾ കൂട്ടത്തിൽ വിലയിക്കുക എന്നത് യോജിച്ച ഒരു പ്രതീകമായിരിക്കുന്ന ഒരു കൂട്ടായ്മ എന്നതരത്തിൽ മായികളെ സംബന്ധിച്ച ഞങ്ങളുടെ കാഴ്ചപ്പാട്, ഞങ്ങളുടെ പഠനവിഷയത്തെപ്പറ്റിയുള്ള പ്രാരംഭ പ്രതികരണത്തെ നിജപ്പെടുത്തിയിരുന്നു. എന്നാൽ ഞങ്ങളുടെ പഠനം പുരോഗമിച്ചപ്പോൾ, അവരുടെ മുഖങ്ങളും ശബ്ദവും സ്വയം ദൃഢീകരിക്കപ്പെടുകയും; മുറിപ്പാടുകളുടെയും ജീവനത്തിന്റെയും അടിസ്ഥാന സാഹചര്യങ്ങളുടെ അനന്തമായ പരിവർത്തനങ്ങളും സംയോജനങ്ങളും ആവിർഭവിക്കുകയും ചെയ്തു. ഇതിൽ മതവിശ്വാസത്തിന് എന്തു പങ്കാണ് വഹിക്കാനുള്ളതെന്ന് ഞങ്ങൾ പിന്നീട് കണ്ടെത്തുന്നതാണ്. ഇവിടെ ഞങ്ങൾ മിക്കപ്പോഴും വിരുദ്ധ സ്വരപ്രമാണത്തോടെ ബഹുമുഖ ശബ്ദങ്ങളുടെ അനുഭവ ജ്ഞാനത്തിന്റ ഓർമപ്പെടുത്തൽ പുനരവലോകനം ചെയ്യുകയാണ്. ഇവ ഞങ്ങളെ ഞങ്ങളുടെ വിശകലനത്തിന് ആരംഭത്തിൽത്തന്നെ ആവശ്യമായ ഏതൊരു പൊതുവോ കേവലമോ ആയ സങ്കൽപ്പങ്ങളുടെയും പ്രശ്നപരമായ മാനങ്ങൾ വികസിപ്പിച്ചെടുക്കുന്നതിൽ സഹായിക്കും.

അമ്പലത്തിലും ആശ്രമങ്ങളിലും നടത്തുന്ന ആരാധനകളിൽ നിരന്തരം പങ്കുചേരൽ ഭക്തകളുടെ ജീവിത ദൗർബല്യത്തിന് ഒരു മറയാകുന്നു. ഒരു ഭക്ത എന്നും സൂര്യോദയത്തിനു മുമ്പായി ഏതു കാലാവസ്ഥയിലും എഴുന്നേൽക്കുകയും സ്നാനഘട്ടിൽ പോയി കുളിക്കുകയും ചെയ്യുന്നതായി അവലോകനം ചെയ്യുന്നു. അവൾ പൂർണമായും മതത്തിൽ വിശ്വാസമർപ്പിക്കുകയും പ്രത്യക്ഷത്തിൽ മറ്റു ആവശ്യങ്ങളിൽ ഭ്രമിക്കാതിരിക്കുകയും ചെയ്യുന്നു. പുണ്യനദിയിലെ സ്നാനാദികൾക്കു ശേഷം അവൾ നാമോച്ചാരണത്തിനു പോകുന്നു. പതിവായി വരുന്നുണ്ടെങ്കിൽ ചന്ദനമരയ്ക്കൽ, പൂമാല കെട്ടൽ, പൂജാപാത്രങ്ങൾ വൃത്തിയാക്കൽ മുതലായ ജോലികൾ അവളിൽ നിക്ഷിപ്തമാകുന്നു. നാമോച്ചാരണങ്ങൾക്കു ശേഷം ഭജനാശ്രമത്തിൽ നിന്നു കിട്ടിയ ഭക്ഷണസാധനങ്ങൾ പാകം ചെയ്യാനായി വീട്ടിലേക്ക് പോവുകയും ആദ്യം തന്നെ വീട്ടിലെ ദേവന് നിവേദിക്കുന്നത് ഒരു ഭാഗ്യമായി കരുതുകയും ചെയ്യുന്നു. പലർക്കും മുറികളിൽ പാചകത്തിന് സൗകര്യമില്ലാത്തതുകൊണ്ടും ചിലർക്ക് മുറി സൗകര്യം പോലുമില്ലാത്തതുകൊണ്ടും പാചകം വേണ്ടെന്നു വെക്കുകയും ഛത്രത്തിൽ നിന്നോ മറ്റോ അവർ ഭക്ഷണം കഴിക്കുകയും ചെയ്യുന്നു. ഉച്ചയ്ക്കുശേഷം രണ്ടാമത്തെ നാമോച്ചാരണച്ചടങ്ങിനായി അവർ വീണ്ടും ഭജനാശ്രമങ്ങളിലേക്ക് പോകുന്നു. അവർ ഭിക്ഷയ്ക്കായി ക്ഷേത്രങ്ങളിലേക്ക് പോകുന്നത് സന്ദർശകരുടെ വരവ് വർധിക്കുന്ന സാഹചര്യങ്ങളിലാണ്. ആഘോഷവേളകളിൽ അവർ അവരവരുടെതായ രീതിയിൽ ചടങ്ങുകളിൽ പങ്കെടുക്കുന്നു. ചില സന്ദർഭങ്ങളിൽ വ്രജധാമിന്റെ അകത്തും പുറത്തുമായുള്ള പുണ്യസ്ഥലങ്ങളിലെ പരിക്രമങ്ങളിലും ചടങ്ങുകളിലും അവർ കൂട്ടായി ഭജന നടത്തുന്നു. ഗുരുക്കളുടെയും അഖാരങ്ങളുടെയും ബന്ധം തുടർന്നുകൊണ്ടിരിക്കുന്നവർ അവിടെ സേവനമനുഷ്ഠിക്കുകയും ചടങ്ങുകളിൽ പങ്കെടുക്കുകയും ചെയ്യുന്നു. സംഘടിത മതപ്രസ്ഥാനത്തിന്റെ ഭാഗമായി ഇത്തരം നിരന്തര സമ്പ്രദായം അവരെ കൂടുതൽ വലിയ പ്രസ്ഥാനങ്ങളിലേക്ക് നയിക്കുന്നു. ഗൃഹസ്ഥാശ്രമ ജീവിതത്തിന്റെ ചിട്ടകളെ മതസംഘടനയുടെ ചിട്ടകൾ മറികടക്കുന്നു.

സ്ത്രീകളുടെ വൈകാരിക വ്രണങ്ങൾക്കു നിദാനമായത് വൈധവ്യം മാത്രമായിരുന്നില്ല; മറ്റു പല ഘടകങ്ങളും കൂടിയാണ് എന്നാണ് ഞങ്ങളുടെ പഠനം കാണിക്കുന്നത്. ഭർത്താക്കന്മാരുടെ വിയോഗത്താൽ സ്ത്രീകൾക്ക് ഗൃഹത്തിൽ കിട്ടേണ്ട സ്ഥാനമാനങ്ങൾ നഷ്ടപ്പെടുകയും അവരുടെ സമ്പത്തുകൾ ഇല്ലാതാവുകയും ചെയ്യുമ്പോൾ അവർ നിരാധാരരായി വൃന്ദാവനത്തിലെത്തിച്ചേരുകയാണെന്ന ധാരണയിലാണ് ഞങ്ങൾ ജോലിയാരംഭിച്ചത്. പല വിധവകളുടെ കാര്യത്തിലും ഇത്തരം നിസ്സഹായതകളുണ്ടായിരുന്നുവെന്നത് സത്യമാണ്. ഉദാഹരണമായി, ഒരു പ്രസിദ്ധ വർത്തമാനപ്പത്രസ്ഥാപനത്തിൽ ഉദ്യോഗസ്ഥനായ ഭർത്താവിന്റെ വൃദ്ധയായ കയസ്ത വിധവയുടെ കഥ. ഭർത്താവിന്റെ അപകടമരണത്തിനു

ശേഷം മകളും മരുമകനും അമ്മയെന്ന ബന്ധം മറച്ചുവെച്ച് വൃന്ദാവനത്തിലെ ഒരു അഗതി മന്ദിരത്തിൽ കൊണ്ടെത്തിച്ചു. അവർ തന്റെ വിധിക്കുമുമ്പിൽ മൂകയായി കീഴടങ്ങുകയും തന്റെ മകൾക്ക് ഒരു ഭാരമാകാതിരിക്കാൻ നിശ്ചയിക്കുകയും ചെയ്തു. പക്ഷേ, അവരെ അവിടെനിന്ന് പറഞ്ഞയയ്ക്കുമോ എന്ന ഭീതി അവർക്കുണ്ടായിരുന്നു. ഏകദേശം ഇതേ അവസ്ഥയിലുള്ള മറ്റു സ്ത്രീകളെയും ഞങ്ങൾ കണ്ടെത്തി. ചിലർ വളരെ ചെറുപ്പത്തിൽതന്നെ വിധവകളായവരും അവരുടെ സമ്പത്തുക്കൾ ബന്ധുക്കൾ ചതിപ്രയോഗത്തിലൂടെ കൈവശപ്പെടുത്തുകയും ഭർത്തൃഗൃഹത്തിൽ നിന്നും പുറത്താക്കപ്പെടുകയും ചെയ്തവരായിരുന്നു. സ്വന്തം മക്കളാലും മരുമക്കളാലുമുള്ള ദ്രോഹം സഹിക്കവയ്യാതെ വീടുവിട്ടിറങ്ങിപ്പോന്നവരായിരുന്നു മറ്റുചിലർ. അവർ കഠിനമായ ദ്രോഹ ചിന്ത മനസിൽ പേറിനടക്കുന്നവരും പേരക്കുട്ടികളെ കാണാനാഗ്രഹമുണ്ടെങ്കിലും വീണ്ടും അവരുടെ അടിമത്തത്തിലേക്ക് പോകാനിഷ്ടപ്പെടാത്തവരുമായിരുന്നു.

വൈധവ്യം കൊണ്ടല്ലാതെ, ഭർത്തൃഗൃഹത്തിലെ പീഡനവും അപമാനവും സഹിക്കാൻ കഴിയാതെയും ഭർത്താവ് രണ്ടാമതും വിവാഹം കഴിച്ചതിനാലും മറ്റു സ്ത്രീകളുമായി ഭർത്താവിനുള്ള നിയമവിരുദ്ധമായ ബന്ധം കാരണമായും വീടു വിട്ടിറങ്ങേണ്ടിവന്ന അനേകം സ്ത്രീകളുമുണ്ടായിരുന്നു. ഭർത്താവിന് ജ്യേഷ്ഠ പത്നിയുമായി അവിഹിതബന്ധമുണ്ടായിരുന്നെന്നും തൽഫലമായി അവരാൽ മൂത്ത സഹോദരൻ കൊല്ലപ്പെട്ടെന്നുമായിരുന്നു സരള എന്ന സ്ത്രീക്ക് പറയാനുണ്ടായിരുന്നത്. മറ്റൊരു സ്ത്രീയുടെ ഭർത്താവ് സ്വന്തം ഭാഗിനേയിയെ വിവാഹം കഴിക്കുകയും ആദ്യഭാര്യയെ പുറത്താക്കുകയും ചെയ്തു. പുറംതള്ളപ്പെട്ട മറ്റൊരു സ്ത്രീക്ക് അവരുടെ ഏകമകൻ ആശ്രയമാകുമെന്ന് ആശയുണ്ടായിരുന്നെങ്കിലും മകനും മരുമകളും അവരെ പുറത്താക്കിയപ്പോൾ വൃന്ദാവനത്തിലേക്ക് വരേണ്ടിവന്നു. ഇതുകൊണ്ടൊക്കെ വൃന്ദാവനത്തിലേക്ക് സ്ത്രീകളെ കൊണ്ടെത്തിച്ചത് വൈധവ്യം മാത്രമായിരുന്നില്ലെന്ന് നിസ്സംശയം പറയാം. അസഭ്യമായ വൈവാഹിക ബന്ധങ്ങളും കുടുംബത്തിലെ നിരാശ്രയത്വവുമുൾപ്പെടുന്ന നിരവധി സമ്മർദങ്ങൾ അതിനുകാരണമായുണ്ടായിരുന്നു.

മുഴുകുടിയനായ ഭർത്താവ് നിരന്തരം മർദിച്ചിരുന്നതിനാൽ ചെറിയ കുഞ്ഞിനേയും കൊണ്ട് വീടുപേക്ഷിക്കേണ്ടിവന്ന രസകരമായ ഒരു സംഭവം ഞങ്ങളറിയാനിടയായി. അവളുടെ സഹോദരനോടൊപ്പം അവൾ വൃന്ദാവനത്തിൽ താമസിക്കുകയായിരുന്നു. അടുത്തിടെ അവളുടെ മകളുടെ വിവാഹം നിശ്ചയിച്ചപ്പോൾ, ഭർത്താവുമായി താൽക്കാലികമായ രഞ്ജിപ്പിലെത്തുകയും അതുവരെ യാതൊരു ഉത്തരവാദിത്വവുമേറ്റെടുത്തിരുന്നില്ലെങ്കിലും അയാൾ വൃന്ദാവനത്തിലെത്തുകയും വിവാഹത്തിൽ പങ്കുചേരുകയുമുണ്ടായി. ചുരുക്കം ചില സന്ദർഭങ്ങളിൽ അഗതിയായ ഒരു സ്ത്രീ സ്വന്തം കുടുംബത്തിൽനിന്നും പലപ്പോഴും ചില സഹായ

ങ്ങൾ കണ്ടെത്തുന്നു. തന്റെ ഇഷ്ടത്തിന് വിരുദ്ധമായി വിവാഹിതയാകേണ്ടിവരികയും വൈവാഹികബന്ധത്തിൽ അസ്വാരസ്യങ്ങൾ ഉണ്ടായതിനാൽ വീടുവിട്ടിറങ്ങി വൃന്ദാവനത്തിലേക്ക് പോരേണ്ടി വരികയും ചെയ്ത ഒരു സ്ത്രീയുമുണ്ടായിരുന്നു. അവളിപ്പോഴും ആദ്യപ്രേമം സ്മരിക്കുകയും അയാളിൽനിന്നും വേർപെട്ടതിൽ അതിയായി ദുഃഖിക്കുകയും ചെയ്തിരുന്നു. വിരഹിണിയായ ഈ സ്ത്രീയുടെ കഥയ്ക്കു വിരുദ്ധമായി ചെറുപ്പത്തിലേ പോളിയോ ബാധിച്ച് കാലുകൾ തളർന്ന ഒരു ബാലികയെ കണ്ടുമുട്ടി. രക്ഷാകർത്താക്കളുടെ മരണശേഷം അവളുടെ സഹോദരൻ അവളെ ഉപേക്ഷിക്കുകയും പിന്നീട് ക്ഷേത്രപ്പടികളിലിരുന്ന് സന്ദർശകരോട് ഭിക്ഷയാചിച്ച് ഉപജീവനം നടത്തേണ്ടിയുംവന്ന സാഹചര്യവും ഞങ്ങൾക്ക് കാണാൻ കഴിഞ്ഞു.

ദൃഢപ്രതീക്ഷയോടെയും അത്യാവശ്യം സാമ്പത്തിക ശേഖരണത്തോടുംകൂടി വൃന്ദാവനത്തിൽ വന്ന ഒട്ടേറെ ദമ്പതികളെ ഞങ്ങൾക്ക് കാണാനിടയായി. ഇത്തരം സ്ത്രീകൾക്ക് ഭർത്താവിന്റെ അസുഖം മൂലമോ മരണം മൂലമോ ആരംഭത്തിൽ കിട്ടിയിരുന്ന സഹായങ്ങൾ പിൻവലിക്കപ്പെടുകയോ സമ്പാദ്യം വിശ്വസിച്ചേൽപ്പിച്ചവരാൽ കബളിപ്പിക്കപ്പെടുകയോ ചെയ്യുന്നതിന്റെ ഫലമായിട്ടാണ് നിരാധാരകളാകേണ്ടിവരുന്നത്. ഭർത്താക്കന്മാരുടെ ആത്മീയാവേശം മൂലമോ ഗൃഹസംബന്ധമായ നാശനഷ്ടങ്ങൾ സംഭവിച്ചതിനാലോ അവരെ ഒഴിവാക്കാനിടയായ സാഹചര്യങ്ങൾ കൊണ്ടാണ് പല സ്ത്രീകളും ഭർത്താക്കന്മാരോടൊപ്പം ഇവിടെയെത്തിയത്. വിഭജനത്തിന്റെ ഫലമായി തന്റെ രണ്ടാണ്മക്കളും സമ്പത്തും നശിച്ച് അനാഥയാക്കപ്പെട്ട് ദുരിതസ്മരണകളിൽനിന്ന് മുക്തയാവാൻ ബംഗ്ലാദേശിൽനിന്ന് വൃന്ദാവനത്തിലെത്തിയതായിരുന്നു മോഹിനി എന്ന വൃദ്ധ. ഡോക്ടറായിരുന്ന അവരുടെ ഭർത്താവ് അവർക്ക് ഒരു ജീവിതമാർഗം കണ്ടെത്തിയിരുന്നെങ്കിലും അദ്ദേഹത്തിന്റെ മരണശേഷം അവർ നിരാധാരയാകുകയായിരുന്നു.

വൃന്ദാവനത്തിലേക്ക് വന്നതിനു ചില സ്ത്രീകൾ കാരണമായി പറയുന്നത്, തങ്ങൾ ഗുരുക്കന്മാരുമായി ജോയിന്റ് അക്കൗണ്ടായി നിക്ഷേപിച്ച സമ്പാദ്യം നഷ്ടപ്പെട്ടതു മൂലമാണെന്നാണ്. ഒന്നുകിൽ വിശ്വസിച്ചേൽപ്പിച്ച ഗുരുക്കന്മാർ കൃത്രിമം കാണിച്ചിരിക്കാം. അല്ലെങ്കിൽ ഗുരുവിന്റെ മരണശേഷം പണം സൂക്ഷിച്ചതെവിടെയാണെന്നും പിൻവലിക്കേണ്ടതെങ്ങനെയെന്നുമറിയാതെ നഷ്ടപ്പെട്ടതുമാവാം. നേരെമറിച്ച്, വിവാഹേതരബന്ധത്താലും അസഭ്യമായ വൈവാഹികബന്ധത്തിൽനിന്ന് രക്ഷപ്പെടാനും വിധവകളാകാതെതന്നെ സ്വകുടുംബങ്ങളിൽനിന്നുള്ള സാമൂഹിക, സാമ്പത്തിക സുരക്ഷ നഷ്ടപ്പെട്ടതിനാലും ധാരാളം സ്ത്രീകൾ വീടുപേക്ഷിക്കാൻ നിർബന്ധിതരായിട്ടുണ്ട്. ഒരാൾ തന്നെ വൃന്ദാവനത്തിലേക്ക് കൂട്ടിക്കൊണ്ടുവന്നുവെന്നും അവിടെ തന്നെ വിറ്റുവെന്നും പിന്നീട് ഏറ്റവും മോശപ്പെട്ട രീതിയിലുള്ള ലൈംഗിക ചൂഷണത്തിനിരയാകേണ്ടിവന്നെന്നുമാണ് ഒരു സ്ത്രീ ഞങ്ങളോട് പറഞ്ഞത്. നാലോ അഞ്ചോ

സ്ത്രീകളെ കുഷ്ഠരോഗം പിടിപെട്ടതിനാൽ ഭിക്ഷാടനത്തിലേക്ക് തള്ളിവിടപ്പെട്ടതായും ഞങ്ങൾ കണ്ടു. അങ്ങനെ വൈധവ്യം നിരാധാരത്വത്തിലേക്ക് നയിക്കുന്ന ഘടകങ്ങളിലൊന്നു മാത്രമാണ്. ഇത്തരം ദുരവസ്ഥകൾക്ക് പല കാരണങ്ങളുമുണ്ട്.

മതസ്ഥാപനങ്ങളിലുള്ള ആശ്രയത്വം ചില സ്ത്രീകൾക്ക് ലൈംഗിക ചൂഷണത്തിൽനിന്ന് രക്ഷപ്പെടാനാവാത്ത സ്ഥിതിയാണുണ്ടാക്കിയത്. പരമ്പരാഗതമായി, വൃന്ദാവനം 'ദുർമാർഗികൾ' എന്നും വിളിക്കപ്പെടുന്നവരുടെ അഭയകേന്ദ്രമാണ്. വഴിപിഴപ്പിക്കപ്പെട്ടവരും, കുടുംബത്തിലെ പുരുഷന്മാരാലും അയൽവാസികളാലും മറ്റുള്ളവരാലും വീട്ടിൽനിന്ന് തട്ടിക്കൊണ്ടുപോകപ്പെട്ടവരുമായ സ്ത്രീകൾ നിരാധാരരായി ഉപേക്ഷിക്കപ്പെടുന്നു. ഞങ്ങളുടെ ചോദ്യങ്ങൾക്കുത്തരം പറഞ്ഞവരിൽ വളരെ കുറച്ചുപേർ മാത്രമേ ചെറുപ്പത്തിൽത്തന്നെ വിധവകാളായവരായുള്ളൂ. ചിലർ സ്ഥിതിഗതികൾ നേരിട്ടു പറഞ്ഞെങ്കിലും വൈധവ്യത്തിനു ശേഷമുണ്ടായിരുന്ന അവിഹിതബന്ധമായിരുന്ന, അവരുടെ കുടിയേറ്റത്തിനുള്ള കാരണമെന്നാണ് അവരിൽ ചിലരുടെ പ്രസ്താവനയിൽനിന്നും തെളിയുന്നത്. ഭർത്താവുള്ള ചില സ്ത്രീകളും ഇതുതന്നെയാണ് സൂചിപ്പിക്കുന്നത്. അടിസ്ഥാനപരമായി അധാർമിക വൈവാഹിക ബന്ധമായതുകൊണ്ട് അവരുടെ ജാരനുമായി ഒളിച്ചോടാൻ അവർ നിർബന്ധിതരായി. ചിലപ്പോൾ ആദ്യ വിവാഹത്തിലെ പ്രായം തികയാത്ത മകളെക്കൂടി അവർക്ക് കൂടെ കൊണ്ടുപോരേണ്ടിവന്നു.

വൃന്ദാവനത്തിലെത്തിയതെങ്ങനെയെന്നും ആരുടെ കൂടെയെന്നുമുള്ള ഞങ്ങളുടെ ചോദ്യത്തിന് അവിഹിതബന്ധങ്ങൾ വഴിയാണ് എത്തിപ്പെട്ടതെന്നായിരുന്നു ചില സ്ത്രീകൾ സൂചിപ്പിച്ചത്. പലപ്പോഴും ഉത്തരങ്ങൾ വളരെ അസ്പഷ്ടവും ലൈംഗിക ചൂഷണത്തിന്റെ ഒരു ലാഞ്ഛന പോലുമില്ലാത്തവയായിരുന്നു. ബന്ധുക്കളോ അയൽവാസികളോ ഗുരുമുഖാന്തിരമുള്ള സഹോദരീ സഹോദരന്മാരോ വൃന്ദാവനത്തെപ്പറ്റി പറഞ്ഞുതന്നെന്നും അവരെ അനുഗമിച്ചുവെന്നുമാണ് അവർ പറഞ്ഞത്. ഭർത്താവ് പുനർവിവാഹം ചെയ്തപ്പോൾ തന്നെയും കുട്ടികളെയും വീട്ടിൽനിന്ന് പുറത്താക്കിയതുകൊണ്ടാണ് ഇവിടെയെത്തിയതെന്നാണ് ഒരു സ്ത്രീ പറഞ്ഞത്. ഭർത്താവ് ഉപേക്ഷിച്ചതിനുശേഷം ദുർമാർഗത്തിൽ ചരിക്കാനിഷ്ടപ്പെടാത്തവൾ, വൃന്ദാവനത്തിൽ ഗൃഹവൃത്തികൾ ചെയ്തു ഉപജീവനമാർഗം കണ്ടെത്തിയെന്നും സ്പഷ്ടമാക്കി. വൃന്ദാവനത്തിലെ മറ്റു പല കുടിയേറ്റ പെൺകുട്ടികളെയും പോലെ ഭക്ഷണത്തിനും അഭയത്തിനും പകരമായി അഖാരങ്ങളിലെ നേതാവുമായി അവിഹിതബന്ധം പുലർത്താൻ അവളിഷ്ടപ്പെട്ടില്ല. കാരണം അവൾ അത്തരം സ്ത്രീകളിലൊരാളായിരിക്കുന്നില്ല എന്നതുതന്നെ. വ്രജധാമിലെ ചില പ്രത്യേക സ്ഥലങ്ങളിൽ ഇത്തരം സംഭവങ്ങൾ സാധാരണമാണെന്ന് അവൾ പറഞ്ഞു.

ചുരുക്കം ചിലർ വളരെ അവ്യക്തമായും ഒഴിഞ്ഞുമാറുന്ന തര

ത്തിലുമായിരുന്നു ഉത്തരം നൽകിയത്. ഇവിടെ കൊണ്ടുവന്നെത്തിച്ച വ്യക്തിയെപ്പറ്റി പറയാൻ ഞങ്ങൾ നിർബന്ധിച്ചപ്പോൾ, അയാൾ അവളെ ഇവിടെ കൊണ്ടുവന്ന് നിരാകരിച്ചെന്നായിരുന്നു പ്രതികരണം. വൃദ്ധകളെപ്പോലും അവരുടെ ബന്ധുക്കൾ ഇവിടെ കൊണ്ടുവന്ന് ഉപേക്ഷിക്കുകയായിരുന്നു. മേൽ പ്രസ്താവിച്ചപോലെ, ചില പ്രത്യേക സാഹചര്യങ്ങളിൽ ഒരു സ്ത്രീ യുവതിയായിരിക്കുമ്പോൾത്തന്നെ ഉപേക്ഷിക്കപ്പെടുന്നുണ്ട്. ഞങ്ങൾ കണ്ടുമുട്ടിയതിൽ ഭാര്യാഭർത്താക്കന്മാരെന്നു പറഞ്ഞ ദമ്പതികളുമായി സംസാരിച്ചതിൽ, അവളെപ്പറ്റിയുള്ള ചില അപഖ്യാതികളിൽ നിന്ന് ഓടിപ്പോന്നവരാണെന്നും നിയമപരമായി അവർ വിവാഹിതരല്ലെന്നും മനസിലായി. പക്ഷേ, ഈ സംഭവത്തിൽ സ്ത്രീ ഉപേക്ഷിക്കപ്പെട്ടിരുന്നില്ല. അംബ എന്ന മറ്റൊരു പെൺകുട്ടി പറഞ്ഞത് അവളൊരു ശിശുവിധവയാണെന്നും ഇവിടെ വന്നതിനുശേഷം ഒരു സേഠിന്റെ വീട്ടിൽ വീട്ടുവേലക്കാരിയായി പണിയെടുക്കുകയാണെന്നുമായിരുന്നു.സേഠിന് അവളെ വലിയ ഇഷ്ടമായതുകൊണ്ട് അവൾക്ക് രാധാകുണ്ഡിൽ ഒരു ചെറിയ വീട് സമ്മാനമായി കൊടുത്തു. അയാൾ അവിടെ താമസമുണ്ടായിരുന്നില്ല. പക്ഷേ, അയാളുടെ താമസകാലത്ത് വീട്ടു ജോലിക്കുപുറമേ മറ്റു സേവനങ്ങളും അവളിൽ നിന്നും ഈടാക്കാൻ സാധ്യതയുണ്ടെന്നു കരുതുന്നു. അങ്ങനെ ഒരു സ്ത്രീ വൃന്ദാവനത്തിലെത്തിയ ശേഷം അതിജീവനത്തിനും സുരക്ഷയ്ക്കും വേണ്ടി ലൈംഗികബന്ധത്തിലേർപ്പെടേണ്ടി വരാനിടയുണ്ട്.

തന്റെ കാമുകനോടൊപ്പം ഋഷികേശിലേക്ക് പോവുകയും അവിടെ വെച്ച് അയാളാൽ ഉപേക്ഷിക്കപ്പെടുകയും ചെയ്ത കഥയാണ് യമുനയ്ക്ക് പറയാനുണ്ടായിരുന്നത്. പിന്നീടവൾ ഒരു ഹിന്ദുസ്ഥാനിയെ കല്യാണം കഴിച്ച് വൃന്ദാവനത്തിലേക്ക് പോന്നു. അവളുടെ ഭർത്താവ് ഒരു റിക്ഷാക്കാരനാണ്. തുന്നൽപ്പണിയിലൂടെ അവളും അൽപ്പം സമ്പാദിക്കുന്നുണ്ട്. പുനർവിവാഹം ചെയ്ത രണ്ടോ മൂന്നോ സംഭവങ്ങളും ഞങ്ങളുടെ ശ്രദ്ധയിൽപ്പെട്ടു. കുഷ്ഠരോഗം ബാധിച്ചതിനാൽ ഭർത്താവ് ഉപേക്ഷിക്കുകയും പിന്നീട് മറ്റൊരു കുഷ്ഠരോഗിയെത്തന്നെ വിവാഹം കഴിക്കുകയും ചെയ്ത ഒരു സ്ത്രീയെ പരിചയപ്പെട്ടു. ഗർഭധാരണത്തിന് പ്രാപ്തയല്ലെന്ന കാരണത്താൽ, ഭർത്താവിനാൽ ഉപേക്ഷിക്കപ്പെട്ട ഭാനുമതി, വൃന്ദാവനത്തിലെത്തിയ ശേഷം ഒരു ഹിന്ദുസ്ഥാനിയെ വിവാഹം കഴിച്ചിരുന്നെങ്കിലും ഇപ്പോൾ മറ്റൊരു മാന്യവ്യക്തിയുടെ രണ്ടാംഭാര്യയായി കഴിയുന്നു. അയാൾ, അയാളുടെ ശാരീരികാവശ്യങ്ങൾക്കുമാത്രമായി അവളെ ഉപയോഗിക്കുന്നതായി അനുഭവപ്പെട്ടു. മാതാപിതാക്കളോടൊപ്പം ഭർത്തൃപീഡനത്തിൽ നിന്നും രക്ഷപ്പെട്ടെത്തിയ ഒരു സ്ത്രീയെ അവളുടെ മുത്തശ്ശി തദ്ദേശീയനായ ഒരു നിർമാണ ജോലിക്കാരനു വിവാഹം ചെയ്തുകൊടുത്ത കഥയും കേൾക്കാനിടയായി.

മതപരമായ ബന്ധങ്ങളിലൂടെ എത്തിച്ചേർന്നിട്ടുള്ള അഖാരങ്ങളിലെ ഗുരുവായിട്ടും ചില സാധുക്കളുമായിട്ടും ഗുരുവിന്റെ ചില ശിഷ്യന്മാരുമാ

യിട്ടും സ്ത്രീകൾ ലൈംഗിക ബന്ധം പുലർത്തിയിരുന്നുവെന്നതിന് തെളിവുകളുള്ള ചില സംഭവങ്ങളുമുണ്ട്. വിശേഷിച്ചും അഖാരങ്ങളിൽ ഞങ്ങൾ കണ്ടുമുട്ടിയ പല സേവദാസികളും ഈ വസ്തുത സത്യമാണെന്ന് വെളിപ്പെടുത്തിയിരുന്നു. ഗൃഹജോലികൾ ചെയ്യുന്നതിനു പുറമേ അഖാരങ്ങളിലെ നേതാക്കളുടെ സാധൻ സാംഗിനികളായും പ്രവർത്തിക്കേണ്ടിയിരുന്നു. അവരിൽ ചിലർ അഖാരങ്ങളിലെ സമ്പന്നരായ രക്ഷാകർത്താക്കൾക്ക് ലൈംഗിക സേവനമനുഷ്ഠിക്കാൻ ബാധ്യസ്ഥരാണെന്നും പറയപ്പെടുന്നു. നമിതയെന്ന സ്ത്രീ ഞങ്ങളുടെ ചോദ്യങ്ങൾക്കുത്തരം പറയുമ്പോൾ, മുറിയിലിരിക്കുകയായിരുന്ന വൃദ്ധനായ സാധു അവളെ ഭീഷണിപ്പെടുത്തുന്നുണ്ടായിരുന്നു. അയാളുടെ കൂടെ അവിടെ ജീവിക്കുന്നിടത്തോളം കാലം അയാൾക്കിഷ്ടമില്ലാത്ത ഒരു ചോദ്യത്തിനും മറുപടി തരാനാവില്ലെന്ന് അവൾ വളരെ വ്യക്തമായി പറഞ്ഞു. ഇത്തരം എല്ലാ സംഭവങ്ങളിലും സ്ത്രീക്ക് അസൗകര്യപ്രദമായ രീതിയിൽ ലൈംഗിക ബന്ധം പുലർത്തേണ്ടി വരുന്നതായാണ് കാണുന്നത്. അഖാരങ്ങളിലൊന്നിൽ, ലളിത എന്ന ഒരു സുന്ദരിയായ പെൺകുട്ടിയെ ഞങ്ങൾ കണ്ടുമുട്ടി. മൂന്നുകൊല്ലം മുമ്പ് അവളുടെ മാതാപിതാക്കൾ ഇവിടെ കൊണ്ടുവരികയും വിവാഹം കഴിപ്പിക്കുന്നതിനുപകരം തന്നെ ആത്മീയ ജീവിതത്തിനായി സമർപ്പിക്കുകയും ചെയ്തെന്ന് അവൾ പറഞ്ഞു. ഒരു അഖാരത്തിൽ മധ്യവയസ്കനായ ഒരു ഗോസ്വാമിയുടെ രക്ഷാകർത്തൃത്വത്തിൽ അവളിപ്പോൾ താമസിക്കുന്നു. ഞങ്ങളോട് സംസാരിക്കുന്നത് അയാൾ സൂക്ഷ്മ നിരീക്ഷണം ചെയ്തുകൊണ്ടിരുന്നു. യഥാർഥത്തിലുള്ള പരിശുദ്ധ പ്രേമം കണ്ടെത്താനാണ് വൃന്ദാവനത്തിൽ വന്നതെന്നും ആദർശ പ്രേമം ഇനിയും കണ്ടെത്തിയിട്ടില്ലെന്നും എങ്കിലും ഈ ജീവിതം തെരഞ്ഞെടുത്തതിൽ ഖേദമില്ലെന്നും ദൗജി ക്ഷേത്രത്തിൽ വെച്ച് കണ്ടുമുട്ടിയ ഒരു സ്ത്രീ പറയുന്നു. നിരാശാജനകമായ ലൗകിക ജീവിതത്തിൽ നിന്ന് ആത്മീയപ്രേമത്തിലേക്ക് നയിക്കാൻ വൈഷ്ണവ ആരാധനാ സമ്പ്രദായത്തിന് തീർച്ചയായും പ്രാപ്തിയുണ്ട്.

II

വൈഷ്ണവ പശ്ചാത്തലമുള്ള സ്ത്രീകളാണ് വൃന്ദാവനത്തിലേക്ക് കുടിയേറ്റക്കാരായെത്തിയവരിൽ ഭൂരിപക്ഷമെന്ന് നേരത്തെ സൂചിപ്പിച്ചിട്ടുണ്ടല്ലോ. അതിനുപുറമേ ചില മതപരമായ ബന്ധങ്ങളുടെ സ്വാധീനത്താലാണ് തീർഥാടനസ്ഥലത്തേക്ക് സ്ഥലം മാറാൻ തീരുമാനിച്ചതിന് പ്രേരണയായത് എന്നതിന് പല സംഭവങ്ങളും തെളിവായുണ്ട്. വിരഹ ദുഃഖം അനുഭവിക്കുന്നവരോ സ്വന്തക്കാരുടെ പീഡനമേൽക്കേണ്ടിവരുന്നവരോ ഗൃഹജീവിതം മടുത്തവരോ ആയ പല സ്ത്രീകളും സമാധാനത്തിനായാണ് പരിചയമുള്ള ഗുരുവിന്റെ ഉപദേശത്താൽ വ്രജധാമിലെത്തിയതെന്ന് പറയുന്നു. അവർക്ക് ഭക്ഷണവും പാർപ്പിടവും യാതൊരു അലട്ടുമില്ലാത്ത ജീവിതവും ഇവർ വാഗ്ദാനം ചെയ്തു. രാധാകൃഷ്ണ

നാമം ജപിച്ചുകൊണ്ട് ജീവിതകാലം മുഴുവൻ സ്വതന്ത്രമായി കഴിയാമെന്നും അവർ ഉറപ്പുകൊടുത്തു.

ബന്ധുക്കളാൽ വഞ്ചിക്കപ്പെട്ട് സകല സ്വത്തുകളും നഷ്ടപ്പെട്ട ഒരു സ്ത്രീ, ഭർത്താവുമൊത്ത് ജീവിതസുഖങ്ങൾ വെടിഞ്ഞ് വൃന്ദാവനത്തിലെത്തി അഭയം പ്രാപിച്ചു. രണ്ടുമക്കളും നഷ്ടപ്പെട്ട ദുഃഖം സഹിക്കവയ്യാതെ ശ്മശാനത്തിൽ അലഞ്ഞു നടന്ന അഞ്ജനയെന്ന സ്ത്രീയെ ഒരു സാധു അവിടെനിന്ന് രാധാകുണ്ഡിലേക്ക് കൂട്ടിക്കൊണ്ടു വരികയും അവൾ പിന്നീട് അവിടെ താമസിക്കുകയും ചെയ്തു. കണ്ണിനു കാഴ്ചയുണ്ടായിരുന്ന കാലത്തോളം അവൾ എംബ്രോയ്ഡറി ചെയ്ത് ജീവിച്ചു. ഇപ്പോൾ അവൾ ഭജനാശ്രമങ്ങളിൽ നിത്യഭക്ഷണത്തിനായി പോകുന്നു. വൈധവ്യത്തിനുശേഷം അത്യാഗ്രഹികളായ ബന്ധുക്കളാൽ സമ്പത്തു നഷ്ടപ്പെടുകയോ സ്വയം വിൽക്കുകയോ ചെയ്ത സാഹചര്യത്തിൽ പല സ്ത്രീകളും എത്തിച്ചേർന്നിട്ടുണ്ട്. ഈ ലൗകിക ജീവിതപരിത്യാഗത്തിലൂടെ ആത്മീയ ജീവിതം മാത്രമേ ശരണമുള്ളൂ എന്നവരെ ചിന്തിപ്പിച്ചു. അവരുമായി ആത്മീയ ബന്ധമുള്ള ഗുരുക്കന്മാരോ ബന്ധുകളോ അയൽവാസികളോ അവർക്ക് വ്രജധാമിൽ ശാശ്വത സമാധാനം ലഭിക്കുമെന്നുപദേശിച്ചു.

ബന്ധുകളോടൊപ്പവും അയൽവാസികൾക്കൊപ്പവും ഇവിടെയെത്തിയപ്പോൾ, ഇവിടം ജീവിതത്തിനു സുഖകരമാണെന്നു തോന്നിയതിനാൽ ഏകാന്ത ജീവിത വൈഷമ്യങ്ങളുണ്ടായിരുന്നെങ്കിലും ഇവിടെത്തന്നെ ജീവിക്കാനിഷ്ടപ്പെട്ടുവെന്നാണ് ചിലരുടെ വാദം. മാർഗം കുടുംബത്തിൽ മുമ്പേ തന്നെ പ്രബലമായിരുന്നുവെന്നും അവരുടെ ബാല്യകാലം മുതൽ അവരാഗ്രഹിച്ചിരുന്ന സ്ഥലത്തുതന്നെ അവർ എത്തിച്ചേർന്നെന്നുമാണ് മറ്റു ചിലർ പറഞ്ഞത്. ഭർത്താക്കന്മാരുടെ മതപരമായ ചായ്വ് ആണ് തങ്ങളെ ഇവിടെയെത്തിച്ചതെന്നാണ് ചിലരുടെ അഭിപ്രായം. കുടുംബപാരമ്പര്യം ഭക്തിമാർഗമനുശാസിക്കുന്നെന്നും മറ്റൊരു കർമവും ചെയ്യരുതെന്നായതുകൊണ്ടും ഡോക്ടറായിരുന്ന ഭർത്താവ്, ഉദ്യോഗം വേണ്ടെന്നുവെച്ച് വൈരാഗിയായി തന്നോടൊപ്പം എത്തിയെന്ന മറുപടിയാണ് മറ്റൊരു സ്ത്രീക്കുണ്ടായിരുന്നത്. ഇത്തരം ഭർത്താക്കന്മാരിൽ ചിലർ സാധുക്കളായിത്തീരുകയും ക്ഷേത്രങ്ങളിൽ കീർത്തനങ്ങൾ പാടുകയും മൃദംഗം വായിക്കുകയും ചെയ്തുവന്നു.

കുട്ടികളും കുടുംബബന്ധങ്ങളുമില്ലാത്തതിനാലാണ് ഭർത്താവുമൊത്ത് വൃന്ദാവനത്തിലേക്ക് വന്നതെന്നാണ് ഹേമാംഗിനിക്ക് പറയാനുണ്ടായിരുന്നത്. ഭർത്താവ് ഇടയ്ക്കിടെ തന്നെ ഒറ്റയ്ക്കുവിട്ട് സാധുക്കളുടെ കൂടെ പോയിരുന്നു. അയാൾ തിരിച്ചുവരുമ്പോൾ അവർ വീട്ടിൽ ഒന്നിച്ചു താമസിച്ചിരുന്നെങ്കിലും, അതിലവർ സന്തുഷ്ടയായിരുന്നില്ല. താൻ ശാക്തേയ കുടുംബത്തിൽനിന്നുമാണ് വരുന്നതെന്നും ഉപജീവനത്തിനായി 'ഒരാൾ ആരെ ആരാധിക്കണമെന്നത് വലിയ കാര്യമല്ലെന്നും' ഒരു സ്ത്രീ തുറന്നു പറഞ്ഞു. ആകെക്കൂടി ഞങ്ങൾ ശേഖരിച്ചിട്ടുള്ള തെളി

വുകളിൽ നിന്ന് ബംഗാളിൽനിന്നും വ്രജധാമിലേക്കുള്ള പഴയ തീർഥാടനപാത ഇപ്പോഴും പ്രവർത്തനനിരതമായ മാനുഷികബന്ധത്തിന്റെ ഫലമാണെന്നു കരുതുന്നു. ഗുരുക്കന്മാരും പാണ്ഡുകളും ഭക്തന്മാരും പെൺവാണിഭക്കാരും തട്ടിക്കൊണ്ടുപോകുന്നവരും ഉത്സവക്കാലങ്ങളിൽ ഈ മാർഗങ്ങളിൽക്കൂടി വന്നുംപോയുമിരിക്കുന്നു. അങ്ങനെ വ്രജധാമിലേക്കുള്ള കുടിയേറ്റം തുടർന്ന് കൊണ്ടിരിക്കാൻവേണ്ടി സ്ത്രീകളെയും ചിലപ്പോൾ പുരുഷന്മാരെയും വ്രജധാമിലേക്ക് ആകർഷിക്കുന്നു.

ഇതിനു വിപരീതമായി, ദാരിദ്ര്യത്താലോ പെട്ടെന്നുണ്ടായ ചില അത്യാപത്തിനാലോ തങ്ങളുടെ ഭർത്താക്കന്മാരോടും കുടുംബത്തോടൊപ്പം വൃന്ദാവനത്തിൽ കുടിയേറിയ സ്ത്രീകളെയും നമുക്ക് കാണാം. മുർഷിദാബാദിലെ വെള്ളപ്പൊക്കത്താലും ഒറീസയിലെ കഠിനമായ കൊടുങ്കാറ്റിനാലും വൃന്ദാവനത്തിലേക്ക് കുടിയേറിപ്പാർത്ത ചില കുടുംബങ്ങളെപ്പറ്റി ഞാൻ നേരത്തേ പരാമർശിച്ചിട്ടുണ്ട്. ഇത്തരം കുടുംബങ്ങളിലെ ചില പുരുഷന്മാർ വൃന്ദാവനത്തിലെത്തിയ ശേഷം റിക്ഷ വലിക്കുന്നവരും ചെറിയ കച്ചവടക്കാരും നിത്യക്കൂലിപ്പണിക്കാരുമായിത്തീർന്നിട്ടുണ്ട്. അവരുടെ സ്ത്രീകൾ കുടുംബവരുമാനം സമനിലയിലെത്തിക്കാനായി ഭജനാശ്രമങ്ങളിലേക്ക് ശ്രദ്ധ തിരിക്കുന്നു. ഞാൻ നേരത്തേ പറഞ്ഞതുപോലെ, ഈ സ്ത്രീകളും അവിടെ മുമ്പേ ഉണ്ടായിരുന്ന വിധവകളായ മായികളും തമ്മിൽ കടുത്ത മത്സരമുണ്ടായിരുന്നെങ്കിലും, ആദ്യത്തെ കൂട്ടരാണ് കൂടുതലുമുണ്ടായിരുന്നതെന്ന് അവിടുത്തെ താമസക്കാർ പറയുന്നു. ഡൽഹിക്കും മഥുരയ്ക്കുമിടയിലുള്ള യമുനാതീരത്തെ ഫാക്ടറികൾ പൂട്ടിപ്പോയതിനാൽ ജോലി നഷ്ടപ്പെട്ട തൊഴിലാളികളുടെ കുടുംബങ്ങളിൽ നിന്നും ഭജനാശ്രമങ്ങളിലേക്കുള്ള വരവ് വർധിച്ചതായി അവർ പറഞ്ഞു. ഉത്തർപ്രദേശിൽ നിന്നുവന്ന ഒരു സ്ത്രീ, അവർക്ക് സ്വന്തം ഗ്രാമത്തിൽ അടിയാരെക്കൊണ്ട് കൃഷിചെയ്യിച്ചിരുന്ന 10 കാതം ഭൂമിയുണ്ടായിരുന്നു എന്നാണ് പറഞ്ഞത്. എന്നാൽ, മുഴുവൻ കുടുംബങ്ങളും വൃന്ദാവനത്തിലേക്ക് ജോലിയന്വേഷിച്ചു വരേണ്ടതായിവന്നു. അവൾ ഗൃഹജോലികളും ഭർത്താവ് പലപ്പോഴും കൽപ്പണിക്കാരന്റെ സഹായിയായും ജോലി ചെയ്യുന്നു. കൊയ്ത്തുകാലമാകുമ്പോൾ മാത്രമാണ് അവർ അവരുടെ ഗ്രാമത്തിലേക്കു തിരിച്ചുപോകുന്നത്. അവൾ അവളുടെ കുടുംബവുമായി വളരെ സ്നേഹബന്ധത്തിലാണെന്നും സാമ്പത്തിക ഉന്നതിക്കുവേണ്ടി മാത്രമാണ് ഇവിടേക്ക് വരേണ്ടി വന്നതെന്നും ഇത് വ്യക്തമാക്കുന്നു.

വൃന്ദാവനത്തിൽ ആദ്യമേയുണ്ടായിരുന്ന മായികൾ ഇത്തരം സ്ത്രീകളെ കടന്നുകയറ്റക്കാരായികണക്കാക്കുന്നു. കാരണം അവരുടെ യഥാർഥ ലക്ഷ്യം ഭക്തിമാർഗമല്ലാ; മറിച്ച്, തികച്ചും ലൗകിക ജീവിത പുരോഗതിയാണ്. ഈ സ്ത്രീകൾ ക്ഷേത്രനഗരങ്ങളിൽനിന്നും കിട്ടാവുന്നത്ര പണം വ്യത്യസ്തമാർഗങ്ങളിലൂടെ സമ്പാദിക്കാനാഗ്രഹിക്കുന്നുണ്ടെന്നും അവർ മോക്ഷ പ്രാപ്തിയിൽ തൽപ്പരരല്ലെന്നും വളരെ സ്പഷ്ട

മായി പ്രസ്താവിക്കുന്നുവെന്നത് സത്യമാണ്. ഈ ദുർഘടാവസ്ഥ തരണം ചെയ്തശേഷം സ്വന്തം സംസ്ഥാനങ്ങളിലേക്ക് മടങ്ങിപ്പോകാൻ അവർ താൽപ്പര്യപ്പെടുന്നു. ഉദാഹരണത്തിന്, തങ്ങൾക്കുണ്ടായ ചെറിയ കടം വീട്ടാൻവേണ്ടിയാണ് തന്റെ ഭർത്താവൊന്നിച്ച് കൂടുതൽ ധനസമ്പാദന ത്തിനായി വൃന്ദാവനത്തിലേക്ക് വന്നതെന്നാണ് ഒരു സ്ത്രീ പറഞ്ഞത്. ഞങ്ങളുടെ ചോദ്യങ്ങൾക്കുത്തരം പറഞ്ഞവരിൽ ഇത്തരത്തിലുള്ളവരു മുണ്ടായിരുന്നു. ഭർത്താവിന്റെ മരണശേഷം തീർത്തും നിരാധാരയായ ഉഷ ചെറിയ കുഞ്ഞിനേയുംകൊണ്ട് വൃന്ദാവനത്തിലെത്തിയെന്നാണ് പറ ഞ്ഞത്. ക്ഷേത്രങ്ങളിലെ ബിംബങ്ങൾക്ക് ഉടുപ്പുകൾ തയ്ച്ചുകൊടുത്തു കൊണ്ടാണ് അവൾ ഉപജീവനം കഴിച്ചത്. ഇപ്പോൾ പ്രായപൂർത്തിയായ മകനും ഇതേ ബിസിനസ് ആരംഭിക്കുകയും ഒരു ചെറിയ വീട് സ്വന്തമാ ക്കുകയും ചെയ്തു. യഥാർഥത്തിൽ ഒന്നല്ലെങ്കിൽ മറ്റൊരു ഉപജീവന മാർഗം വൃന്ദാവനത്തിൽ കണ്ടെത്താൻ കഴിയുമെന്ന അവബോധമാണ് ഒരു പക്ഷേ, പശ്ചിമ ബംഗാളിലേക്ക് ബംഗാളി സ്ത്രീകൾ തിരിച്ചു പോകാ നിഷ്ടപ്പെടാത്തതിനു കാരണം. ഇവിടെ ചെയ്യുന്ന ജോലികൾ കുടുംബ മഹിമയ്ക്കു പോരായ്മയുണ്ടാക്കുന്നതാണെങ്കിലും തങ്ങളെ ഇവിടെ ആരും തരിച്ചറിയാനില്ലെന്നതാണ് ഒരു സ്ത്രീക്ക് പറയാനുണ്ടായിരുന്ന ത്. അതുകൊണ്ടുതന്നെ അത്തരം ജോലിക്കളിലേർപ്പെട്ട് ധനം സമ്പാദി ക്കുന്നതിൽ അവർക്ക് അനിഷ്ടമില്ല.

ഉമ ചക്രവർത്തി, തന്റെ ഭർത്താവ് സാധുവായി(സന്യാസി) വീടു വിട്ടുപോയപ്പോൾ അയാളെ തിരഞ്ഞ് ചെറിയ കുഞ്ഞായ മകനോടൊത്ത് വൃന്ദാവനത്തിലെത്തിയതാണ്. ഭർത്താവിനെ കണ്ടു കിട്ടിയില്ലെങ്കിലും അമ്മയും മകനും ഒരു ജീവിതമാർഗം കണ്ടെത്തുകയും മകളുടെ വിവാ ഹത്തിനാവശ്യമായ പണം സമ്പാദിച്ചശേഷം മാത്രമേ തിരിച്ചുപോകു ന്നുള്ളു എന്നു തീരുമാനിക്കുകയും ചെയ്തു. ബിരുദധാരിയും പോളിയോ ബാധിതയുമായ സാരഥിയും അവളുടെ അച്ഛന്റെ കൂടെ ഇവിടെയെത്തു കയും സ്കൂൾ കുട്ടികൾക്ക് ട്യൂഷൻ കൊടുത്തുകൊണ്ട് ഒരു ജീവിത മാർഗം കണ്ടെത്തുകയും ചെയ്തു. ഒരു ജോലി കാലക്രമേണ കിട്ടുമെന്ന ആശയും അവൾക്കുണ്ട്. ഭർത്താവിന്റെ ഗ്യാസ്റ്റിക് അൾസറിന്റെ ചികി ത്സയ്ക്കായി അവൾക്ക് നാട്ടിലുണ്ടായിരുന്ന എല്ലാ സ്വത്തുക്കളും വിറ്റ് വന്നതായിരുന്നു സരസ്വതി. ഇപ്പോൾ മുഴുവൻ കുടുംബവും ഒരു ജീവി തമാർഗം കണ്ടെത്താനായി വൃന്ദാവനത്തിലേക്ക് വരികയും ഇവിടെ അവ രുടെ ഭാവി കൂടുതൽ സുരക്ഷിതമാണെന്ന് ധരിക്കുകയും ചെയ്യുന്നു. ബംഗ്ലാദേശിൽ നിന്നും മഹാരാഷ്ട്രയിലേക്ക് നേരിട്ട് കുടിയേറിയപ്പാർത്ത വളാണ് മറ്റൊരു സ്ത്രീ. അവർക്ക് കുറച്ചു ഭൂമി സ്വന്തമായി പതിച്ചുകിട്ടു കയും വൃന്ദാവനത്തിൽനിന്നും സമ്പാദിച്ച പണം കൊണ്ട് അവിടെ അവ ളൊരു വീട് പണിയുകയും ചെയ്തു. അവൾക്ക് ടോളിൽ പഠിക്കുന്ന ഒരു മകനുമുണ്ട്. ഭർത്താവും അടുത്തുതന്നെ ഇവിടെ വന്നെത്തുമെന്ന് അവൾ കരുതുന്നു. ഞങ്ങൾ കണ്ടിട്ടുള്ള പുരോഗമനത്തിന്റെ ചില ലക്ഷണങ്ങൾ ഇതൊക്കെയാണ്.

III

കുടുംബ ജീവിതത്തിനു ഭംഗം വന്നവരും കുടുംബത്തെ വിട്ട് വ്രജധാമിലേക്ക് കുടിയേറിയവരുമായ സ്ത്രീകൾ പൂർണമായി സന്യാസജീവിതം സ്വീകരിച്ചുവെന്ന് ചിന്തിക്കുന്നത് ശരിയല്ല. കുട്ടികളുള്ള സ്ത്രീകളെ സംബന്ധിച്ചിടത്തോളം സന്യാസമെന്നത് വിദൂരത്തായിരുന്നു. സ്വമനസാലെയോ നിർബന്ധപൂർവമോ വീടു വിട്ടിറങ്ങേണ്ടിവന്ന സ്ത്രീകൾപോലും തങ്ങളുടെ കുട്ടികളെ വീട്ടിൽ ഉപേക്ഷിച്ചുപോരാൻ അശക്തരായിരുന്നുവെന്നത് ദുഃഖകരമായ ഒരു സത്യമാണ്. കുട്ടികളായിരിക്കുമ്പോൾ അമ്മമാരോടൊത്ത് ആദ്യമായി ഇവിടെ വന്നവരാണെന്നും വൃന്ദാവനത്തിലെ രണ്ടാം തലമുറക്കാരായ താമസക്കാരാണ് തങ്ങളെന്നും ചെറിയയൊരു സംഘത്തിന് ഞങ്ങളോട് പറയാനുണ്ടായിരുന്നു. നിരാധാരരാണെങ്കിലും മാതൃത്വമെന്ന ഉത്തരവാദിത്വം കൈയൊഴിയാതെ വീട്ടുജോലിചെയ്തും ക്ഷേത്രങ്ങളിൽ സേവകരായും തങ്ങളുടെ മക്കളെ സംരക്ഷിക്കുന്നുണ്ടെന്നതിന്റെ തെളിവാണിത്. ഇന്നും ഇത്തരം അമ്മമാരെ നമുക്ക് കണ്ടെത്താനാകും. പെൺകുട്ടികളെ ഇത്തരത്തിൽ വളർത്തിക്കൊണ്ടുവന്ന് പിന്നീട് തദ്ദേശവാസികൾക്ക് വിവാഹം ചെയ്തു കൊടുക്കുകയായിരുന്നു പതിവ്. പതിനാറു വയസുള്ള മിഥു അവളുടെ അച്ഛൻ ഉപേക്ഷിക്കയാൽ അമ്മയോടൊത്ത് വൃന്ദാവനത്തിലെത്തിയ കഥ പറഞ്ഞു. ഇപ്പോൾ അവളെ ഒരു ബീഹാറിയുവാവുമായി അമ്മ കല്യാണമുറപ്പിച്ചിരിക്കുന്നു. ആകെ ബന്ധമുണ്ടായിരുന്ന അമ്മയിൽ നിന്നും അവൾക്ക് ഈ ചെറുപ്രായത്തിൽത്തന്നെ വേർപിരിയേണ്ടതായി വരുന്നു. എങ്കിലും തനിക്ക് ഒരിക്കലും കിട്ടിയിട്ടില്ലാത്ത സംരക്ഷണം തന്റെ മകൾക്ക് വിവാഹംമൂലം കിട്ടിയേക്കുമെന്ന് ആ അമ്മ കരുതുന്നു.

ഒരു പെൺകുഞ്ഞിനു ജന്മം നൽകിയതിനാൽ ഭർത്താവിൽനിന്നും വളരെയധികം പീഡനമേൽക്കേണ്ടിവന്നെന്നും മകളുമായി വീടുവിട്ടുപോരേണ്ടിവന്നെന്നുമാണ് യശോദയെന്ന വൃദ്ധ പറഞ്ഞത്. വൃന്ദാവനത്തിലെ ടി ബി ഹോസ്പിറ്റലിൽ അറ്റൻഡറായി ജോലി ലഭിക്കുകയും മകളെ പത്താം ക്ലാസുവരെ പഠിപ്പിച്ചതിനുശേഷം ഒരു തദ്ദേശീയന് വിവാഹം കഴിപ്പിച്ചുകൊടുക്കുകയും ചെയ്തു. പൂർണമായും സംതൃപ്തമായ ഒരു വിവാഹമാണിതെന്ന് പ്രത്യക്ഷത്തിൽ തെളിയുന്നു. പശ്ചിമബംഗാളിലെ ഒരു ചെറുപ്പക്കാരനു വിവാഹം ചെയ്തു കൊടുത്തെങ്കിലും വൃന്ദാവനം കൂടുതൽ പരിചിതവും തൊഴിൽസാധ്യതയുള്ളതുമായതിനാൽ ഭർത്താവിനോടൊപ്പം ഇവിടേക്കുതന്നെ തിരിച്ചു വന്നു സ്ഥിരതാമസമാക്കിയെന്നാണ് മറ്റൊരു സ്ത്രീ ഞങ്ങളുടെ ചോദ്യത്തിനുത്തരമായി പറഞ്ഞത്. മകൾ വിവാഹിതയായി പോയിരുന്നെങ്കിലും വിധവയായി വീണ്ടും വൃന്ദാവനത്തിലേക്കുതന്നെ തിരിച്ചുവരികയും ഇപ്പോൾ രണ്ടു പേരും ഒന്നിച്ചു ജീവിക്കുകയുമാണെന്നും വേറൊരു സ്ത്രീ പറഞ്ഞു. അമ്മയും മകളും തമ്മിലുള്ള പരസ്പരാശ്രയത്വം നിരാശ്രയത്വത്തിന്റെ സ്ഥിതിവിശേഷത്തിലെത്തിച്ചത് അസാധാരണമല്ല. ഭർത്താവ് ഉപേക്ഷിക്കുകയും പുനർവി

വാഹം നടത്തുകയും ചെയ്തപ്പോൾ തന്നെ സാന്ത്വനിപ്പിക്കാനായി അമ്മ വൃന്ദാവനത്തിലേക്ക് കൂട്ടിക്കൊണ്ടുവന്നുവെന്നാണ് വേറൊരാൾക്കു പറയാനുണ്ടായിരുന്നത്. ഇപ്പോൾ അവളുടെ അമ്മ മരിക്കുകയും ഗൃഹജോലി ചെയ്ത് അവൾ ഏകയായി ജീവിക്കുകയും ചെയ്യുന്നു. അമ്മയുടെ മരണശേഷം അസഹ്യമായ ഏകാന്തതയനുഭവപ്പെടുന്നുവെന്നവൾ പറഞ്ഞു.

ആൺമക്കളുമായി വൃന്ദാവനത്തിലെത്തിയ അമ്മമാരും അവിടെയുണ്ടായിരുന്നു. ഇങ്ങനെ വന്നവരിൽ ചിലർ വളരെ കഠിനാധ്വാനംചെയ്ത് വളർത്തിയ മക്കൾ വലുതായപ്പോൾ വാർധക്യദശയിലെത്തിയ അമ്മമാരെ പുറംതള്ളി അനാഥരാക്കുന്ന സ്ഥിതിവിശേഷവും കാണാം. മകനെ വളരെ നല്ല നിലയിൽ വളർത്തിയെങ്കിലും പെട്ടെന്ന് അവന്റെ മാനസികനില തെറ്റുകയും വീടുവിട്ടുപോകുകയും ചെയ്തെന്നാണ് സുഹാസിനി എന്ന സ്ത്രീ പറഞ്ഞത്. ഭർത്താവ് രണ്ടാമതും വിവാഹം ചെയ്തതിനുശേഷം തന്നെയും തന്റെ ബുദ്ധിമാന്ദ്യം സംഭവിച്ച മകനെയും വീടുവിട്ടുപോരാൻ പ്രേരിപ്പിക്കത്തക്കവിധത്തിൽ പീഡിപ്പിച്ചുവെന്നാണ് മറ്റൊരാൾ പറഞ്ഞത്. അവളിപ്പോൾ വൃന്ദാവനത്തിൽ വീട്ടുജോലിക്കാരിയായി കഴിയുന്നു. മകൻ ക്ഷേത്രനടയിൽ ഭിക്ഷയ്ക്കായി ഇരിക്കുന്നു. ഇത്തരം ചില സ്ത്രീകൾ സ്വന്തം വീടുകളിൽനിന്നും യാതൊരു സഹായവും കിട്ടാതെ ഉപജീവനത്തിനായി കഠിനാധ്വാനം ചെയ്യുമ്പോഴും സംഭാവനമാത്രം ആശ്രയിച്ചു ജീവിക്കുമ്പോഴും ചിലപ്പോഴൊക്കെ അവരുടെ ബന്ധുക്കൾക്ക് പണമായോ സാധനങ്ങളായോ സഹായമെത്തിച്ചുകൊടുക്കുന്നത് വികാരഭരിതരായി ഞങ്ങൾ കണ്ടു. അവർ സമ്പാദിക്കുന്ന പണത്തിൽ ഒരു ഭാഗവും സമ്പന്നരിൽനിന്ന് ഭിക്ഷാദാനമായി ലഭിക്കുന്ന തുണികളും പുതപ്പുകളും മറ്റും മാറ്റിവെക്കുകയും അത് നാട്ടിലെ കുടുംബങ്ങൾക്ക് കൊണ്ടുപോയി കൊടുക്കുകയും ചെയ്യുന്ന സംഭവങ്ങൾ നിരവധിയാണ്. ഭർത്താവോ മകനോ ഇടയ്ക്കിടെ ഇവിടെ വരികയും ഇത്തരം സഹായങ്ങൾ സ്വീകരിച്ചുപോവുകയും ചെയ്യുന്ന ഒന്നുരണ്ടു സംഭവങ്ങൾ ഞങ്ങളറിഞ്ഞു. ഭജനാശ്രമങ്ങളുമായി ബന്ധപ്പെട്ട ഇത്തരം സ്ത്രീകളുടെ ആത്മീയ ജീവിതം ചിലപ്പോൾ അവർക്ക് വേണ്ടിയോ നാട്ടിലുപേക്ഷിച്ചുപോന്ന സ്വന്തം മക്കൾക്കു വേണ്ടിയോ കുടുംബത്തിനുവേണ്ടിയോ ഉള്ള ഭൗതിക പരിഗണനയിലാണെന്നും കാണുന്നു.

മുതിർന്ന ആൺമക്കളുമായും മരുമക്കളുമായുള്ള കുഴപ്പങ്ങൾ ഇവിടെ ഒരു സാധാരണ പ്രശ്നമാണ്. ചില സ്ത്രീകൾ അതിന്റെ പേരിൽ വീടുവിട്ടുപോന്നതിൽ ഖേദിക്കുകയും ചെറുമക്കൾ ദീനാനുകമ്പരാണെങ്കിൽ തിരിച്ചുപോകാനാഗ്രഹിക്കുകയും ചെയ്യുന്നു. പക്ഷേ, ഒരു വിഭാഗം, ഇതിന്റെ പേരിൽ തെരുവിൽ കിടന്നു മരിച്ചാൽക്കൂടി പരിപൂർണ ആശ്രിതരായുള്ള അവസ്ഥയിലേക്ക് തിരിച്ചുപോകാൻ ഇഷ്ടപ്പെടാത്തവരാണ്. ചില സ്ത്രീകളെ അവരുടെ മക്കൾ പതിവായും അല്ലാതെയും സന്ദർശിക്കുകയും പണം കൊടുക്കുകയും വീട്ടിലേക്ക് തിരിച്ചു വിളിക്കുകയും ചെയ്യുന്നുണ്ടെങ്കിലും ഇവർ വ്രജധാമിൽത്തന്നെ ജീവിതമവസാ

നിപ്പിക്കാൻ തീരുമാനിച്ചിരിക്കുകയാണ്. വർഷങ്ങളായി തന്റെ മരുമക്കളോട് വഴക്കിട്ട് അഗർത്തലയിലെ സ്വന്തം വീട് ഉപേക്ഷിച്ച് രാധാകുണ്ഡിൽ താമസമാക്കിയ വൃദ്ധയ്ക്ക് വീട് നഷ്ടപ്പെട്ടതിൽ ആദ്യമൊക്കെ വിഷമമുണ്ടായിരുന്നെങ്കിലും ഇപ്പോൾ അവർ അഭ്യർഥിച്ചാൽപ്പോലും അവിടേക്ക് തിരിച്ചുപോവാനാവില്ലെന്നാണ് പറഞ്ഞത്. തിരിച്ചുപോവാനുള്ള ഈ വൈമനസ്യം ആരംഭത്തിൽ ഒരു പക്ഷേ സ്ത്രീകൾ അവർക്കു ചുറ്റും നെയ്ത ഒരു സംരക്ഷണവലയം പോലെയുള്ള മനഃസ്ഥിതിയായിരുന്നെങ്കിലും ഇപ്പോളത് അവരുടെ അസ്തിത്വത്തിന്റെ ഒരു ഭാഗമായി ത്തീർന്നിരിക്കുന്നു.

അപൂർവമെങ്കിലും ചില സ്ത്രീകൾക്ക് അവരുടെ മക്കളിൽനിന്നും മറ്റു കുടുംബാംഗങ്ങളിൽ നിന്നും സഹായം ലഭിക്കുന്നുണ്ട്. ചെറുപ്രായത്തിൽത്തന്നെ വിധവയായ ഒരു സ്ത്രീ അവർ പാലിക്കേണ്ടിയിരുന്ന ആചാരാനുഷ്ഠാനങ്ങളെപ്പറ്റി ഓർക്കുന്നു. സ്വന്തം കുടുംബത്തിലെ സഹായത്തോടെ അവൾ ഒരു മകനെ പ്രസവിക്കുകയും ചെയ്തു. അവൾ സ്വയം അവനെ വളർത്തുകയും ഡൽഹിയിൽ ജോലിയിലാക്കുകയും ചെയ്തു. അവനിപ്പോൾ പതിവായി അമ്മയെ സഹായിക്കുന്നുണ്ട്. വിമലയെന്ന വൃദ്ധയായ സ്ത്രീക്ക് നാട്ടിലൊരു വളർത്തുമകനുണ്ട്. അവൻ സ്നേഹമുള്ളവനാണെങ്കിലും ദരിദ്രനായതിനാൽ അവരെ സഹായിക്കാൻ കഴിയില്ല. എങ്കിലും അവൻ ഭാര്യയോടുകൂടി ഇടയ്ക്കിടെ അവരെ സന്ദർശിക്കാറുണ്ടെന്ന് പറഞ്ഞു. രണ്ടാൺമക്കൾ നഷ്ടപ്പെട്ട മറ്റൊരു സ്ത്രീ വൃന്ദാവനത്തിലെത്തി ഭജനാശ്രമങ്ങളിൽ ജീവിതം കഴിച്ചുകൂട്ടുന്നു. എങ്കിലും കൊൽക്കത്തയിൽ അവർക്ക് സ്വന്തമായൊരു വീടുണ്ട്. അതു നോക്കിനടത്തുന്ന മകൻ അവർക്കിപ്പോൾ അൽപ്പം പണം അയച്ചുകൊടുക്കാറുണ്ടത്രെ.

സ്വന്തമായി ബാങ്ക് അക്കൗണ്ട് ഉള്ള ചുരുക്കം ചിലരിൽ ഒരാളായ ഒരു സ്ത്രീ പറഞ്ഞത്, അവരുടെ മകനും സഹോദരനും അവരെ സഹായിക്കാനുണ്ടെന്നാണ്. നാട്ടിലെ ബാങ്കിൽ കുറച്ചു സമ്പാദ്യമുണ്ടായിരുന്നെന്നും തന്റെ പെൺമക്കൾ മാസംതോറും അതിൽനിന്ന് ഒരു തുക അയച്ചുകൊടുക്കാറുണ്ടെന്നും ഇത് ഏതെങ്കിലും തരത്തിൽ വൈകിപ്പോയാൽ വിഷമമായിതീരുമെന്നും മറ്റൊരു സ്ത്രീ പറഞ്ഞു. സേവാകുഞ്ചിലെ ക്ഷേത്രപ്പടികളിൽ ഭിക്ഷ യാചിക്കുന്ന ഒരു വൃദ്ധയുടെ സവിശേഷാവസ്ഥ ഞങ്ങൾ കാണാനിടയായി. അവരുടെ സമ്പാദ്യത്തിൽ നിന്നും മൂവായിരം രൂപ അമ്പലത്തിലേക്കായി കൊടുത്തെന്നും അതുകൊണ്ട് മരിക്കുംവരെ ക്ഷേത്ര പരിസരങ്ങളിൽ താമസിക്കാനും ഭിക്ഷ സ്വീകരിക്കാനും അനുവദിച്ചു എന്നുമാണ് അവർ പറഞ്ഞത്. അവരെ ശുശ്രൂഷിക്കാനും അവർക്കുവേണ്ടി പാചകം ചെയ്യാനും ഒരു വീട്ടുവേലക്കാരിയെ നിയമിക്കുകകൂടി ചെയ്തിട്ടുണ്ട്. അവരുടെ കഥകൾ എന്തുമാത്രം ശരിയാണെന്നും അവർക്ക് എത്രമാത്രം ആഗ്രഹ സാഫല്യം സാധിച്ചുവെന്നും പറഞ്ഞുകൂടാ. മൂവായിരം രൂപയുടെ കണക്ക് ഒരു പക്ഷേ ഭാവനാസൃഷ്

ടമാവാം. അല്ലെങ്കിൽ ക്ഷേത്രവുമായി ബന്ധമുള്ള ആരെങ്കിലും അവരുടെ സമ്പാദ്യം സ്വീകരിച്ച് അവർക്ക് അഭയം നൽകുന്നുണ്ടെന്ന് ബോധ്യപ്പെടുത്തിയതാവാനും സാധ്യതയുണ്ട്.

ചിലതരത്തിലുള്ള സ്ത്രീകളുമായുള്ള സ്നേഹബന്ധം ഉടലെടുക്കുന്നത് ഇത്തരം സാഹചര്യങ്ങളിലൂടെയാണ്. എല്ലാ സാമുദായിക കെട്ടുപാടുകളും നഷ്ടപ്പെട്ട ആ വൃദ്ധയും മകളും ഒന്നിച്ചു താമസിക്കുന്നത് മാതൃകാപരമാണ്. ചില അമ്മമാർ ഒന്നോ അതിലധികമോ പെൺമക്കളുമായി വൃന്ദാവനത്തിൽ വന്ന് കഠിനാധ്വാനത്തിലൂടെ അവരെ വളർത്തുന്നതിൽ വിജയിക്കുകയും പ്രായപൂർത്തിയായാൽ വിവാഹം കഴിപ്പിച്ചയയ്ക്കുകയും ചെയ്യുന്നു. എന്നാൽ, മകൾ വിധവയാകുമ്പോഴോ ഉപേക്ഷിക്കപ്പെടുമ്പോഴോ ഭർത്തൃഗൃഹത്തിൽനിന്ന് പുറത്താക്കപ്പെടുമ്പോഴോ ചരിത്രം വീണ്ടും ആവർത്തിക്കുന്നതായി കാണാം. അവൾ പിന്നീട് അമ്മയുടെ അടുത്തേക്ക് തിരിച്ചുവരികയും അവരൊന്നിച്ച് ഉപജീവനമാർഗം തേടുകയും ചെയ്യുന്നു. അന്ധയും ബധിരയുമായ മകളെ വിവാഹം കഴിപ്പിക്കുന്നതിൽ വിജയിച്ചെങ്കിലും ഭർത്തൃസഹോദരിമാർ അവളെ വീട്ടിൽനിന്ന് പുറത്താക്കിയപ്പോൾ ആ ഭാരംകൂടി ചുമക്കേണ്ടിവന്ന സ്ത്രീയുണ്ട്. അവൾക്ക് ഒരു പൗത്രിയുണ്ട്. ആ കുട്ടിയേയും വളർത്തുന്നത് ഈ സ്ത്രീയാണ്. പൗത്രിയെ വിവാഹം കഴിപ്പിച്ചയയ്ക്കുക എന്നതാണ് ഇപ്പോഴത്തെ അവരുടെ വേവലാതി. ഭർത്തൃഗൃഹത്തിൽ ഭക്ത്യാചാര പാരമ്പര്യമുള്ള ഒരു സ്ത്രീ, അവളുടെ ഭർത്താവിന്റെ മരണശേഷം മകന്റെ നിർദേശപ്രകാരം സ്വത്തുക്കളൊക്കെ വിറ്റ് വൃന്ദാവനത്തിൽ വന്നു. മകൻ ഇപ്പോൾ തീരെ ശ്രദ്ധിക്കാറില്ല. അവളുടെ ചെറിയ മകളോടൊത്ത് കഴിയുന്നതരത്തിൽ ഉപജീവനം നടത്തുകയാണിപ്പോൾ. ആ അമ്മയ്ക്ക് വൈവാഹിക ജീവിതത്തിൽ ഏറെ ബുദ്ധിമുട്ടുകൾ സഹിക്കേണ്ടിവന്നതിനാൽ തന്റെ മകളെ ചെറുപ്രായത്തിലേ സുരക്ഷയ്ക്കായി വിവാഹം കഴിപ്പിക്കുന്നതിൽ ജിജ്ഞാസുവാകുന്നുവെന്നത് പ്രാധാന്യമർഹിക്കുന്നു.

വളരെക്കാലമായി വൃന്ദാവനത്തിൽ താമസിച്ചുവന്നിരുന്ന ഒരു സ്ത്രീയുടെ മകൾ സുമതിയെ അവരുടെ കുടുംബക്കാർ മാനസിക വിഭ്രാന്തിയുള്ള ഒരാൾക്ക് വിവാഹം ചെയ്തുകൊടുത്തു. അവർക്കൊരു മകൾ പിറന്നതിന്റെ പിറ്റേദിവസം മുതൽ അയാളെ കാണാതായി. പിന്നീടവൾ ബന്ധുക്കളാൽ വീട്ടിൽനിന്ന് പുറത്താക്കപ്പെട്ടു. കാലക്രമേണ മകളൊടൊത്ത് വൃന്ദാവനത്തിലെത്തി തന്റെ അമ്മയെ കണ്ടെത്തി ഒന്നിച്ച് താമസിക്കുകയും ചെയ്യുന്നു. മറ്റൊരു സംഭവത്തിൽ, തന്റെ ബന്ധുവോടൊന്നിച്ച് നാടുവിടുകയും അയാളിൽ രണ്ടു കുട്ടികളുണ്ടായശേഷം ഉപേക്ഷിക്കപ്പെടുകയും ചെയ്ത ഒരു സ്ത്രീയെ കണ്ടെത്താനിടയായി. ഇപ്പോഴവളും പണ്ടു മുതലേ വൃന്ദാവനത്തിൽ താമസിച്ചിരുന്ന അമ്മയോടൊത്ത് ജീവിക്കുകയാണ്. മകൾക്ക് ഒരു സ്കൂളിൽ അറ്റന്ററായി ജോലിയുണ്ട്. അന്ധയായ ഒരു സ്ത്രീയും അവളുടെ സഹോദരിയും ഒന്നിച്ചു താമസി

ക്കുന്ന മറ്റൊരു കാഴ്ചയും ഞങ്ങൾ കണ്ടു. അവരിലൊരാളുടെ മകളും അവരോടൊപ്പമുണ്ട്. അന്ധയായ സ്ത്രീയുടെ ഭർത്താവ് വീട്ടിൽനിന്നും പുറത്താക്കുകയും മകൻ നഷ്ടപ്പെടുകയും ചെയ്തിനുശേഷം പത്തു കൊല്ലത്തോളം അവൾ മാതാപിതാക്കളോടൊപ്പം സ്വന്തം വീട്ടിൽ താമസിച്ചു. പിന്നീട് വൃന്ദാവനത്തിൽ കഴിയുകയായിരുന്ന സഹോദരിയുടെ അടുത്തെത്തി കൂടെ താമസിക്കുന്നു. ഈ സഹോദരി ഒരു വിധവയായിരുന്നു. പെണ്മക്കളിൽ ഒരുവളെ ഭർത്താവ് കൊല്ലുകയും മറ്റേ മകളെ ഉപേക്ഷിക്കുകയും ചെയ്തു. ഉപേക്ഷിപ്പെട്ട മകളാണ് ഇപ്പോൾ കൂടെയുള്ളത്. ഇവരൊരുമിച്ച് ഒരു വാടകവീട്ടിൽ എങ്ങനെയൊക്കെയോ കഴിയുന്നു. ഇത്തരം സംഭവങ്ങൾ, സ്ത്രീകൾ വിശേഷിച്ചും ആശ്രിതരായ മക്കൾ കൂടെയുള്ളവർ ആത്മശാന്തിക്കായി വൃന്ദാവനത്തിലെത്തിയശേഷവും കുടുംബത്തെക്കുറിച്ച് ചിന്താകുലരാകുന്നു, എന്നാണ് വെളിപ്പെടുത്തുന്നത്. എങ്കിലും ഇത്തരം സ്നേഹബന്ധങ്ങൾ വൈകാരിക ബന്ധം സൃഷ്ടിക്കുന്നു.

രക്തബന്ധമുള്ളവരല്ലെങ്കിൽക്കൂടി മറ്റു സ്ത്രീകളുമായി സൗഹൃദത്തിന്റെയും സഹാനുഭൂതിയുടെയും ഉത്തമ ബന്ധം ഇവർ പുലർത്തുന്നുണ്ടെന്ന് കാണാം. സാധാരണയായി സ്ത്രീകൾ ഉറ്റബന്ധുക്കൾക്ക് കൊടുക്കുന്ന പരിഗണനമൂലം അവരുടെ ആത്മീയമായ ആത്മാർഥതയ്ക്ക് വ്യതിചലനം ഉണ്ടാവുന്നില്ല. പലപ്പോഴും പല സ്ത്രീകൾക്കും അവരുടെ മുറി, മക്കളുടെ അമ്മായിയമ്മമാരുമായും ഗുരുവുമായും അയൽവാസിയുമായും പങ്കിടേണ്ടിവരുന്നു. പണം സമ്പാദിക്കുന്നതിനുപുറമെ സംരക്ഷണത്തിന്റെയും സഹായത്തിന്റെയും ഒരു ബോധം അവരിൽ ഈ സഹവാസം സൃഷ്ടിക്കുന്നു. സുശീല എന്ന വിധവ സ്വന്തം മക്കളില്ലാത്തതിനാൽ, ചിറ്റമ്മയുടെ മകളെ വളർത്തുകയും അവൾക്ക് മാനസികാസ്വാസ്ഥ്യം വന്ന് കാണാതാകപ്പെടുകയും ചെയ്ത സംഭവം വിവരിച്ചു. മനോവിഷമത്തിലായ സുശീല, വർഷങ്ങൾക്കു ശേഷവും ചില സന്ദർഭങ്ങളിൽ പുറത്തുപോയി അവളെ അന്വേഷിക്കാറുണ്ട്. കുഷ്ഠരോഗം ബാധിച്ച രണ്ടു സ്ത്രീകൾ മറ്റൊരിടവും താമസിക്കാൻ സൗകര്യപ്പെടാഞ്ഞതിനാൽ ഒന്നിച്ചു താമസിക്കുന്നത് ഞങ്ങൾക്ക് കാണാനിടയായി.

സാമ്പത്തിക ഞെരുക്കങ്ങളിൽ ജീവിക്കുന്നവരാണെങ്കിൽ കൂടി ചെറിയ ചെറിയ താൽപ്പര്യങ്ങൾക്കായി സ്പർധയും തിരിഞ്ഞു കുത്തലും അമർഷവും ഇവരിലുടലെടുക്കുന്നതായി കാണാവുന്നതാണ്. അതേ സമയം കൂട്ടായ നിത്യാനുഷ്ഠാനങ്ങളിലൂടെയും തങ്ങൾക്കുകിട്ടുന്ന തുച്ഛമായ വരുമാനം പങ്കിടുന്നതിലൂടെയും അവർ തമ്മിലുള്ള സൗഹൃദവും ഞങ്ങൾ കണ്ടു. രക്തബന്ധമുള്ളവരല്ലെങ്കിൽകൂടി ഇത്തരം സൗഹൃദങ്ങൾ ഞങ്ങളെ സന്തോഷിപ്പിച്ചു. രക്തബന്ധമുള്ളവരിൽ യാതൊരു ദുർവിചാരവുമില്ലാതെ സഹോദരിമാർ തമ്മിലും അമ്മയും മകളും തമ്മിലുള്ള ഉറ്റ സ്നേഹബന്ധത്തിന് കുടുംബത്തിലെ പരമ്പരാഗത ഘടനയിലുള്ളതിനേക്കാൾ തീവ്രതയുണ്ടായിരുന്നു. ദുർഘടാവസ്ഥയിലുള്ള അതിജീവനം ഇത്തരം ബന്ധങ്ങളിലൂടെ സുരക്ഷിതമായിത്തീരുന്നു.

നാം ഇവിടെ സാക്ഷീകരിക്കുന്ന പ്രതിഭാസം മതവിശ്വാസം രൂപപ്പെടുത്തിയെടുക്കുന്ന കണ്ണികളിലൂടെ പരമ്പരാഗതമായി നടന്നുവരുന്ന ഒരു പ്രത്യേകതരം കുടിയേറ്റമാണെന്നും. എന്നാലത് കൂടുതൽ ലൗകീക പ്രേരണയുള്ള മറ്റു രൂപങ്ങളിലുള്ള കുടിയേറ്റങ്ങളുമായി കൂട്ടിൽ വിരിയുന്ന സവിശേഷതകളുള്ളതാണെന്നുമുള്ള നമ്മുടെ പ്രാരംഭ അനുമാനത്തിലേക്കു നമുക്കുമടങ്ങി വരാം. അപ്പോഴേക്കും 'ക്ഷേത്രസമ്പദ്വ്യവസ്ഥ' യെന്നു നാം വിവരിക്കുന്ന, വൃന്ദാവൻപോലുള്ള ഒരു തീർഥാടന സ്ഥാനത്തുനിലനിൽക്കുന്ന അവസ്ഥയുടെ ഗതീയം(ചുവന്ന ശാസ്ത്രം) നാം കണ്ടെത്തേണ്ടതുണ്ട്. വിശ്വാസത്തിന്റെ ഉൽപ്പാദനവും പ്രചാരണവും നിർവഹിക്കുന്ന ഇത്തരം സ്ഥാപനങ്ങളെ നടത്തിക്കൊണ്ടു പോകുന്നതും നിലനിർത്തുന്നതുമായ മൊത്തം സംവിധാനത്തെയാണ് ഇതുകൊണ്ട് ഞങ്ങളുദ്ദേശിക്കുന്നത്. ക്ഷേത്രങ്ങളുടെയും അഖാരങ്ങളുടെയും ഭജനാശ്രമങ്ങളുടെയും അധീനതയിലുള്ള മറ്റു സ്വത്തുക്കളുടെയും ആഭ്യന്തര ഘടന, ഉദ്യോഗസ്ഥന്മാരും കീഴ്ജീവനക്കാരും ദൈനംദിന പ്രവർത്തനങ്ങളിലേർപ്പെട്ടവരും പ്രത്യേകാഘോഷാവസരങ്ങൾ നടത്തുന്നവരും അതിനൊക്കെ ആവശ്യമായ വമ്പിച്ച സാമ്പത്തികബാധ്യതകളും ധനസ്ഥാപനങ്ങളും കാര്യസ്ഥതയും എല്ലാം ഇതിലുൾപ്പെടുന്നു. അഗതികൾ ക്ഷേത്രങ്ങളാൽ സംരക്ഷിക്കപ്പെടുന്നതും അതിന് പ്രതിഫലമായി അവരുടെ അധ്വാനശേഷി ക്ഷേത്രങ്ങൾക്ക് ഉപകാരപ്രദമാകുന്നതും എങ്ങനെയെന്ന് അടുത്ത അധ്യായത്തിൽ ചൂണ്ടിക്കാണിക്കാൻ ഞങ്ങൾ ശ്രമിക്കാം.

ഇത് നമ്മെ ക്ഷേത്രസമ്പദ്വ്യവസ്ഥയുടെമാറുന്ന ഗതീയത്തെ സംബന്ധിച്ച അന്വേഷണത്തിലേക്കു നയിക്കും; അടുത്തിടെയായി ഇതിന് അതിന്റെ വനിതാ ആശ്രിതർ ഏതാണ്ട് പരോപജീവികളായും അതുകൊണ്ട് മാറ്റിനിർത്തപ്പെടാവുന്നവരായും വെളിവാക്കപ്പെടുന്നുവെന്നഫലമാണുള്ളത്. ഈ മാറ്റത്തിന്റെ പശ്ചാത്തലം കാണിക്കുന്നത്, ഈ സ്ത്രീകളിൽ വിധവകളും അല്ലാത്തവരും ഉൾപ്പെടുന്നുണ്ടെങ്കിലും അടുത്തകാലത്തുവന്ന റിപ്പോർട്ടുകളിലും മാധ്യമങ്ങളിലും സാമുദായികമായി ബഹിഷ്കരിക്കപ്പെട്ടവരെന്ന നിലയിൽ വിധവകൾക്കു പ്രത്യേകമായി പ്രാധാന്യം കൊടുത്തു കാണുന്നുവെന്നതാണ്. ആഗോളവൽക്കരണകാലത്ത് ഈ തീർഥാടന കേന്ദ്രങ്ങൾ അതിജീവനത്തിനുവേണ്ടി പല പരിഷ്കാരങ്ങളും ആവിഷ്കരിക്കുകയും അതുവഴി വിദേശ വിനോദയാത്രക്കാരെയും മറ്റു സഞ്ചാരികളെയും ആകർഷിക്കുകയും ചെയ്യുന്നുണ്ട്. മുൻപുണ്ടായിരുന്ന അഴുക്കുകളും മാലിന്യങ്ങളും നിർമാർജനം ചെയ്യുന്നതിനുള്ള ശ്രമങ്ങൾ ഇപ്പോൾ അധികാരികളുടെ ഭാഗത്തുനിന്നുമുണ്ട്. മാറിയ പരിതഃസ്ഥിതിയിലും ഭജനാശ്രമങ്ങളും ഭജനമണ്ഡലികളും തീർച്ചയായും തുടർന്നുകൊണ്ടേയിരിക്കും. ക്ഷേത്രങ്ങളിലേക്കുള്ള കായികാധ്വാനത്തിന്റെ പുനർനവീകരണത്തിൽ മായികളും വിധവകളുമാണ് ആദ്യമായി തിരസ്ക്കരിക്കപ്പെടുമെന്ന ഭീഷണിനേരിടുന്നവർ. ഇവിടെ എത്തിച്ചേരുന്ന വിധവകളിൽ ഭൂരിഭാഗവും കുടുംബപരമായും സാമുദാ

യികമായും വൈകാരികമായും പീഡിപ്പിക്കപ്പെട്ടവരായിരുന്നു. ഇത്, വൃന്ദാവനത്തിലെ ഭക്തിപരമായ ആന്തരഘടനയ്ക്കുള്ളിലെ അദൃശ്യമായ അക്രമങ്ങൾക്കു മറപിടിക്കുവാൻ സഹായിക്കുന്നുവെന്നും; ഇത് മുറിവുകളെ ഭക്ത്യാവേശമായി രൂപഭേദം വരുത്തുകയും സ്ത്രീകളെ മായികളായി പരിവർത്തിപ്പിക്കുകയും ചെയ്യുന്നു എന്നുമാണ് എന്റെ നിഗമനം. ക്ഷേത്ര സമ്പദ്‌വ്യവസ്ഥയിൽ നിർണായകമായ മാറ്റങ്ങൾ വന്നുകൊണ്ടിരിക്കുന്നതോടൊപ്പം പ്രാന്തീയമെന്നോ ആവശ്യത്തിലധികമായതെന്നോപോലെ ഈ സ്ത്രീകൾ ഒരിക്കൽക്കൂടി മാറ്റിനിറുത്തപ്പെടുന്നുവെന്ന വസ്തുത വിശ്വാസത്തിൽ മൂടിവച്ച അക്രമത്തെ പരസ്യമാക്കുന്നു. ഇത് അടുത്ത അധ്യായത്തിൽ ചർച്ചചെയ്യാം.

5

വിശ്വാസത്തിന്റെ നിഗൂഢമായ പീഡനം

ഇന്ത്യയിൽ കഴിഞ്ഞ രണ്ടു ദശകങ്ങൾക്കിടയിൽ പല വിധത്തിലുള്ള സാമുദായിക അതിക്രമങ്ങൾ പൊട്ടിമുളച്ചുണ്ടായിട്ടുണ്ട്. തമ്മിൽത്തമ്മിലും വെവ്വേറെ സമുദായങ്ങൾ തമ്മിലും സാമുദായികാസ്വാസ്ഥ്യം കാണുമെങ്കിലും ഒരു സമുദായത്തിനുള്ളിൽതന്നെ മതപരമായ വിശ്വാസങ്ങളിൽ അതിക്രമിക്കുന്നതരത്തിലുള്ള അക്രമങ്ങൾ തീർച്ചയായും വർധിച്ചുകൊണ്ടിരിക്കയാണ്. അത്തരം സാമുദായികാസ്വാസ്ഥ്യത്തിന്റെ ലഘുപതിപ്പ് വൃന്ദാവനത്തിലെ അഗതികളെപ്പറ്റിയുള്ള പഠനത്തിൽ ഞങ്ങൾ കണ്ടു. വിശ്വഹിന്ദുപരിഷത്ത് സംഘടിപ്പിച്ച വാരാണസി പ്രകടനയാത്രയും ദീപാ മേത്തയുടെ *'വാട്ടർ'* എന്ന സിനിമാനിർമാണവും അതിനെ ബജ്രംഗദൾ എതിർത്തതുംകൊണ്ടുണ്ടായ അസ്വാസ്ഥ്യങ്ങളുമായിരുന്നു അവ. നിർബന്ധപൂർവം നിർമാണം തടസപ്പെടുത്തിയ ഒരു സിനിമയുടെ ഗുണമോ ദോഷമോ വിലയിരുത്താൻ ഒരാൾക്ക് സാധ്യമല്ല. ഫിലിം യൂണിറ്റിനെതിരെ ഒരു ശക്തിപ്രകടനമായിരുന്നു ആ പ്രതിഷേധത്തിന്റെ കാരണമെന്ന് ഞാൻ കരുതുന്നു. മാധ്യമങ്ങളുടെ ഇടപെടൽമൂലം ജീവിതത്തെക്കാൾ വമ്പിച്ച പ്രതിശ്ചായ ഒരു പക്ഷേ ഈ പ്രകടനത്തിനു കൈവന്നിട്ടുണ്ടാവാം.

മറ്റു പല സാമൂഹിക അക്രമങ്ങൾക്കും വിപരീതമായി ഈ പ്രകടനം മറ്റൊരു സമുദായത്തിനെതിരായ അക്രമമായിരുന്നില്ല. ഇതിന്റെ പ്രഖ്യാപിത ആവശ്യം ഹിന്ദുസമുദായത്തിന്റെ സംരക്ഷണമാണ്. പതിവുപോലെ ഇന്ത്യൻയൂണിയനുമായി ഇഴുകിച്ചേർന്ന ഹിന്ദുസമുദായം അഭിമാനം ഉയർത്തിപ്പിടിക്കുകയും, സ്വദേശാഭിമാനം എന്നു വിവരിക്കപ്പെട്ട സമുദായത്തിനുള്ളിലെ അഭിപ്രായത്തിലേക്ക് ജനസാമാന്യത്തെ സമാഹരിക്കുകയുമായിരുന്നു അതിന്റെ പ്രഖ്യാപിത ലക്ഷ്യം. പാശ്ചാത്യ

വൽക്കൃതസമീപനമുള്ള, വൈദേശികാടിസ്ഥാനമുള്ള ഡയറക്ടർ ഇന്ത്യയെപ്പറ്റിയും ഇന്ത്യയിലെ വിധവകളെപ്പറ്റിയും ദുഷ്പ്രചാരണം നടത്താൻ ശ്രമിക്കുന്നുവെന്നും അതിന് നിരോധനമേർപ്പെടുത്താൻ എല്ലാ ഇന്ത്യാക്കാരും ഒരുമിച്ചു ചേരണമെന്നുമായിരുന്നു അവരുടെ വാദം. അക്രമാധിഷ്ഠിതമായ ഈ ശക്തിപ്രകടനം, ഭൗതികമായും ആശയപരമായും ഇതു തടയാനുള്ള ഒരു പടയൊരുക്കമായിരുന്നു. പ്രകടനത്തിൽ യഥാർഥത്തിൽ പങ്കെടുത്തിട്ടില്ലാത്തവരുടെ അനുമതി മുന്നോട്ടുവയ്ക്കുകയും ഈ പ്രകടനത്തിന് മൊത്തം സാംസ്കാരിക സമൂഹത്തിന്റെ അനുമതിയുണ്ടായിരുന്നു വെന്ന മിഥ്യ പ്രതിപാദിക്കുകയുംചെയ്തു എന്നതിന് അതുകൊണ്ട് പ്രധാന്യമുണ്ട്.

1987–ൽ രാജസ്ഥാനിലെ ജുൻജുനുവിൽ രൂപ്കൺവറിന്റെ 'സതി'ക്കെതിരായ പ്രതിഷേധങ്ങളെ തുടർന്നുള്ള രജപുട് അഭിമാനപ്രകടനത്തെ ഓർമിപ്പിക്കുന്നതായിരുന്നു ഈ പ്രകടനം. ആ സന്ദർഭത്തിൽ ഒരു ദീപാമേത്തയും അതിലുൾപ്പെട്ടിരുന്നില്ല; എന്നാൽ, സതിസ്ഥലത്തിന്റെ ചുറ്റുമുള്ള സാമുദായിക ശക്തിസമാഹരണത്തിന്റെ ലക്ഷ്യം പ്രതിഷേധിച്ചുകൊണ്ടിരിക്കുന്ന മഹിളാ പ്രവർത്തകരായിരുന്നു. അവർ പാശ്ചാത്യ മൂല്യങ്ങളാൽ വഷളാക്കപ്പെട്ടിരിക്കയാണെന്നും ഹിന്ദു സ്ത്രീത്വത്തിന്റെ പരമോന്നത മഹത്വമായ സതി സമ്പ്രദായത്തെ താഴ്ത്തിക്കെട്ടുന്നത് അവസാനിപ്പിക്കേണ്ടതാണെന്നതും ആയിരുന്നു. ജാത്യാഭിമാനത്തിന്റെ പുരുഷനിയന്താക്കൾ വാളുമേന്തിയ 'സതിസ്ഥൽ' കൈയടക്കുന്ന ഇതേ തരത്തിലുള്ള പ്രതിഭാസത്തിന്റെ പൂർവകാല ഉദാഹരണം ഇന്ത്യൻ (ഹിന്ദുവെന്നുവായിക്കുക) അഭിമാനത്തിന്റെ മുദ്രാവാക്യം മുഴക്കുന്ന സംരക്ഷകരുടെ വാരാണസിഘട്ട് പിടിച്ചെടുക്കലിൽ പ്രകടമാക്കപ്പെട്ടു. ഷബാനാ അസ്മിയെയും മുൻപൊരവസരത്തിൽ രൂപ്കൺവറിന്റെ സതിക്കെതിരെപ്രതിഷേധിച്ച പാശ്ചാത്യവൽകൃത സ്ത്രീപക്ഷവാദികളെയും പോലുള്ള ട്രോജൻകുതിരകളിലൂടെ പ്രവർത്തിക്കുന്ന ബാഹ്യശക്തികളാൽ ഭീഷണിപ്പെടുത്തപ്പെട്ട ശക്തമായ, ഏകീകൃതമായ ഒരു ഹിന്ദുസമൂഹം രാജ്യത്തുണ്ട് എന്നതായിരുന്നു, ഇത്തരം ഒരു പ്രകടനത്തിലൂടെ സ്ഥാപിച്ചെടുക്കാൻ ഉദ്ദേശിച്ച നിലപാട്. അവർ അണികളിൽ സംഭ്രാന്തിയും പിളർപ്പും ഉണ്ടാക്കുന്നു. ഇതിനെ ചെറുക്കാൻ ആശ്രയിക്കുന്നത് അസന്ദിഗ്ധവും അചഞ്ചലവുമായ ജാതി, സമുദായ, രാഷ്ട്ര അഭിമാനം കൊണ്ടാണ്. ഇത്തരം അക്രമാസക്തമായ പ്രകടനം കൊണ്ട് ഉദ്ദേശിക്കുന്നത് അണികളിലെ അച്ചടക്കബോധവും അവരിലുണ്ടാവുന്ന സംശയങ്ങളുടെ നിവാരണവും സ്വഭാവത്തിന്റെ ശുദ്ധീകരണവുമാണ്. ഹിന്ദു വിധവകളുടെ സൽക്കീർത്തിയെ തരംതാഴ്ത്തുന്നതിനെതിരായി ബജ്രംഗ്ദൾ നടത്തിയ പ്രതിഷേധവും ബംഗാളി വിധവകളെ വൃന്ദാവനത്തിൽനിന്ന് മാറ്റാനുള്ള ആവശ്യവും ഒരേ സമയത്തുണ്ടായതാണെന്ന് ഈ സന്ദർഭത്തിൽ ചൂണ്ടിക്കാണിക്കേണ്ടിയിരിക്കുന്നു. ഇത്തരം ഒഴിവാക്കലിനെതി

രായി രക്ഷാമാർഗം കണ്ടെത്താൻ ഒരു ഹിന്ദുസംഘടനയും ഉണ്ടായതായി തെളിവില്ല. ഇന്നത്തെ ഹൈന്ദവാവകാശം കൊണ്ട് പുനർനിർമിച്ച, സാംസ്കാരികമായി സംഘടിതമായ ഹിന്ദുസമുദായത്തിന്റെ പ്രബന്ധം പിന്നീട് പ്രായോഗികമല്ലെങ്കിലും വൃന്ദാവനത്തിൽ നാം കണ്ടുവരുന്നതു പോലെയുള്ള മതസ്ഥാപനങ്ങളുടെ രാഷ്ട്രീയ, സാമ്പത്തിക സ്ഥിതിയിലുണ്ടായ ഉദാരീകരണത്തിനുശേഷമുള്ള മാറ്റങ്ങൾക്ക് ഒരു തരത്തിലും എതിരായിരുന്നില്ല. വളർന്നുകൊണ്ടിരിക്കുന്ന ആധിപത്യനിയന്ത്രണത്തിനുള്ള പുതിയ വഴികൾ മാത്രമാണത്.

രൂപ് കൺവറിന്റെ മരണം നടന്ന സ്ഥലത്തുണ്ടായിരുന്ന പുരുഷാരത്തിൽ അധികവും പുരുഷന്മാരായിരുന്നെങ്കിലും പിന്നീടുണ്ടായ വാരാണസിയിലെ സംഭവത്തിൽ സംഘപരിവാർ പോലെയുള്ള മഹിളാ സംഘടനകൾ മുന്നിലേക്കു വന്നു. ഹിന്ദു വിധവകളെ കരിതേച്ചുകാണിക്കുന്ന സിനിമയെ നിന്ദിച്ചുകൊണ്ട് മഹിളാനേതാക്കൾ പ്രസ്താവനകളിറക്കി രംഗത്തുവന്നു. കൂടാതെ അണികളും സിനിമയ്ക്കെതിരായി തെരുവുകളിൽ പ്രകടനം നടത്തി. അവരുടെ പൊതുസ്ഥല കൈയേറ്റം, അവരുടെ കാഴ്ചപ്പാട് എന്നിവ സംഘടനയ്ക്ക് വളരെ പ്രധാന്യമേറിയതായിരുന്നു. ഹൈന്ദവാവകാശത്തിന്റെ ഉയർച്ചയെപ്പറ്റി പഠിക്കുന്ന ഗവേഷകർ അടുത്തിടെയുണ്ടായ സ്ത്രീകളുടെ കൂട്ടായ്മയെപ്പറ്റി ചൂണ്ടിക്കാണിക്കുന്നു. ഈ പ്രവണത ഹിന്ദുക്കളുടെ അവകാശങ്ങളുടെ കാര്യപരിപാടിയുടെ നിർമാണമെന്ന് വിവരിക്കാം. രാമജന്മഭൂമി സംഭവത്തിൽ ഉമാഭാരതിയും സാധ്വി ഋതംഭരയും ബാബറി മസ്ജിദ് നശിപ്പിക്കുന്നവരെ പ്രോത്സാഹിപ്പിക്കുന്നത് ക്യാമറയുടെ മുന്നിൽ കണ്ടത് ഈ ലിംഗപരമായ എതിർദിശയിലേക്കുള്ള പോക്കായി നമുക്ക് കാണാം. ചില ഗവേഷകർ ഈ സംഭവത്തെപ്പറ്റി ഇങ്ങനെ പറയുന്നു: വനിതാ പ്രകടനക്കാരെ മുൻപന്തിയിലാക്കുന്നത് അത്തരം സാമുദായിക സ്ത്രീകളിൽ പുതിയ ആത്മവിശ്വാസം നൽകുന്നു. അവൾ ബിംബാരാധനയിൽ മാത്രം ഒതുങ്ങി നിൽക്കാതെ ഒരു യോദ്ധാവിന്റെ വീറോടെയുള്ള സജീവപ്രവർത്തനത്തിലേക്കു കടന്നുവന്നു.[2] എന്നാൽ പരിപാടിയുടെ അവഗണിക്കപ്പെടാൻ പാടില്ലാത്ത മറ്റൊരു വശമുണ്ട്. മറ്റൊരിടത്ത് തനിക സർക്കാർ വിളിക്കുന്നതു പോലെ, സമുദായീകരിച്ച വനിതാവ്യക്തിത്വം ഇതേ ധർമചിന്ത സമൂഹത്തിന്റെ സാംസ്കാരിക മേഖലയിൽ എങ്ങനെ പ്രകടിപ്പിക്കുന്നു എന്നതാണത്[3]. പ്രതിലോമകാരികളായ ബാഹ്യ സ്വാധീനശക്തികളിൽനിന്ന് ഹിന്ദു സംസ്കാരത്തെ രക്ഷിക്കുന്ന വനിത ഒരു വീരാംഗനയാണ്. അവൾ അവളുടെ വീടിനും സമുദായത്തിനും ഇതേ സംസ്കാരം വളർത്തുന്നുണ്ടെങ്കിലും അവളുടെ വണക്കം ഒരിക്കൽക്കൂടി ഹിന്ദു മാതൃ, ഭാര്യാ സമ്പ്രദായത്തിനും പുനരുദ്ധാരണം ചെയ്ത അവളുടെ സമുദായത്തിനുമാണ്.

ചില പ്രഖ്യാപിത മതേതര വിരുദ്ധ സമുദായ വിമർശകർ മതത്തിനെ വെറും വിശ്വാസമായോ തത്വശാസ്ത്രമായോ കണക്കാക്കുന്നു. അവർ കാണുന്ന സാംസ്കാരികമൂല്യങ്ങളുടെ ആഴമളക്കാൻ മതേതരത്വത്തിന് കഴിയുകയില്ല എന്ന് വിശദീകരിക്കാൻ ഈ രണ്ടു തത്വശാസ്ത്രങ്ങളെ ഉപയോഗിക്കുന്നു. സങ്കേതികമായി ഏകത്വമില്ലാത്തതും പ്രായോഗികമായി വൈവിധ്യമുള്ളതുമായ പാരമ്പര്യമുള്ള ഒരു ജീവിതരീതിയായിട്ടാണ് ആഷിഷ് നന്ദി ഒന്നാമത്തേതിനെ കാണുന്നത്[4]. നേരേമറിച്ച്, വർഗീയതയായി ആവിർഭവിക്കുന്ന ആശയഗതി എന്ന നിലയിലുള്ള മതത്തെ നന്ദിവിവരിക്കുന്നത്, സാധാരണയായി രാഷ്ട്രീയമോ, സാമൂഹ്യസാമ്പത്തികമോ ആയ മതേതരതാൽപ്പര്യങ്ങൾ സംരക്ഷിക്കുന്നതോ അവയ്ക്കുവേണ്ടി മത്സരിക്കുന്നതോ ആയ ജനതതികളുടെ 'ഉപ ദേശീയ, ദേശീയ, സങ്കര ദേശീയ അഭിജ്ഞാതാവ് എന്നാണ്.

പ്രത്യേകമതങ്ങളുടെ ആശയങ്ങളും വിശ്വാസങ്ങളും അന്യോന്യം കൂട്ടിമുട്ടുകയും ഓരോന്നും മറ്റൊന്നിന്റെ ദൃഢതയെയും അധികാര സംയോഗത്തെയും ബാധിക്കുന്നുവെന്നു സമ്മതിക്കുമ്പോൾ തന്നെ റസ്റ്റം ബറൂച്ച ഈ ഇനങ്ങളെ 'പ്രബലമായും പ്രതികൂലമായ, സന്ദർഭത്തിൽ തന്നെ ഉയർത്തിപ്പിടിക്കുവാൻ താൽപ്പര്യപ്പെടുന്നു[5].

ഈ പുസ്തകത്തിൽ നാം വിവരിക്കുന്ന സാഹചര്യത്തിൽ മതം ഒരു വിശ്വാസമെന്ന നിലയിൽ ഇണക്കിചേർത്തിരിക്കുന്നതായി കാണപ്പെടുന്നത് 'മതം ഒരു ആശയഗതി' ആയി ആവിർഭവിക്കുന്ന സാമൂഹ്യഉപവിഭാഗത്തിലേക്കാണ്. ഒരു സമ്പ്രാദയത്തിന്റെ സാംസ്കാരിക മൂല്യങ്ങളെ വിശ്വാസമോ അത്യന്ത വിധേയത്വമോ ആയി ഉയർത്തിക്കാട്ടുമ്പോൾ മാത്രമേ സായുധ സമരം കൊണ്ട് ഈ സ്ഥാപനങ്ങളുടെ അധോമുഖമായ സ്വാധീനങ്ങളെ ചെറുക്കാൻ സാധിക്കുകയുള്ളു. സംസ്ഥാനത്തിന്റെ സ്വയംകൃത പദ്ധതികളുടെ ഫലമായോ, അതിർത്തി സംരക്ഷണ ശക്തികളുടെയോ രാഷ്ട്രീയ ശക്തികളുടെയോ അർധരാഷ്ട്രീയ സംഘടനകളുടെയോ കാരണം നിമിത്തമോ മാത്രമല്ല സാമൂഹിക രണോത്സകതയ്ക്ക് അനുമതി ലഭിക്കുന്നത്. വിശ്വാസത്തെ വ്യാഖ്യാനപരമായി ഏകശിലാപരമല്ലാത്തതായും, പ്രവർത്തനപരമായി ബഹുത്വമായും വിവരിക്കുന്നത് അതിനെയൊരു മനോലയമായി അവതരിപ്പിക്കുകയാണ്. ചുരുക്കത്തിൽ ഒരു വിശ്വാസിയായ സ്ത്രീ, അവളുടെ പരമ്പരാഗതമായ സദ്ഗുണങ്ങളിൽ ഉറച്ചു നിൽക്കുന്നതും ശാന്തമായ സ്വാധീനമായും വരുന്നതിൽ നിന്നും സാമുദായിക തത്വശാസ്ത്രം ശക്തി പ്രാപിക്കുന്നു. വേറൊരു തരത്തിൽ പറഞ്ഞാൽ, വിശ്വാസം സാമുദായിക സമരാസക്തിയേക്കാൾ രാഷ്ട്രീയ സ്വാധീനത്തിനു മേലെയല്ല. ഇവിടെ രാഷ്ട്രീയ പരിമാണം നേരിട്ടും വ്യക്തവുമായിട്ടുള്ളതല്ല.

ഭജനാശ്രമങ്ങൾക്കു പുറമെ വളരെക്കാലമായി ഭക്തകളെ ആകർഷിക്കുന്നതിൽ പ്രധാന പങ്ക് വഹിക്കുന്ന വൃന്ദാവനത്തിലുള്ള മൂന്നു സ്ഥാപ

നങ്ങളെപ്പറ്റി കുറച്ചു വാക്കുകൾ പറയാൻ ഞാനാഗ്രഹിക്കുന്നു. പരമ്പരാഗത മതപരമായ ആന്തരഘടനയുടെ ഭാഗങ്ങളാണിവയൊക്കെ. എന്നാൽ, സംരക്ഷണ കാര്യത്തിൽ ഒരു പ്രധാനപങ്കുവഹിക്കുകയും അതുവഴി ആശ്രയത്വത്തിന് പ്രോത്സാഹിപ്പിക്കുകയും അവരുടെ അനുവാദത്തോടുകൂടി ചൂഷണം വളരെ എളുപ്പമാക്കിത്തീർക്കുകയും ചെയ്യുന്നു. 18–ാം നൂറ്റാണ്ടോടെ വന്നുചേർന്ന സമ്പന്നരായ ഭൂപ്രഭുക്കന്മാർ ഉണ്ടാക്കിയ സത്രങ്ങളാണ് ഇവയിൽ പ്രഥമസ്ഥാനം വഹിക്കുന്നത്. അവ നിത്യേന അർഹരായവർക്ക് അന്നദാനം നടത്തുകയും ചെയ്യുന്നുണ്ട്. ഇത് പുണ്യം സമ്പാദിക്കാനുള്ള ഒരു മാർഗമാണ്. ഈ ആശയംതന്നെയാണ് സമ്പന്ന വ്യാപാരികൾ ഭക്ഷണവും വസ്ത്രങ്ങളും ദാനം ചെയ്യുന്നതിനു പിന്നിലുമുള്ളത്. ഇത്തരം നിരന്തരം അന്നദാനം നടത്തുന്നവരുടെ എണ്ണം കുറഞ്ഞുകുറഞ്ഞു വരുന്നതും എന്നാൽ മറ്റു യാതൊരു ആശ്രയവുമില്ലാത്തവർ സത്രത്തിനെ മുറുകെ പിടിച്ചുകൊണ്ടിരിക്കുന്നതും സാധാരണമാണ്.

സത്രത്തിൽനിന്നോ മധുകരിയിൽനിന്നോ സഹായം കിട്ടാത്തവർ ഭിക്ഷയാചിച്ച് ജീവിക്കുന്നത് അഭിമാന ക്ഷയമാണെന്ന് വൃന്ദാവനത്തിലെ മതവിശ്വാസികൾ കരുതുന്നു. വീടും നാടും ഉപേക്ഷിച്ച് മതപരമായ ജീവിതത്തിലേക്ക് പ്രവേശിക്കുന്ന സാധുക്കൾക്ക് ഭക്ഷണം കൊടുക്കുന്നത് പുണ്യമാണെന്ന് ഇവിടെമാത്രമല്ല ഇന്ത്യയിലെ മറ്റു ഉൾനാടൻ പ്രദേശങ്ങളിലുള്ളവരും വിശ്വസിക്കുന്നു. മധുകരിയുടെ ആദർശമെന്താണെന്നു വെച്ചാൽ കിട്ടുന്നത് സംതൃപ്തിയോടെ സ്വീകരിക്കുകയും ഏറ്റവും കുറഞ്ഞ പദാർഥം കൊണ്ട് തൃപ്തിയടയുകയും ചെയ്യുകയെന്നതാണ്. മാറിവരുന്ന പരിതഃസ്ഥിതികളിൽ സാധുക്കളിൽ സാധുക്കളായവർ നിവൃത്തികേടുകൊണ്ട് സത്രങ്ങളെ ആശ്രയിക്കുന്നു. മറ്റു യാതൊരു ജീവിതമാർഗവുമില്ലാത്തവർക്ക് ആശ്രയമാകുന്നത് മധുകരിയാണ്. ഭക്തിമാർഗ അന്വേഷകർ സ്ഥിരമായ ധർമസ്ഥാപനങ്ങൾ ഉണ്ടാക്കി മേന്മ നേടാൻ ഉദ്ദേശിക്കുന്നുണ്ടെങ്കിലും സത്രങ്ങൾ അവരുടെ അവശസ്ഥിതിയിലും അഗതികൾക്ക് ഒരിക്കലും പട്ടിണി കിടക്കേണ്ട സംഗതി വരുത്താതെ നോക്കുന്നു. ഭജനാശ്രമങ്ങളുടെയും സത്രങ്ങളുടെയും സാന്നിധ്യം ജീവസന്ധാരണത്തിന് ഒരുതരം ഉറപ്പുനൽകുന്നതുകൊണ്ട് ഭക്തന്മാർ അങ്ങോട്ട് എത്തിച്ചേരുന്നു.

പല വൈഷ്ണവ അഖാരങ്ങളിലെയും സേവദാസികളുടേതാണ് രണ്ടാമത്തെ സ്ഥാപനം. അഖാരങ്ങിലെ ദൈനംദിന മതചടങ്ങുകളിൽ വളരെ പ്രധാനപ്പെട്ട ഒരു പങ്കാണ് സേവദാസികൾ വഹിക്കുന്നത്. വിദഗ്ധരായ ഗായകരായും അവരുടെ സ്ഥാപനങ്ങളിലെ മതാചാര്യരുടെ സഹകാരികളായും അവർ വർത്തിക്കുന്നു. വൈഷ്ണവരുടെ വിനയപൂർവമായ പാരമ്പര്യം അനുകരിക്കുകയും അഖാരങ്ങൾ സന്ദർശിക്കുന്ന അതിഥികൾക്ക് സൗജന്യസേവനം നൽകുകയും ചെയ്യുന്നു. അങ്ങനെ അഖാര

ങ്ങൾ അഗതികളായ സ്ത്രീകൾക്ക് അഭയകേന്ദ്രവും സേവനലഭ്യതയുമേകുന്നു. ഇങ്ങനെയൊക്കെയാണെങ്കിലും അഗതിയായ ഒരു സ്ത്രീക്ക് അപകടകരമായ അവസ്ഥാവിശേഷവും അവിടെ നിലനിൽക്കുന്നുണ്ട്. അവിടെ അവൾ ഗാർഹിക അടിമയായും ലൈംഗികമായി പീഡിപ്പിക്കപ്പെട്ടവളായും ആയിത്തീരാൻ സാധ്യത ഏറെയാണ്.

ചില അഖാരങ്ങളിൽ താമസിക്കുന്ന ഇത്തരം സ്ത്രീകളെ അഭിമുഖം ചെയ്തതിൽ ഈ സാഹചര്യങ്ങളിലേക്ക് അവരെ നയിച്ച കാരണങ്ങൾ അവർ വിവരിക്കുകയും ചെയ്തു. അത് ഒന്നുകിൽ അവരിവിടെ എത്തിയപ്പോൾ ചെറുപ്രായമായിരുന്നു, അല്ലെങ്കിൽ നിരാശ്രയരായിരുന്നു എന്നാണ്. രണ്ടര വയസിൽ വിവാഹിതയായെന്നും ഏഴു വയസിൽ വിധവയായെന്നുമാണ് കമല എന്ന നാൽപ്പതുകാരി പറഞ്ഞത്. സ്വഗൃഹത്തിൽ താമസിക്കാനാവാതെ ഇരുപത് കൊല്ലം മുമ്പ് വൃന്ദാവനത്തിലെത്തുകയും ഗുരുവെന്നു വിളിക്കുന്ന ഒരു എഴുപതു വയസുകാരന്റെ കൂടെ താമസമാക്കുകയും ചെയ്തു. ഞങ്ങൾ അവരോട് സംസാരിച്ചു കൊണ്ടിരുന്നപ്പോൾ അവരുടെ രക്ഷകന്മാർ വാക്കുകൾ നിയന്ത്രിച്ചുകൊണ്ടിരുന്നെങ്കിലും പലപ്പോഴും അവരുടെ ഭയവും വെറുപ്പും വെളിച്ചത്തു വന്നു. ഉദാഹരണമായി കമല അവളുടെ പാപങ്ങൾക്ക് പരിഹാരമായി ദുഃഖങ്ങൾ അനുഭവിക്കുകയാണിന്ന്. അതേ സമയം മിക്ക സ്ത്രീകൾക്കും ആകെ അറിയപ്പെടുന്ന ലോകം ഈ അഖാരമായതിനാൽ അവർ അവിടം വിടാൻ ഇഷ്ടപ്പെടുന്നില്ല. അഖാരങ്ങൾ നൽകുന്ന ഭക്തിമാർഗത്തിന് പ്രതിബദ്ധത കാണിക്കുന്ന കുറേപേർ അവിടെയുണ്ടായിരുന്നു. എന്നാൽ സ്വേച്ഛയോടെ സ്വീകരിച്ച ജീവിതവും നിർബന്ധപൂർവം സ്വീകരിക്കേണ്ടിവന്ന ജീവിതവും തമ്മിൽ നേരിയ വ്യത്യാസമേയുള്ളു.

നിരാധാരരായ സ്ത്രീകളുടെ ജീവിതത്തിൽ കാര്യമായ പങ്കു വഹിക്കുന്ന വ്രജവാസികളുടെ സ്വാധീനവലയത്തിൽ ഉള്ളതാണ് മൂന്നാമത്തെ സ്ഥാപനം. പുരോഹിത വർഗത്തിൽനിന്നുള്ളവരായിരുന്നു ആദ്യകാലത്ത് വൃന്ദാവനത്തിൽ ഉണ്ടായിരുന്നത്. അവർ ബംഗാളിൽ നിന്നുള്ള ധനാഢ്യന്മാരുമായി യോജിച്ച് ക്ഷേത്രങ്ങളും ധർമസ്ഥാപനങ്ങളും വ്രജധാമിൽ സ്ഥാപിക്കുകയും അവരുടെ ഭക്തിമാർഗം പിന്തുടരുകയും ചെയ്തു. അങ്ങനെ അവർ തീർഥാടന കേന്ദ്രങ്ങളിലെ പാണ്ഡകളും ഇടനിലക്കാരുമായിത്തീർന്നു. ബംഗാളിൽനിന്നുവന്ന ധനാഢ്യരുടെ അവസ്ഥ ഇന്ന് പരിപൂർണമായി അധോഗതിയിലായതിനാൽ ക്ഷേത്രങ്ങളിലും അഭയകേന്ദ്രങ്ങളിലും വ്രജവാസികൾക്ക് പ്രാമുഖ്യം ലഭിച്ചു. അവർക്ക് ഒരു ശിഷ്യശൃംഖലതന്നെയുണ്ട്. തീർഥാടനപാതയിലൂടെ വരുന്ന ഭക്തരെ ആശ്രിതരാക്കുകയാണ് അവരുടെ ചുമതല. അത്തരം സ്ഥാപനങ്ങളിലെത്തുന്ന അനാഥരായ സ്ത്രീകളെ ഒരേ സമയം സംരക്ഷിക്കുകയും ഭീഷണിപ്പെടുത്തുകയും ചൂഷണം ചെയ്യുകയും ചെയ്യുന്നു.

ഗീതാമന്ദിരത്തിലെ പാചകക്കാരിയായി ജോലി ചെയ്തുകൊണ്ടിരിക്കെ, വാർധക്യസഹജമായ അവശതകൾ അധികരിച്ചതിനാൽ അവളെ അവിടെനിന്ന് പാണ്ഡകൾ യാതൊരു മുന്നറിയിപ്പുമില്ലാതെ പുറം തള്ളുമോ എന്ന ഭീതിയിലാണ് ഒരു ബ്രാഹ്മണസ്ത്രീ. ഗോവർധനത്തിലെ ഗിരിരാജ് മന്ദിരത്തിന്റെ പടവുകളിൽ ഭിക്ഷ യാചിച്ചു കൊണ്ടിരിക്കുന്ന ഒരു സ്ത്രീക്ക് പറയാനുണ്ടായിരുന്നത്, അവൾക്ക് കുടുംബാംഗങ്ങളില്ലെന്നും അവളെ അവിടെ കൊണ്ടു വന്നയാൾ അവൾക്ക് സംരക്ഷണം നൽകുന്നുണ്ടെന്നും അതിന് പ്രതിഫലമായി ഭിക്ഷയിലൂടെ കിട്ടുന്ന സമ്പാദ്യം അയാൾക്ക് കൊടുക്കേണ്ടതുണ്ടെന്നുമായിരുന്നു. ക്ഷേത്രസമുച്ചയങ്ങളിലോ ഭജനാശ്രമങ്ങളിലോ എത്തിപ്പെടണമെങ്കിൽ പാണ്ഡകളുടെയും വ്രജവാസികളുടെയും വലയിൽ കുടുങ്ങാതെ രക്ഷപ്പെടാൻ വളരെയേറെ ശ്രദ്ധിക്കേണ്ടതുണ്ട്.

ട്രസ്റ്റ് സ്ഥാപനങ്ങളിൽ ചിലത് തന്ത്രപരമായ കയ്യൂക്കുകൊണ്ട് പാണ്ഡകൾ കൈയടക്കിവെച്ചിരിക്കുന്നു. അവരുടെ അധികാരത്തിന് എതിരാളികളില്ലാത്തതുകൊണ്ട് അവർ അഗതികളും മറ്റൊരാശ്രയമില്ലാത്തവരുമായ വിധവകൾക്ക് ഈ സ്ഥാപനങ്ങളിലെ മുറികൾ വാടകയ്ക്കു കൊടുക്കുകയും അവരെ ഭീഷണിപ്പെടുത്തുകയും തങ്ങളുടെ ഇഷ്ടത്തിനനുസരിച്ച് അവരെ പുറത്താക്കുകയും ചെയ്യുന്നു. വളരെക്കാലമായി വിധവകൾ അഭയ കേന്ദ്രമാക്കിയിരുന്ന ചില പഴയ വീടുകൾ ഇങ്ങനെയുള്ള പ്രബലശക്തികൾ റിയൽ എസ്റ്റേറ്റ് കച്ചവടത്തിനായി പിടിച്ചെടുത്തിരിക്കുന്നു. ഞങ്ങൾ വിധവകളെ അഭിമുഖം ചെയ്യുമ്പോൾ, പാണ്ഡകൾക്ക് അനുകൂലമല്ലാത്ത സംഗതികൾ വെളിപ്പെടുത്തുമോ എന്ന് സംശയിക്കുന്ന ഘട്ടങ്ങളിൽ അവർ അഭിമുഖം തടസപ്പെടുത്തുകയും ചിലപ്പോഴൊക്കെ അഭിമുഖം ചെയ്യപ്പെടുന്നവരെ സംസാരിക്കാൻ അനുവദിക്കാതിരിക്കുകയും ചെയ്തിരുന്നു. കേശീഘട്ടിൽ മുറിക്കു നൽകേണ്ട വാടകയെപ്പറ്റി ഞങ്ങൾ ഒരു വൃദ്ധയെ ചോദ്യം ചെയ്തപ്പോൾ, അവരുടെ പാണ്ഡ അവരെ അക്ഷരാർഥത്തിൽ വലിച്ചിഴച്ചുകൊണ്ടു പോവുകയാണുണ്ടായത്. ഇവർ സ്ത്രീകളോട് പെരുമാറുന്നത് വളരെ സങ്കുചിതവും നിർദാക്ഷിണ്യ മനഃസ്ഥിതിയോടെയുമാണ്. ചെറിയ ആനുകൂല്യങ്ങൾക്കു പോലും സ്ത്രീകൾ അവരെ താണു വണങ്ങേണ്ടി വരുന്ന സ്ഥിതിയിലും അവർ പരുഷമായി പെരുമാറിയിരുന്നു. ഇവരിൽ ഞങ്ങൾ കണ്ട സർവശക്തമനോഭാവം സവർണഹിന്ദു മേലാളന്മാരുടെ ആഡംബരജീവിതത്തിനു തുല്യമായിരുന്നു. സ്ത്രീകളുടെ ആശ്രിതത്വം തികച്ചും വ്യത്യസ്തമായി കാണപ്പെട്ടു. വ്രജധാമിലേക്കുള്ള സ്ത്രീകളുടെ കുടിയേറ്റത്തിന്റെ പ്രധാനകണ്ണികൾ ഇവരാണെന്ന കാര്യത്തിൽ സംശയമില്ല. കാലാന്തരത്തിൽ അവരുടെ ആധിപത്യത്തിന്റെ സ്വഭാവം മാറിവന്നു.

മുൻ അധ്യായങ്ങളിൽ ഞാൻ പരാമർശിച്ചതുപോലെ ചൈതന്യയുടെ കാലത്തായിരുന്നു വൈഷ്ണവ സമ്പ്രദായം ബംഗാളിൽ അഭിവൃദ്ധി പ്രാപിച്ചത്. അവർ ജാതിസമ്പ്രദായത്തിനെ നിശ്ശേഷം എതിർത്തില്ലെങ്കിലും അധഃകൃതരും താഴേക്കിടയിലുള്ളവരുമായ ജനങ്ങൾക്ക് ഭക്തിമാർഗത്തിൽ ഒരു പ്രത്യേക പരിഗണന കൊടുത്തിരുന്നു. എച്ച് എച്ച് റിസ്ലേയുടെ '*ട്രൈബ്സ് ആന്റ് കാസ്റ്റ്സ് ഓഫ് ബംഗാൾ*' (1891) (*ബംഗാളിലെ ജാതികളും വർണങ്ങളും*) എന്ന പുസ്തകത്തിൽ വൈഷ്ണ സ്വാധീനത്തിലുള്ള നാൽപ്പത്തിയൊന്നു ജാതികളെയും ഉപജാതികളെയും പറ്റി പറയുന്നുണ്ട്. ഇവരിലധികവും നാമശൂദ്രരെപ്പോലെയുള്ള കർഷകരും കൈത്തൊഴിലുകാരുമാണ്. ഗൗഡീയ വൈഷ്ണവ സമ്പ്രദായത്തിൽ രാധയുടെയും ഗോപികമാരുടെയും പ്രാധാന്യവൽക്കരണം ഭക്തിയുടെയും ദിവ്യപ്രേമത്തിന്റെയും പരമോന്നത മൂർത്തീകരണവും രാഗാനുഗ ഭക്തിയുടെ സിദ്ധാന്തം സ്ത്രീകളുടെ പരമോന്നത ഭക്തിയുടെ ലക്ഷണമായ കീഴടങ്ങലിലേക്കുമാണ് എത്തിക്കുന്നത്. ഏറ്റവും താഴേക്കിടയിലുള്ളവർക്കുകൂടി അന്തസ്സ് പ്രദാനം ചെയ്യുമെന്ന വാഗ്ദാനമാണ് മധ്യകാല ഹിന്ദുസമുദായത്തെ വൈഷ്ണവ സമ്പ്രദായത്തിലേക്ക് ആകർഷിച്ചത്.

സ്ത്രീകളുടെ വിധേയത്വം വ്യത്യസ്തതലത്തിലേക്ക് വ്യാഖ്യാനിക്കപ്പെടുകയും അത് അവരെ ഗാർഹികമേഖലയിൽ നിന്ന് ഉയർത്തിക്കൊണ്ടുവരികയും ചെയ്തു. ഒരു ഭക്തയ്ക്ക് അവളുടെ ഭർത്താവിനെയും കുടുംബത്തെയുംകാൾ അധിക വിധേയത്വം അവളുടെ ദേവനോടായിരുന്നു. അങ്ങനെ ഒരു വൈഷ്ണവ വനിതയ്ക്ക് തന്റെ ഇഷ്ടദേവതയെ സേവിക്കുന്നതിനുവേണ്ടി കുടുംബബന്ധം ഉപേക്ഷിക്കുക എന്നതാണ് ആത്യന്തികലക്ഷ്യം. രമാകാന്ത് ചക്രവർത്തി ഈ ഗൗഡീയ വൈഷ്ണവരുടെ മതവിരുദ്ധ പ്രവണതയെ ഇങ്ങനെ വിമർശിക്കുന്നു: 'വൈഷ്ണവ സമ്പ്രദായം സ്വീകരിക്കുക വഴി അബ്രാഹ്മണർക്ക് ഒരു പരിധിവരെ സ്വയംഭരണാവകാശം ലഭിക്കും. അങ്ങനെതന്നെ വൈഷ്ണവസ്ത്രീകൾക്കും. എന്നാൽ, ഇതിനുശേഷവും ബ്രാഹ്മണ മേധാവിത്വമുള്ള സമുദായങ്ങളെപ്പോലെ വൈഷ്ണവ സമുദായത്തിലും ജാതി വ്യവസ്ഥയും ഉപഘടകങ്ങളും തുടർന്ന് കൊണ്ടിരിക്കുന്നു.'[6] അങ്ങനെ വൈഷ്ണവ സമ്പ്രദായത്തിൽ സ്ത്രീകളുടെ ചില കാര്യങ്ങളിലും കീഴ്ജാതിക്കാരുടെ കാര്യത്തിലും യാഥാസ്ഥിതിക സാമൂഹിക അധികാരശ്രേണി വിഘടിക്കപ്പെടുന്നു. അവരുടെ ജനസ്വീകരണം ബ്രാഹ്മണരുടെ സാമുദായിക സമ്പ്രദായത്തിലും തുടർച്ചയായി കാണുന്നു. വൃന്ദാവനത്തിൽ ഗോസായികളുടെ കാലം മുതൽക്ക് കോളനിക്കാലം വരെ ബംഗാളി ഭൂവുടമകളുടെ സ്വാധീനം വളരെ പ്രകടമായിരുന്നു. ഭജനാശ്രമങ്ങളുടെ സ്ഥാപനത്തോടെയും ബ്രാഹ്മണ പാണ്ഡകളുടെ ആധിപത്യത്തിന്റെ കാലംവരെയും മതപരമായ സ്ഥാപനങ്ങളിലെ സ്ത്രീകളുടെ വിശ്വാസത്തിന്റെ പുനഃസ്ഥാ

പനം ഒരു ഉദാഹരണമായി കാണാവുന്നതാണ്. വൈധവ്യം ഒരു അടയാളമായി ഈ നടപടിക്രമങ്ങളിൽ വളരെ ശക്തമായികാണാം.

II

മാർത്താ ഓർട്ടർ ചെൻ പറയുന്നത് ഇന്ത്യയുടെ ആകെയുള്ള ജനസംഖ്യയിൽ മുപ്പത്തിമൂന്ന് കോടി വിധവകളാണെന്നാണ്. ഇതുമൊത്തം ജനസംഖ്യയുടെ 8 ശതമാനത്തോളം വരും.[7] ഇന്ത്യയൊട്ടാകെയുള്ള വിധവകളെ ഒന്നിച്ചെടുത്താൽ അവർ അപഹരിക്കപ്പെടുകയും ഉപേക്ഷിക്കപ്പെടുകയും ചെയ്യപ്പെടുന്ന വിധിക്ക് വിധേയരാകുന്നവരാണ്. എന്നാൽ ചില പണ്ഡിതന്മാർ പ്രാദേശിക വ്യത്യാസങ്ങൾ കണ്ടെത്തിയിട്ടുണ്ട്. പി എൻ മാരി ഭട്ടിന്റെ അഭിപ്രായത്തിൽ, സാധാരണയായി വിവാഹിതകളേക്കാൾ വിധവകളുടെ മരണനിരക്ക് 82 ശതമാനം കൂടുതലാണ്. അതുപോലെ വിവാഹിതരേക്കാൾ വിഭാര്യരുടെ മരണനിരക്ക് 80 ശതമാനം കൂടുതലാണ്. പ്രായവും സാമ്പത്തികശേഷിയും കണക്കിലെടുക്കുമ്പോൾ മരണ സാധ്യത വിവാഹിതകളേക്കാളും വിഭാര്യരെക്കാളും വിധവകൾക്ക് കൂടുതലാണെന്നുള്ള നിഗമനത്തിലെത്താൻ കഴിയും. ഇതിനു പ്രധാന കാരണം നിരാശ്രയത്വവും നിർധനത്വവുമാണ്.

ഹരിയാന, പഞ്ചാബ്, ഉത്തർപ്രദേശ് തുടങ്ങിയ വടക്കൻ സംസ്ഥാനങ്ങളിൽ വൈധവ്യം ദേശീയ ശരാശരിയേക്കാൾ വളരെ കുറവാണെന്നും എന്നാൽ ഒരിക്കൽ വിധവയായാൽ ഇവിടങ്ങളിലെ മരണനിരക്ക് കിഴക്കൻ തീരപ്രദേശങ്ങളേതിനേക്കാൾ കൂടുതലാണെന്നാണ് മാരി ഭട്ട് പറയുന്നത്. തമിഴ്നാട്, ആന്ധ്രാപ്രദേശ്, ഒറീസ, പശ്ചിമബംഗാൾ എന്നീ കിഴക്കൻ തീരസംസ്ഥാനങ്ങളിൽ വൈധവ്യത്തിന്റെ സാധ്യത പ്രകടമായി വളരെ കൂടുതലാണ്. അതുപോലെതന്നെ വിധവയായ സ്ത്രീകളുടെ അതിജീവനവും കൂടുതലാണ്. ദമ്പതികളുടെ പ്രായവ്യത്യാസം എന്ന ഘടകത്തിനുപുറമെ ഈ സംസ്ഥാനങ്ങളിലുള്ള സ്ത്രീകളുടെ പദവിയിൽ ചില ശുഭസൂചനകളുണ്ടെന്നു പറയാം.[8] വൈധവ്യത്തിന്റെ കാഠിന്യവും നിന്ദിക്കപ്പെടലും ഇവിടെ ഏറെക്കുറെ കുറവാകുന്നതാവാം അവരുടെ അതിജീവനത്തിനുള്ള കാരണം.

ഇതിനോടൊപ്പം നമുക്ക് ബീനാ അഗർവാളിന്റെ പ്രസ്താവനയും വായിക്കാം. അതായത് മറ്റു സംസ്ഥാനങ്ങളെ അപേക്ഷിച്ച് പശ്ചിമബംഗാളിൽ ഒരു വലിയ ശതമാനം വിധവകൾ ഭർത്താവിന്റെ സ്വത്തിന് അവകാശികളാവുകയും ദയാഭാഗ സമ്പ്രദായ പ്രകാരം സ്വത്തു വിതരണവും സാമൂഹിക പരിഷ്കാരങ്ങളും നടക്കുകയും ചെയ്തു. വടക്കു പടിഞ്ഞാറൻ ഇന്ത്യയിലെ സ്ത്രീകളെക്കാൾ ഈ സ്ത്രീകളെ കർശനമായ നടപടികളില്ലാത്തതിനാൽ ഏകാന്തതയിലെത്തിച്ചു.[9] ചില പണ്ഡിതന്മാർ അഭിപ്രായപ്പെടുന്നത് ദയാഭാഗ സമ്പ്രദായപ്രകാരം വിവാഹിതകളായ സ്ത്രീകൾക്ക് സ്വത്തവകാശം കൊടുത്തതുകൊണ്ട് 18 ഉം 19 ഉം നൂറ്റാ

ണ്ടുകളിൽ ബംഗാളിൽ അവർ ക്രൂരമായി പീഡിപ്പിക്കപ്പെടുകയും പിന്നീട് സതിയനുഷ്ഠിക്കാൻ നിർബന്ധിതരാക്കുകയും ചെയ്തുവെന്നാണ്. കോളനി ഗവൺമെന്റ് സതിനിരോധന നിയമം പാസാക്കിയതിനുശേഷമാണ് ഇത്തരം സമ്പന്നരായ വിധവകളെ അവരുടെ അവകാശങ്ങൾ തട്ടിയെടുക്കാൻവേണ്ടി വൃന്ദാവനത്തിലേക്ക് അയയ്ക്കുന്ന ഒരു പതിവുണ്ടായതെന്ന് ഞാൻ കരുതുന്നു. ഏതു സംസ്ഥാനത്തിലായാലും വിധവകൾ അപകട സാധ്യതയുള്ളവരാണെന്നാണ് ഇതെല്ലാം സൂചിപ്പിക്കുന്നത്. പക്ഷേ, ഈ കാരണങ്ങൾ കൊണ്ടൊന്നുമല്ല. ബംഗാളിലെ സ്ത്രീകൾ കൂടുതലായി വൃന്ദാവനത്തിലെത്തുന്നതെന്ന് കാണാൻ കഴിയും.

മറ്റു സംസ്ഥാനങ്ങളിൽ ഗാർഹിക ജീവിതം നയിക്കാൻ നിർബന്ധിതരായ വിധവകൾക്ക് വൃന്ദാവനത്തിലേക്ക് പരമ്പരാഗതമായി തീർഥാടന വഴികളിൽക്കൂടി എത്തുന്ന പശ്ചിമ ബംഗാളിലെ വിധവകളേക്കാൾ അവഗണനയും നിന്ദയും കുറവാണെന്നു കരുതാൻ യാതൊരു ന്യായവും കാണുന്നില്ല. വിപുലമായ തോതിൽ പുറത്താക്കപ്പെടുന്ന വിധവകളാണ് ബംഗാളിൽ ജനസംഖ്യാപ്രശ്നങ്ങൾ സൃഷ്ടിക്കുന്നത് എന്ന വാദം അടുത്തകാലത്ത് ഉയർത്തിക്കാണിക്കുന്നത് ഇത്തരം സ്ത്രീകൾ തീർഥാടന കേന്ദ്രത്തിലെ അതിപ്രധാനമായ ഭാഗമാണെന്ന കാര്യം വിസ്മരിച്ചുകൊണ്ടാണ്. പ്രത്യേകിച്ച് അവരുടെ അധ്വാനം ഭജനാശ്രമങ്ങളുടെ സാമ്പത്തിക സുസ്ഥിരത നിലനിർത്തുന്നതിൽ സഹായിച്ചു എന്നതുകൊണ്ട്. ഭജനക്രിയകൊണ്ട് സമ്പന്നർക്ക് ഭക്തി മാർഗം കാണിച്ചുകൊടുക്കുന്നതിൽക്കൂടി ഭജനാശ്രമങ്ങൾ കുന്നുകൂട്ടിയുണ്ടാക്കിയ സമ്പത്തിൽ അവർ ഇത്രകാലവും ഭജന ക്രിയകളിലേർപ്പെട്ടവർക്ക് കൊടുത്ത പ്രതിഫലം താരതമ്യേന വളരെ നിസ്സാരമാണ്. സാമ്പത്തിക നേട്ടത്തിനു പുറമെ, വിധവയാകുന്നത് പ്രാപഞ്ചിക ബന്ധങ്ങളെ ഉപേക്ഷിച്ച് ദൈവത്തിനധീനമായി ജീവിക്കുക എന്ന ഒരു വിശ്വാസമുറപ്പിച്ചതാണ് അവരുണ്ടാക്കിയ സ്വാധീനം.

സാമുദായിക ഘടനാ നിർമാതാക്കൾക്ക് ഒരു വിധവയുടെ നിസ്വാർഥ ഭക്തി പ്രധാന വസ്തുതയാണ്. അതുകൊണ്ട് അവളുടെ സൽപ്പേര് നിലനിർത്തേണ്ടത് ഒരു ധാർമികച്ചുമതലയുമാണ്. ബിംബങ്ങളെ ജീവനുള്ള വസ്തുവെപ്പോലെ തോന്നിക്കുന്ന ഒരു പ്രതിഭാസമാണ് സ്ത്രീകൾതന്നെ സ്വാംശീകരിക്കുന്നത്. തത്വശാസ്ത്രത്തിനെതിരായി സാധാരണ വിശ്വാസം പ്രവർത്തിക്കാറില്ല. അതിന്റെ മൃദുലമായ സമീപനം സ്ത്രീകൾക്ക് ഗാർഹികപീഡനങ്ങളിൽ നിന്ന് ആശ്വാസം നൽകുന്നതുകൊണ്ട് അവരെ മറ്റൊരു തരത്തിലുള്ള സ്ഥിരരൂപത്തിന്റെ അടിമകളാക്കുന്നു. അവളെ സാമുദായീകരണത്തിന്റെ നിസ്സഹായ വസ്തുവാക്കി മാറ്റുന്നു. അത് ബോധപൂർവമായ പദ്ധതിക്കുപകരം അവളുടെ നിത്യജീവിതത്തിന്റെ ഭാഗമായിട്ടുണ്ടാകുന്നതുമാണ്.

ഞങ്ങൾ വൃന്ദാവനത്തിലുണ്ടായിരുന്നപ്പോൾ അവിടെ അഗതികളായ സ്ത്രീകളുടെ വിശ്വാസം താത്വികമായും ആരാധനാപരമായും ഈ സ്ഥാപനങ്ങൾക്ക് വലിയ മുതൽക്കൂട്ടായിരുന്നുവെന്ന് കാണാൻ കഴിഞ്ഞു. വിധവകളെ തീർഥാടന വഴികളിൽക്കൂടി വ്രജധാമിലേക്കെത്തിക്കുന്നതിന്റെ പലവിധ കാരണങ്ങളിലൊന്ന്, നിരാലംബരായി സ്വഗൃഹത്തിൽനിന്നും പുറംതള്ളപ്പെട്ട സ്ത്രീകളുടെ ഭക്തിയെന്ന വിശ്വാസമാണ്. അവരുടെ ഏകാന്തതയും സ്ഥലമാറ്റവും ഭക്തി ന്യായീകരിക്കുന്നു. ഈ സ്ത്രീ ശാക്തീകരണം പിന്നീട് ക്ഷേത്ര സമ്പത്തിൽ ലയിക്കുന്നു. വ്യക്തിപരമായി ഈ സ്ത്രീകൾക്ക് ഭക്തിയൊരു സ്വാഭാവിക ജീവിതരീതിയല്ല. ഭക്തിക്കുവേണ്ടി വീടുപേക്ഷിച്ച മീരാബായ് എന്ന വിവാഹിതയായ സ്ത്രീയുടെ കഥ ഒരു അപവാദമായി അവർ സഹിക്കുന്നു. മുൻനിരയിൽ ജീവിക്കുന്ന വിധവകൾ ഇങ്ങനെ പ്രാധാന്യമർഹിക്കുന്നു. ബംഗാളിൽ നിന്ന് വൃന്ദാവനത്തിലേക്ക് കുടിയേറുന്ന വിവിധ വിഭാഗങ്ങളിലുള്ള സ്ത്രീകൾ ധരിക്കുന്ന ശുഭ്രവസ്ത്രം കുടിയേറ്റത്തിന്റെ ബഹുവിധ കാരണങ്ങൾ മറയ്ക്കുന്നു.

വ്രജധാം പ്രധാനമായി ഹിന്ദു സമുദായം താമസിക്കുന്ന പ്രദേശമായിരുന്നു. ഒരു കാലത്ത് കബീർ മതപ്രചരണം നടത്തിയിരുന്നതും മുസ്ലീം കർഷകർക്ക് പ്രാമുഖ്യമുണ്ടായിരുന്നതുമായ വാരാണസിക്കു വിപരീതമായി വ്രജധാമിൽ വിവിധ മതവിഭാഗങ്ങളിലുള്ള ജനങ്ങൾ താമസിക്കുന്നുണ്ടായിരുന്നു. വൃന്ദാവൻ ഷോധ്സൻസ്ഥാനിലെ പുരാതന ഗ്രന്ഥശാലയിലുള്ള രേഖകളിൽ വൈഷ്ണവ ക്ഷേത്രങ്ങളെ മുഗളർ അടക്കി ഭരിച്ചിരുന്നതായി പരാമർശങ്ങളുണ്ട്. എന്നാൽ നടന്നുകൊണ്ടിരിക്കുന്ന വാചിക പാരമ്പര്യപ്രകാരം ഔറംസീബ് ചെയ്ത അക്രമങ്ങളെ കൂടുതലായി വിവരിക്കുന്നുണ്ട്. ജാട്ട് മേധാവികൾ കൊള്ള ചെയ്തതിന്റെ അടയാളങ്ങളും കാലാന്തരത്തിൽ വന്ന ജീർണതയുടെ ലക്ഷണങ്ങളുമുള്ള കേശവദേവ് ക്ഷേത്രവും മറ്റു ക്ഷേത്രങ്ങളും മാത്രമല്ല, പാണ്ഡകൾ മുസ്ലീം ചക്രവർത്തിമാരുടെ വിശ്വാസ നശീകരണത്തിന്റെ ഭാഗമായുണ്ടായതാണെന്നും ഇത് വളരെ അതിശയകരമായി കാണിക്കുന്നു. ഇത്തരം കാൽപ്പനിക കഥകൾ സാമുദായിക അസഹിഷ്ണുതയുടെയും 'മറ്റെതിനെ' ആസുരീകരിച്ചു കാണിക്കുന്നതുമായ മറയ്ക്കപ്പെട്ട വളർച്ചയാണ്.

വൃന്ദാവനത്തിൽ തലമുറകളായി താമസിച്ചുവരുന്ന ഉദ്യോഗസ്ഥരായ ബംഗാളി ഇടത്തട്ടുകാരോട് സംസാരിക്കുമ്പോൾ അവരുടെ ഗൃഹാതുരതയും മറ്റുള്ള അഗതികളായ സ്ത്രീകളെ സഹായിക്കുന്നതിനുള്ള കഴിവുകേടും ഒഴികഴിവായി പറയുന്നുണ്ട്. ബംഗാളികൾ ഈ തീർഥാടനകേന്ദ്രത്തിന്റെ നിർമാണത്തിൽ വഹിച്ച പ്രധാന പങ്കിന്റെ മഹത്തായ പൂർവകാല സ്മരണകൾ അവരിലുണ്ടായിരുന്നു. പിന്നീടു വന്ന ചൈതന്യയും ഗൗസിയ വൈഷ്ണവരും കോളനി സമ്പ്രദായവും അതുപോലെ തന്നെ

ബംഗാളി രാജാക്കന്മാരും ജമീന്ദാർമാരും ട്രസ്റ്റുകളും ക്ഷേത്രങ്ങളും ഘട്ടങ്ങളും സ്ഥാപിക്കുകയും ഈ തീർഥാടനകേന്ദ്രത്തിൽ അവരുടെ സംരക്ഷണം നൽകുകയും ചെയ്തു. കോളനി വാഴ്ചയ്ക്കു മുമ്പുണ്ടായിരുന്ന മുസ്ലീംകളുടെ കൊള്ളയെപ്പറ്റിയുള്ള കാൽപ്പനിക കഥകൾ വൃന്ദാവനത്തിന്റെ ക്ഷയത്തിനു കാരണമായി. സമാന്തരമായി, ക്ഷേത്ര സാമ്പത്തികം തദ്ദേശവാസികളും വ്രജവാസികളും കൈയടക്കി ബംഗാൾ സംസ്കാരത്തിനു വിരുദ്ധമായി നിന്നുവെന്നാണ് അവരുടെ വിശ്വാസം. ഒരു ന്യൂനപക്ഷം വേഗത്തിൽ അപ്രത്യക്ഷമാകുന്നതിന്റെ അവസാന സങ്കേതം മുസ്ലീം വിരുദ്ധവർഗീയ വാദത്തേക്കാൾ ശക്തമായ സങ്കുചിതത്വമാണ്. എന്നാൽ, വൃന്ദാവനത്തിന്റെ ചരിത്രം നോക്കിയാൽ ആദ്യത്തേത് അവസാനത്തേക്കാൾ കൂടുതൽ ശക്തമാണ്. മുസ്ലീം വിരോധം, വ്രജവാസി വിരോധം, ബംഗാളിവിരോധം തുടങ്ങിയ സങ്കുചിത മനഃസ്ഥിതിക്ക് ശക്തി പകരുന്നത് മുസ്ലീം അക്രമങ്ങൾക്കിരകളായവരും പിന്നീട് വൃന്ദാവനത്തിലെത്തിയവരും മറ്റൊരു പുതിയതരം അധീശത്വം വ്രജവാസികളിൽ നിന്ന് ഏൽക്കേണ്ടിവന്നവരുമായ അഗതികളായ സ്ത്രീകൾ, പ്രത്യേകിച്ചും ബംഗാളി ദേശത്തുനിന്നും വന്ന വിധവകളാണ്. സാമുദായിക മനോഭാവവും സങ്കുചിതത്വവും പരസ്പരം പ്രോത്സാഹജനകങ്ങളാണ്. ഈ പശ്ചാത്തലത്തിൽ അവരുടെ മാനസികാവസ്ഥയും വിശ്വാസങ്ങളും മനസിലാക്കിയതിൽനിന്ന് നമ്മൾ അഭിമുഖം ചെയ്തവർ ഈ ക്ഷേത്രനഗരത്തെ സാമൂഹികസംസ്കാരികമായ ഔന്നത്യത്തിലെത്തിക്കാൻ പ്രവർത്തിക്കുകയും, ഹിന്ദു സമുദായത്തിൽ നിന്നുകൊണ്ട് ബംഗാളി ഭൂപ്രഭുക്കന്മാരുടെയും പിന്നീട് വന്ന വ്രജവാസികളുടെയും ആധിപത്യം ശക്തിപ്പെടുത്തുകയും ചെയ്തു. സ്ത്രീകൾക്ക് ഈ സമ്പ്രദായത്തിൽ ഭാഗഭാക്കുകളാകാനുള്ള ഏകമാർഗം ഇതുമാത്രമായിരുന്നു. വർഗീയതയും സങ്കുചിതത്വവുമായിരുന്നു ഈ സ്ത്രീകൾക്കുണ്ടായിരുന്നതെന്ന് ഇതിനർഥമില്ല.

അടുത്തകാലത്ത്, ആഗോളീകരണത്തിന്റെ സ്വാധീനം വൃന്ദാവനത്തിലെ സ്ഥാപനങ്ങൾക്കും ഉണ്ടായതായികാണുന്നു. ഇത് ക്ഷേത്ര സാമ്പത്തിക കാര്യങ്ങളുടെ പരിധിയിൽ മാറ്റം വരുത്തിയിട്ടുണ്ട്. സാമൂഹിക ബന്ധത്തിന്റെ സ്രഷ്ടാക്കൾതന്നെ ഇപ്പോൾ പുതിയൊരുതരം സങ്കുചിതത്വത്തിന്റെ ഇരകളായിത്തീർന്നിരിക്കുന്നു. ഒരു കാലത്ത് ഭക്തിയുടെ പ്രതീകങ്ങളും ഭക്തിമാർഗ പ്രചാരകരുമായിരുന്ന വിധവകൾ സംരക്ഷണവും നിയന്ത്രണവും അർഹിക്കുന്നവരായിരുന്നു. എന്നാൽ, പിന്നീടവർ പാദസേവകരും ജനസംഖ്യാസംതുലനാവസ്ഥയ്ക്ക് ഭീഷണിയുമായിത്തീർന്നു. വളരെക്കാലമായി വൃന്ദാവനത്തിൽ താമസമാക്കിയിരുന്ന വിധവകളല്ലാത്ത വളരെയധികം അഗതികളും 'വിധവാ' വിഭാഗത്തിൽ ഉൾപ്പെടുത്തപ്പെട്ടു. യഥാർഥത്തിൽ സാക്ഷാൽ മായികളായ വിധവകൾക്ക്

ഇങ്ങനെ ഭജനാശ്രമത്തിൽ കടന്നുകൂടിയവരെ ശത്രുക്കളായോ കടന്നു കയറ്റക്കാരായോ കരുതാനുള്ള സമ്മർദം ഏറിക്കൊണ്ടിരിക്കുന്നു.

വിധവകളായ അമ്മമാരേയും സഹോദരിമാരെയും തെരുവിലേക്കു തള്ളിവിടാനുള്ള ബംഗാളികളുടെ പ്രവണതയെപ്പറ്റി ഉമാഭാരതി വിവരിച്ചത് ഞാൻ മുമ്പേ സൂചിപ്പിച്ചിരുന്നല്ലോ. അങ്ങനെ പുറത്താക്കപ്പെട്ടവർ വൃന്ദാവനത്തിൽ അഭയം പ്രാപിക്കാൻ നിർബന്ധിതരാവുകയും അവിടെ ആദ്യമേയുണ്ടായിരുന്ന വിധവകൾക്ക് ഇത് അരോചകമായിത്തോന്നുകയും വൃന്ദാവനത്തിലേക്ക് അവരെയെത്തിച്ച യഥാർഥ ഭക്തിക്കെതിരാണെന്നു പ്രതിഷേധിക്കുകയും ചെയ്തു. വൃന്ദാവനത്തിലെത്തിയത് രാധയെ ഭജിക്കാനാണെന്നും അവരുടെ ആഗ്രഹം രാധാനാമമുച്ചരിച്ച് മരിക്കാനാണെന്നുമാണ് അവർ പറഞ്ഞത്. അത്തരം ഭക്തിമാർഗപ്രവർത്തനങ്ങൾക്ക് മുന്നോടിയാവേണ്ടതിന് വൈധവ്യം ഒരു കാരണമാണെന്ന് അവർ കണ്ടു. എന്നാൽ ഇതുമാത്രമായിരുന്നില്ല. ക്ഷേത്രനഗരത്തിലെ സാമ്പത്തികസ്ഥിതിയിലുണ്ടായ മാറ്റങ്ങൾ സ്വീകരിക്കാൻ അവർ വിസമ്മതിച്ചു. അത് അവരുടെ ജീവിതമാർഗത്തെ അലങ്കോലപ്പെടുത്തുകയും അവർക്കുവേണ്ടി അവർതന്നെ ഉണ്ടാക്കിയ സ്ഥാനം നഷ്ടപ്പെടുകയും ചെയ്തു.

വിധവകളുടെ കാര്യത്തിൽപ്പോലും നേരിട്ടോ അല്ലാതെയോ ഉള്ള സാമ്പത്തിക സമ്മർദം മൂലമാണ് സ്വമനസാലെയുള്ള അവരുടെ കുടിയേറ്റമെന്ന് ഞാൻ കരുതുന്നു. വിധവകൾക്ക് അവരെപ്പറ്റിതന്നെയുള്ള കണക്കുകൾ ശരിയായ സ്ഥിതിഗതികളുടെ യഥാർഥ വിവരമായിരിക്കില്ല. അത് മിക്കവാറും വിശ്വാസത്തിന്റെ ഫലമായിട്ടായിരിക്കും. വിധവകൾ സ്വയം ഉണ്ടാക്കിയ കണക്കുകൾ മിക്കപ്പോഴും വ്യത്യാസപ്പെട്ടുകൊണ്ടിരിക്കും. അക്ഷരാഭ്യാസമില്ലാത്ത അഗതിയായ ഒരു വിധവ തരുന്ന കണക്കും അഭ്യസ്ഥവിദ്യരും സുസ്ഥിതിയിലുള്ളവരും മറ്റാരെയും ആശ്രയിക്കേണ്ടാത്തവളുമായ സ്ത്രീയുടെ കണക്കും പലപ്പോഴും വ്യത്യാസപ്പെട്ടിരിക്കും. വർഗം, ജാതി, വയസ്സ്, ദാമ്പത്യാവസ്ഥ, കുടുംബസ്ഥിതി മുതലായവയാണ് കണക്കിൽ മാറ്റങ്ങളുണ്ടാവാൻ കാരണമായിട്ടുള്ളത്.

ഭജനാശ്രമത്തിലെത്തുന്ന സ്ത്രീകളുടെ കാര്യത്തിൽ സാമ്പത്തിക സ്ഥിതിയെക്കാൾ വിശ്വാസത്തിനാണ് പ്രാധാന്യമുള്ളതെന്നു കാണാം. ഇത് ഒരു കപട സാത്വികനാട്യമാകുന്നതിനു പകരം ആന്തരഭാവമായാണ് കാണിക്കുന്നത്. വിധവകളും അല്ലാത്തവരുമായ ഭൂരിപക്ഷം സ്ത്രീകളും ഞങ്ങളോടു പറഞ്ഞത്, സാമ്പത്തിക കാര്യങ്ങളെക്കാൾ വിശ്വാസമാണ് അവരെ വൃന്ദാവനത്തിലേക്ക് കുടിയേറാൻ പ്രേരിപ്പിച്ചതെന്നാണ്. ഔദ്യോഗിക കണക്കുപ്രകാരവും പത്രമാധ്യമങ്ങളുടെ കണക്കുപ്രകാരവും വിധവകളായിരുന്ന കാര്യമായിട്ടും കുടിയേറ്റക്കാരായവരെന്നും ഞങ്ങൾ ആദ്യമായി വൃന്ദാവനം സന്ദർശിച്ചപ്പോൾ ക്ഷേത്ര സാമ്പത്തിക നിലയുടെ പ്രധാന കണ്ണികൾ അവരായിരുന്നുവെന്നും മനസിലാക്കിയിരുന്നു. പത്ര

ങ്ങളും ഔദ്യോഗിക റിപ്പോർട്ടുകളും അലസമനോഭാവത്തോടെ സ്ത്രീകളെ വിധവകളായി മാത്രം കണക്കാക്കി.

സാഹിത്യപരവും സാംസ്കാരികവുമായ തെളിവുകളായി ഞങ്ങൾ കാണുന്ന, ഗൃഹജീവിതത്തിലും ഭൗതിക ബന്ധങ്ങളിലും അതിയായ താൽപ്പര്യമെടുക്കുന്നവരാണ് സ്ത്രീകളെന്ന കാഴ്ചപ്പാട് ഞങ്ങളുടെ പഠനത്തിൽ വന്ന തെറ്റാണെന്ന് തെളിഞ്ഞു. കാരണം ഇത്തരം സ്ത്രീകളിൽ ബന്ധങ്ങൾ ഉപേക്ഷിച്ചവരാണ് അധികവുമുള്ളതെന്ന് ഞങ്ങൾക്ക് മനസിലായി. വിഭൂതിഭൂഷൺ ബന്ദ്യോപാധ്യായ, അദ്ദേഹത്തിന്റെ 'ഭ്രാബമോയിർകാശിപാസ്' എന്ന നർമഭാവമുള്ള ചെറുകഥയിൽ ഒരു വൃദ്ധസ്ത്രീയെ വിവരിക്കുന്നുണ്ട്. അവരുടെ വൃക്ഷങ്ങളെയും അവരുപേക്ഷിച്ചു പോന്ന സ്നേഹിതരെയും കറുത്ത പശുവിനെയും അതിന്റെ കുട്ടിയെയും പറ്റിയുള്ള ചിന്തകൊണ്ടാണ് അർക്ക് ബനാറസിൽ ഒരു ഭക്തയായി ജീവിക്കാൻ കഴിയാതെ വന്നതെന്ന് ആ കഥ പ്രതിപാദിക്കുന്നുണ്ട്. ഞങ്ങളുടെ പഠനത്തിൽ ഞങ്ങൾ നേരെ വിപരീതമായ ഉദാഹരണങ്ങളാണ് കണ്ടത്. കരുണ എന്ന വിവാഹിതയായ സ്ത്രീ, എന്നന്നേക്കുമായി വീടുവിട്ടതിനും ഒരിക്കലും തിരിഞ്ഞു നോക്കാത്തതിനും കാരണം അവളുടെ ഭർത്താവ് അവളുടെ ഭക്തിമാർഗത്തെ അനുകൂലിക്കാത്തതും ദേവാരാധന അനുവദിക്കാത്തതുമായിരുന്നു. അവൾ പറഞ്ഞതെല്ലാം ശരിയായിക്കൊള്ളണമെന്നില്ലെന്നു വാദിക്കാമെങ്കിലും അവളുടെ ദൃഢഭക്തിയും അതിനായി ഭൗതികബന്ധങ്ങളുപേക്ഷിക്കാനുള്ള സന്നദ്ധതയുമാണ് പ്രധാനസംഗതി. ഈ വ്യക്തിത്വ നിർമാണത്തിൽ ക്ഷേത്ര പരിസരത്തിന്റെ സ്വാധീനമുണ്ടായിരുന്നുവെന്നത് അവിതർക്കിതമാണ്.

III

വിധവകളും അല്ലാത്തവരുമായവരെ ഞങ്ങൾ അഭിമുഖം ചെയ്യുമ്പോൾ എങ്ങനെ അവരുടെ വിശ്വാസം ആന്തരീകരിച്ചുവെന്നും അതിന്റെ ഭാഷ എത്രത്തോളം ശക്തിമത്താണെന്നും ഓർമിക്കേണ്ടത് അത്യാവശ്യമാണ്. ഞങ്ങൾ അഭിമുഖം ചെയ്തവരുടെതന്നെ കാഴ്ച്ചപ്പാടായിരുന്നു ഞങ്ങൾ രേഖപ്പെടുത്തിയത്. വളരെയധികം സംഗതികളിൽ അവരവരുടെ വ്യക്തിത്വം വിശ്വാസത്തിൽക്കൂടി പടുത്തുയർത്താൻ ശ്രമിച്ചു. ഭർത്താവുപേക്ഷിച്ച് ഭിക്ഷാംദേഹിയായി പോയതിനുശേഷം വീടുവിട്ടു സന്യാസിനിയായ മായാറാണി പാലിന്റെ കഥ അവൾ പറയുന്നതിങ്ങനെ. ഒരു അഖാരത്തിന്റെ ഉടമയായ ബാബാജിയുടെ കൂടെ അവൾ താമസിക്കുകയും മറ്റു വിവിധ തീർഥാടന കേന്ദ്രങ്ങൾ സന്ദർശിക്കുകയും ചെയ്യുമായിരുന്നു. അടുത്തകാലത്ത് പടിഞ്ഞാറൻ ബംഗാളിലെ സാഗർ സന്ദർശിച്ചപ്പോൾ അവളൊരു സാധുവിനെ കാണുകയും അവരൊന്നിച്ച് ജീവിക്കാൻ തീരുമാനിക്കുകയും ചെയ്തു. അവളുടെ ഭാഷയിൽ പറഞ്ഞാൽ, അവൾ ആത്മബന്ധമുള്ള ഒരാളെയാണ് തേടിയിരുന്നത്. സ്നേഹത്തിന്റെ

പരമകാഷ്ഠയിൽ മോഹത്തിന്റെ വലയിൽനിന്നകന്ന് ഈശ്വരഭക്തിയിലെന്ന പോലെ (നിഷ്കാമം) ആവാനായിരുന്നു അവരുടെ ആഗ്രഹം. എന്നാൽ നിങ്ങൾക്ക് എപ്പോഴെങ്കിലും അത് തീർച്ചപ്പെടുത്താൻ സാധിക്കുമോ?' അവൾ ആരാഞ്ഞു. മായയുമായി സന്ധ്യയെ താരതമ്യപ്പെടുത്തുമ്പോൾ, അവൾ പീഡിപ്പിക്കുന്ന ഭർത്താവിൽനിന്നും രക്ഷപ്പെട്ട് വൃന്ദാവനത്തിലെത്തുകയും അവളുടെ ഗുരു നടത്തുന്ന ഒരു അഖാരത്തിൽ താമസിക്കുകയും ചെയ്യുന്നു. അവൾക്ക് അവളുടെ ഗുരുവുമായി അവിഹിതബന്ധമുണ്ടായിരുന്നുവെന്ന് ഞങ്ങൾ കരുതുന്നു. എന്നാൽ അത് ആത്മീയ കാര്യത്തിലല്ല. കേവലം സാമ്പത്തിക ആവശ്യങ്ങൾക്കുവേണ്ടിയാണ്. അവളുടെ ഗുരുവിന്റെ അമ്മ അവളോട് മോശമായി പെരുമാറുന്നുണ്ടെന്ന് അവൾ പരാതിപ്പെട്ടു. എന്നാൽ, ഇങ്ങനെയൊക്കെയായിട്ടും അഖാരത്തിലെ ജീവിതം സാമുദായിക വ്യാപ്തിയും ഭക്തരുടെ സന്ദർശനവും മറ്റു ആഘോഷങ്ങളുടെ ആവേശവും മറ്റും തീർഥാടനകേന്ദ്രങ്ങൾ സന്ദർശിക്കാനുള്ള സൗകര്യവുമെല്ലാം വീട്ടിലെ തടവറ ജീവിതത്തെക്കാൾ എത്രയോ ഭേദമാണെന്ന് അവൾക്കു തോന്നി.

വൃന്ദാവനത്തിലേക്ക് കുടിയേറിപ്പാർത്ത സ്ത്രീകളുമായി ഞങ്ങൾ സമ്പർക്കം പുലർത്തിയപ്പോൾ അവരിൽ പലരും ഗാർഹികജീവിതം സ്വമനസാലെ ഉപേക്ഷിച്ചു വന്നവരാണെന്നും ഭജനാശ്രമങ്ങളിൽക്കൂടി ഭക്തിമാർഗ ജീവിതം സ്വീകരിച്ചവരാണെന്നും വ്യക്തമായി. അതിൽ ചിലർ പലപ്പോഴും സ്വഗൃഹങ്ങൾ സന്ദർശിക്കാറുണ്ടെങ്കിലും ഇങ്ങോട്ടുതന്നെ തിരിച്ചുവരിയും ചെയ്യുന്നു. വീട്ടിലെ ജീവിതഭാരങ്ങളെ അപേക്ഷിച്ച് ഇവിടെ ജീവിതം കൂടുതൽ സുഖകരമായതുകൊണ്ടാണ് മടങ്ങിവരുന്നത്. സ്ത്രീകൾ പൊതുവെ ഗാർഹികജീവിതം ഇഷ്ടപ്പെടുന്നവരാണെന്ന മിഥ്യാധാരണ ഞങ്ങളുടെ അഭിമുഖം കൊണ്ട് ഇല്ലാതാവുകയാണ്.

ഗൃഹജീവിതത്തിലെ സമ്മർദംകൊണ്ടുമാത്രമല്ല സ്ത്രീകൾ ഭക്തിയൊരു മോചന മാർഗമായികാണുന്നത്. അത്തരം ജീവിതവുമായി സമരസപ്പെടുത്തുന്നതിലുള്ള യത്നം ഭജനാശ്രമത്തിലെ മറ്റു സ്ത്രീകളുമായി ചേരുന്നത് ഒരു ആന്തരിക നിർബന്ധമായിത്തീരുന്നു. നിത്യേനയുള്ള കുളി, ആലാപനം, ദേവനു നിവേദിക്കൽ ഇവയൊക്കെ ഒരാൾക്ക് ദൈവികത്വം കൈവരുത്തുന്നു. ദേവന് ഭക്ഷണം നിവേദിക്കാൻ കഴിവുള്ളവർ അനുഗൃഹീതരായി കരുതുന്നു. ഇത്തരം ആരാധനാകർമങ്ങൾ നിർവഹിക്കുന്നതുവഴി അവർക്കുണ്ടാകുന്ന ആത്മസംതൃപ്തി എത്രമാത്രം ശക്തമാണെന്നറിയണമെങ്കിൽ ഈ ജീവിതം ഉപേക്ഷിച്ച് കുടുംബജീവിതം വീണ്ടും സ്വീകരിക്കാനോ അല്ലെങ്കിൽ വൃദ്ധസദനത്തിൽ താമസിക്കാനോ നിർദേശിക്കുമ്പോഴാണ്, അവർക്ക് അവരുടെ അഭിമാനം വ്രണപ്പെടുത്തുന്നുവെന്ന തോന്നലാണുണ്ടാകുന്നത് എന്നു നമുക്ക് മനസിലാകും. അനാഥത്വത്തിന്റെ പാരമ്യത്തിലെത്തിയ സ്ത്രീകളാണധികവും ഇതിനോട് യോജിക്കുന്നത്. അവരിൽ പലരും മറ്റൊരു മതേതരജീവിതം

നയിക്കാൻ നിർദേശിക്കുമ്പോൾ അവരെ താഴ്ത്തപ്പെട്ടവരായി കരുതുന്നു. വളരെ കുറച്ചല്ലാത്ത സ്ത്രീകൾ എത്രമാത്രം വിശ്വാസത്തിൽ അടിയുറച്ചുനിൽക്കുന്നുവോ എന്നറിയാൻ ശ്രമിച്ചപ്പോൾ അവർ കുടുംബജീവിതം ഇച്ഛിക്കാത്തവരും അതിലേക്കെത്തിക്കുമ്പോൾ അന്യനെപ്പോലെ പെരുമാറുന്നവരും ഏറ്റവും അടുത്ത സന്ദർഭത്തിൽ കുടുംബ ബന്ധങ്ങൾ അറുത്തു മാറ്റുന്നവരുമാണെന്ന് ഞങ്ങൾ കണ്ടു. എന്നാൽ ഇവിടെയും എത്രയോ പീഢനത്തിന്റെയും പുറന്തള്ളലിന്റെയും കഥകൾ ബാക്കിയുണ്ട്.

അവർ തന്നത്താൻ എങ്ങനെ കാണുന്നുവെന്നതാണ് യാഥാർഥ്യം. എങ്ങനെയാണ് അവർ അവരുടെ വ്യക്തിത്വം രൂപീകരിക്കുന്നതെന്നും ഭക്തിമാർഗജീവിതത്തിലേക്ക് ആകർഷിക്കപ്പെടുന്നതെന്നും ഉള്ളതാണ് ഇവിടുത്തെ പ്രധാന വസ്തുത. സ്കൂൾ വിദ്യാഭ്യാസം പൂർത്തിയാക്കിയ ഒരു സ്ത്രീ കുടുംബജീവിതവുമായി ബന്ധമില്ലെന്നും വിവാഹിതയാവാൻ ആഗ്രഹമില്ലെന്നുമാണ് ഞങ്ങളോട് പറഞ്ഞത്. അവൾ ആദ്യപീഠ് ആശ്രമത്തിൽ (ശക്ത തീർഥാടന കേന്ദ്രം) ഇരുപതു വർഷം താമസിച്ചെന്നും അവിടെ നിന്ന് ആത്മമോക്ഷത്തിനായി ഇവിടെ വന്നതാണെന്നും പറഞ്ഞു. അഭ്യസ്തവിദ്യരായ കുറേയേറെ സ്ത്രീകൾ ഉദ്യോഗം സ്വീകരിക്കാൻ കഴിയുമായിരുന്നിട്ടും എന്തെല്ലാമോ കാരണങ്ങൾക്കൊണ്ട് സാധാരണ ദാമ്പത്യജീവിതം നയിക്കാതെ ഒരു ഭക്തയാവാൻ വൃന്ദാവനത്തിലെത്തിക്കൊണ്ടിരിക്കുന്നു.

സുരബാല എന്ന സ്ത്രീ അവളുടെ രക്ഷിതാക്കളുമൊത്ത് വളരെ ചെറുപ്രായത്തിൽത്തന്നെ ഇവിടെയെത്തുകയും ഇവിടുത്തെ അന്തരീക്ഷം ഇഷ്ടപ്പെട്ടതിനാൽ ഇവിടെ ജീവിതമാർഗം കണ്ടെത്തി കഴിഞ്ഞുകൂടുകയും ചെയ്യുന്നു. എന്നാൽ സുനീതിയുടെ കാര്യത്തിൽ, അവൾക്ക് പ്രായപൂർത്തിയായതിനുശേഷമേ ഒരു തീരുമാനത്തിലെത്താൻ കഴിഞ്ഞുള്ളൂ. രക്ഷിതാക്കളുടെ മരണശേഷം അവളുടെ സഹോദരന്മാർ അവളെ ശ്രദ്ധിച്ചില്ലെന്നും വിവാഹിതയാവാനുള്ള സാധ്യത കുറവായതുകൊണ്ട് അവളൊരു സ്വകാര്യ വ്യവസായശാലയിൽ ജോലി സ്വീകരിച്ചെന്നും പറഞ്ഞു. ജോലിയുടെ കാഠിന്യവും വിരസതയുംകൊണ്ട് അവൾക്ക് മടുപ്പു വരികയും നിത്യേന തിരക്കുള്ള തീവണ്ടിയിൽ യാത്ര ചെയ്യേണ്ടിവരികയും ചെയ്തതുകൊണ്ട് അവളതുപേക്ഷിച്ചു. അവളെ ഭക്തിമാർഗത്തിലേക്ക് കൊണ്ടുവന്നത് ബറാസത്തിലെ രാമകൃഷ്ണമിഷനായിരുന്നു. അങ്ങനെ അവൾ ഇസ്കോണു (ISKON) മായി ബന്ധപ്പെട്ടു. അതുവരെ ജീവിച്ചതിനേക്കാൾ നല്ലത് ഒരു ഭക്തയായി ജീവിക്കുന്നതാണ് എന്ന് അവൾ തീരുമാനിച്ചത് അങ്ങനെയാണ്. വൃന്ദാവനത്തിൽ വന്നതിനുശേഷവും രണ്ടുകൊല്ലം ഒരു സ്കൂളിൽ അധ്യാപികയായി ജോലിനോക്കി. ഇപ്പോൾ അവൾക്ക് കുറച്ചു സമ്പാദ്യമുള്ളതുകൊണ്ട് മുഴുവൻ സമയ ഭക്തയായിത്തീർന്നു. നാം രാധാകുണ്ഡിൽ കണ്ട ബംഗ്ലാദേശിലെ

സന്ധ്യക്ക് ഏതാണ്ട് ഇത്തരമൊരു കഥ പറയാനുണ്ടായിരുന്നു. അവൾ പ്രൈമറി സ്കൂൾ ടീച്ചറായി ജോലി നോക്കിയിരുന്നു. എന്നാൽ ഒരവസരത്തിൽ അവളുടെ ജോലിയുടെ കാഠിന്യവും വിരസതയുംകൊണ്ട് ആ ജോലി ഉപേക്ഷിക്കാൻ അവൾ നിർബന്ധിതയായി. അവൾ വിവാഹിതയാവാനിഷ്ടപ്പെടാത്തതുകൊണ്ട് വൃന്ദാവനത്തിൽ ആത്മസാക്ഷാൽക്കാരത്തിനായി എത്തി.

ഞങ്ങൾ അഭിമുഖം ചെയ്തവരിൽ ഒരു സംഘം അഭ്യസ്തവിദ്യരും വിവാഹിതരുമായ സ്ത്രീകൾ ഒരു ജോലിയിലേർപ്പെടാൻ കഴിവുള്ളവരായിരുന്നു. അവർക്ക് വൈവാഹിക ഉത്തരവാദിത്വങ്ങൾ ഇല്ലാതിരുന്നിട്ടും ആത്മീയതയെ തേടേണ്ടിവന്നത് അവരുടെ നിത്യേനയുള്ള വിരസമായ ജീവിതത്തിൽ നിന്ന് രക്ഷനോടാൻ വേണ്ടിയാണ്. എന്നാൽ വിദ്യാഭ്യാസവും പ്രവൃത്തി പരിചയവും അധികമില്ലാത്തവരായ ചിലരെ ഭക്തരായ രക്ഷിതാക്കൾ വൃന്ദാവനത്തിലേക്ക് കൊണ്ടുവന്നു. ആന്തരികമായി അവർക്ക് കുടുംബജീവിതത്തോട് താൽപ്പര്യമുണ്ടായിരുന്നെങ്കിലും സാധാരണ വിവാഹബന്ധത്തിലേർപ്പെടാതെ അവർ ഇവിടെത്തന്നെ ഭക്തിമാർഗ ജീവിതം നയിക്കാനിഷ്ടപ്പെട്ടു. ഇവിടെയെത്തിയ അവിവാഹിതയും വീടില്ലാത്തവളുമായ ഒരു നാൽപ്പതുകാരി സ്ഥലങ്ങൾതോറും ചുറ്റി സഞ്ചരിക്കുകയും രാത്രികളിൽ ശ്മശാനത്തിൽ കഴിയുകയും ചെയ്യുന്നു. അവൾ അവളുടെ യഥാർഥനാമം ഞങ്ങളോട് പറഞ്ഞില്ല. എന്നാൽ അവൾ രാധയുടെ ദാസിയായ വിശാഖ ദാസിയാണെന്നുമാത്രം പറഞ്ഞു. നേരെമറിച്ച് മിനാതിക്ക് ദാമ്പത്യജീവിത്തിന്റെ ചെറിയ ഒരു അനുഭവമുണ്ടായിരുന്നു. ചെറുപ്പത്തിലേ മാതാപിതാക്കൾ നഷ്ടപ്പെട്ട അവൾ ഭാരത് സേവാശ്രമം സംഘത്തിന്റെ വീട്ടിലാണ് വളർന്നത്. സമുദായസേവനത്തിന് പേരുകേട്ട ഹിന്ദു സംഘടനയാണ് ഭാരത് സേവാശ്രം സംഘം. അവൾ ഇതേ സ്ഥിതിയിൽ ആശ്രമത്തിൽ എത്തിയ ഒരാളെ വിവാഹം ചെയ്യുകയും അവർ രണ്ടുപേരും ഭാരത് സേവാശ്രം സംഘത്തിന്റെ ഹരിദ്വാറിലെ ആശ്രമത്തിൽ ജോലിക്കെത്തുകയും ചെയ്തു. ഹരിദ്വാറിലെ സ്ഥിതിഗതികൾ മിനാതിക്ക് ഒരു ഭക്തയുടെ ജീവിതം നയിക്കാൻ പറ്റിയതല്ലായിരുന്നു. ഓഫീസ്ജോലിയും തീർഥാടകരെ ശുശ്രൂഷിക്കലും മാത്രംകൊണ്ട് അവളുടെ ആത്മീയാവേശം ശമിപ്പിക്കാൻ കഴിയാതിരുന്നതുകൊണ്ട് അവൾ ഒരു ഭക്തയുടെ ജീവിതം നയിക്കാൻ കൂടുതൽ സ്വാതന്ത്ര്യമുള്ള വൃന്ദാവനത്തിലേക്ക് വന്നു. സാമ്പത്തികമായി സുരക്ഷിതമല്ലെങ്കിലും അവൾ ഈ സ്ഥലം വിടാൻ ആഗ്രഹിക്കുന്നില്ല.

ഞങ്ങളുടെ ചോദ്യങ്ങൾക്കുത്തരം പറഞ്ഞ ബംഗ്ലാദേശിൽനിന്നോ മറ്റോ വന്ന ഒരു സ്ത്രീ ധാക്കാ യൂണിവേഴ്സിറ്റിയിലെ ബിരുദധാരിണിയാണെന്നും വിവാഹത്തിനുമുമ്പ് ഒരു സ്കൂളിൽ പഠിപ്പിച്ചിരുന്നുവെന്നും പറഞ്ഞു. എന്നാൽ അവൾ കുടുംബജീവിതം ഇഷ്ടപ്പെട്ടിരുന്നില്ല. ഒടുവിൽ വീടുപേക്ഷിച്ച് ഒരു ആത്മീയ ജീവിതം നയിക്കാനുള്ള ദൈവത്തിന്റെ

വിളി കേട്ടുവെന്നും അവൾ പറഞ്ഞു. അങ്ങനെ അവളുടെ ഭർത്താവിനോടുള്ള ഉത്തരവാദിത്വം നിറവേറ്റുന്നതിനായി അവൾ അയാളെക്കൊണ്ട് രണ്ടാമതൊരു വിവാഹം കഴിപ്പിക്കുകയും വൃന്ദാവനത്തിലേക്ക് പോരികയും ചെയ്തു. അവളിപ്പോൾ ഒരു ക്ഷേത്രവുമായി ബന്ധപ്പെട്ടിരിക്കുകയും അവളുടെ സേവനത്തിനുള്ള പ്രതിഫലംകൊണ്ട് ജീവിക്കുകയും ചെയ്യുന്നു. അവൾക്ക് അവളുടെ ശേഷക്കാലമുള്ള ജീവിതം ഒരു ഭക്തയായി കഴിയാനാണ് ആഗ്രഹം. സുബാല എന്ന മധ്യവയസ്കയ്ക്ക് സമാനമായ ഒരു കഥയാണ് പറയാനുള്ളത്. ഒരു കുഞ്ഞിനെ കൊടുക്കാൻ കഴിയാത്തതുകൊണ്ടാണ് അവളുടെ ഭർത്താവിനെക്കൊണ്ട് പിതൃസഹോദരിപുത്രിയെ അവൾക്ക് വിവാഹം കഴിപ്പിക്കേണ്ടിവന്നത്. അവൾ അവളുടെ ഇന്നത്തെ അവസ്ഥയാൽ അത്യന്തം സന്തുഷ്ടയാണെന്നും അവളിപ്പോഴും അവളുടെ ഭർത്താവും അദ്ദേഹത്തിന്റെ രണ്ടാമത്തെ ഭാര്യയുമായി നല്ല ബന്ധം പുലർത്തുന്നുണ്ടെന്നും പറഞ്ഞു.

വൈവാഹിക ജീവിതം ഇഷ്ടപ്പെട്ടിരുന്നില്ലെങ്കിലും മകൻ വലുതാകുന്നതുവരെ ദാമ്പത്യം സഹിച്ചു എന്നാണ് ഷൈമ പറഞ്ഞത്. പിന്നീട് അവൾ ലൗകികജീവിതംവെടിഞ്ഞു ആത്മസാക്ഷാൽക്കാരത്തിനായി വൃന്ദാവനത്തിലേക്ക് വന്നു. മേനക വ്രജധാമിൽ വരുന്നതുവരെ കുടുംബജീവിതം നയിച്ചിരുന്നുവെങ്കിലും ഇവിടെയെത്തിയപ്പോൾ ആവേശഭരിതയായി കുടുംബാംഗങ്ങളുമായി ബന്ധം വിച്ഛേദിക്കാൻ തീരുമാനിക്കുകയും എന്നന്നേക്കുമായി ഇവിടെ താമസിക്കാനായി പണം കടംവാങ്ങുകയും ചെയ്തു. അവളുടെ മകൻ ഇടയ്ക്കിടെ ഇവിടെ വരികയും അവളെ വീണ്ടുവിചാരത്തിന് പ്രേരിപ്പിക്കുകയും അവൾ അതു വിസമ്മതിക്കുകയുമാണുണ്ടായത്. റെയിൽവെ ഡിപ്പാർട്ടുമെന്റിൽ ജോലിയുള്ള ഒരാളുടെ ഭാര്യയായ ഒരു സ്ത്രീ, കുടുംബാംഗങ്ങളുടെ ആശ്രയ ബാഹുല്യത്തിൽ വെറുത്ത് വീടുവിട്ടു. അവൾ കുടുംബജീവിതത്തെ ഉപമിക്കുന്നത് ഒരു ഉന്തുവണ്ടിയോടാണ്. അതു ചുമന്നു നടക്കാൻ അവളുടെ ഭർത്താവിന് ശ്രദ്ധയില്ല. അവനു വേണ്ടി ഈ ഭാരം ചുമക്കാൻ അവൾക്കും താൽപ്പര്യമില്ലായിരുന്നു. അവളിപ്പോൾ അറിയപ്പെടുന്നത് ഗോപാൽ മാ (ഗോപാലന്റെ അമ്മ) എന്നാണ്. അവളുടെ കഴുത്തിൽ ഒരു ബാലഗോപാലന്റെ രൂപം കിടക്കുന്നതു കാണാം.

വിമലാ പഥക്, മൂന്നു വർഷത്തെ വിവാഹജീവിതത്തിനുശേഷം വിധവയായെന്നും അവളുടെ ഭർത്താവ് ജീവിച്ചിരിക്കുമ്പോൾത്തന്നെ വളരെ സമ്മർദങ്ങളുണ്ടായിരുന്നെങ്കിലും അയാളുടെ കൂടെ ജീവിച്ചിരുന്നില്ലെന്നും പറഞ്ഞു. നവദ്വീപിലെ ദിയോറപാറ എന്ന അഖാരത്തിൽ കുറച്ചു കാലം അവൾ താമസിച്ചിരുന്നു. പിന്നീട് അവളൊരു ഗുരു ഭായിയോടുകൂടി വൃന്ദാവനത്തിലേക്ക് വരികയും ഗുരുവിന്റെ മരണശേഷം അവളിന്നും ഒരു ഭക്തയായി ജീവിക്കുകയും ചെയ്യുന്നു. കുടുംബങ്ങളുമായി എന്നേക്കുമായി ബന്ധം വിട്ടെന്നും മരിച്ച ഭർത്താവിനുവേണ്ടി ഒരിറ്റു

കണ്ണീർ തൂവില്ലെന്നും വൈധവ്യം ഒരു സ്വാതന്ത്ര്യമാണെന്നും അവിടുത്തെ കുറേ സ്ത്രീകൾ ഞങ്ങളോട് പറഞ്ഞു. ഭർത്താവ് അവളുടെ ദേവനെ ആരാധിക്കാൻ സമ്മതിക്കാത്തതിനാൽ സ്വമേധയാ വീടുവിട്ട ഒരു സ്ത്രീയും അവിടെയുണ്ടായിരുന്നു. ഇത്തരം ദുരന്തകഥകളുടെ ആവർത്തനം തികച്ചും വിചിത്രമാണ്.

IV

ഞങ്ങൾ പരിചയപ്പെട്ട വിശ്വാസികളായ വൃന്ദാവനത്തിലെ സ്ത്രീകൾ അത്യധികം ധൈര്യമുള്ളവരും അവരുടെ ഭക്തിയുടെ പാവനത കാത്തുസൂക്ഷിക്കാൻ എല്ലാവിധത്തിലുമുള്ള ശാരീരികവും മാനസികവുമായ ബുദ്ധിമുട്ടുകൾ തരണം ചെയ്യാനും സ്വമേധയാ തയാറുള്ളവരുമായിരുന്നു. കുടുംബജീവിതത്തിന്റെ കെട്ടുപാടുകളിൽനിന്ന് വൃന്ദാവനത്തിലെ ചില പാരമ്പര്യങ്ങളുടെ എതിർപ്പിനെ മറികടന്ന് സഹജീയ സിദ്ധാന്തത്തെയും തീർഥാടനകേന്ദ്രത്തിൽ മീരാബായിയുടെ വരവെന്ന കഥയെയും അവ പ്രതിനിധീകരിക്കുന്നു. മീര വൃന്ദാവനത്തിലെത്തിയപ്പോൾ ജീവാ ഗോസ്വാമി അവരെ കാണാൻ വിസമ്മതിച്ചതിനുകാരണമായി പറഞ്ഞത്, ഒരു സന്യാസിയെന്ന നിലയിൽ സ്ത്രീകളുമായി യാതൊരു ബന്ധവുമുണ്ടാവില്ലെന്ന് ശപഥം ചെയ്തിട്ടുണ്ടായിരുന്നു എന്നാണ്. ഇതിനു മീര പ്രതികരിച്ചത് ഇങ്ങനെയത്രെ. 'വളരെക്കാലത്തെ ഭക്ത്യാരാധാനാ ജീവിതത്തിനുശേഷവും നിങ്ങൾക്ക് കൃഷ്ണനൊഴികെ മറ്റൊരു പുരുഷൻ വൃന്ദാവനത്തിലുണ്ടെന്നുള്ള വിശ്വാസത്തിൽനിന്ന് രക്ഷനേടാൻ കഴിയില്ല.' മീര രൂപാ ഗോസ്വാമിയുടെ സഹജിയ സാധനാസംഗിനിയായതിനെപ്പറ്റി ചില രഹസ്യകഥകളും പ്രചരിപ്പിച്ചിട്ടുണ്ട്. ഇതൊക്കെ കാണിക്കുന്നത് മുമ്പുപറഞ്ഞ വൈഷ്ണവ സമ്പ്രദായത്തിലുള്ള മതവിരുദ്ധ വിശ്വാസത്തിന്റെ പാരമ്പര്യമാണ്.

സാമുദായികമായ പരിതഃസ്ഥിതികളിൽ ഇത്തരം പാരമ്പര്യത്തിന്റെ അവശിഷ്ടങ്ങളുള്ളത് തുറന്നു കാണിക്കാൻ ശ്രമിക്കുന്നത് തെറ്റായിരിക്കാനിടയുണ്ട്. സംഘപരിവാറിന്റെ വനിതാ വിഭാഗത്തിൽ തനികാസർക്കാർ കാണുന്ന സ്ത്രീത്വത്തിന്റെ സാമുദായീകരണത്തിന്റെ ലക്ഷണങ്ങളാണവ. നാമിവിടെ ഇപ്പോൾ ചർച്ച ചെയ്യുന്നത് ഒരു വ്യത്യസ്ത വീക്ഷണമാണ്. ഹിന്ദു അവകാശത്തിന്റെ വനിതാ നേതാക്കളും ഈ സ്ത്രീകളും തമ്മിൽ വൈരുധ്യമുണ്ടെന്നും അവർ വിരുദ്ധ ശക്തികളെ പ്രതിനിധീകരിക്കുന്നുണ്ടെന്നും നമുക്ക് ചിന്തിക്കാനിടവരുത്തുന്നു. ഈ സ്ത്രീകൾ വരുന്ന വ്യത്യസ്ത സാംസ്കാരിക പാരമ്പര്യം വൃന്ദാവനത്തിലെ ഒരു അയഞ്ഞതും ചഞ്ചലവുമായ സമുദായത്തെ സൃഷ്ടിക്കുന്നു. അവരെ ബാധിക്കുന്നത് തത്വശാസ്ത്രമല്ലെന്നും വിശ്വാസം മാത്രമാണെന്നും മനസിലാകുന്നു. ഉമാഭാരതി ഒരു മതരാഷ്ട്രീയത്തിലേക്കുള്ള മടങ്ങിപ്പോക്കിനെയാണ് ഉദ്ദേശിക്കുന്നത്. എന്നാൽ അതത്ര എളുപ്പമല്ല.

വൃന്ദാവനത്തിലെ ഭക്തകളായ വനിതകളുടെ വിശ്വാസം സമരവീര്യമുള്ള ഹിന്ദുമതത്തിന്റെ രാഷ്ട്രീയവുമായി ബോധപൂർവമായ ബന്ധം പുലർത്തുന്നില്ലെങ്കിലും അതിലുൾപ്പെടുകയും അതിനെ ഒരു ഭാഗമാക്കിത്തീർക്കുകയും ചെയ്യുന്നുണ്ട്, ഇതുകൊണ്ടാണ് വിധവകൾക്ക് ഭക്തിയാണ് അവകാശപ്പെട്ടതെന്ന മതസ്ഥാപനങ്ങളുടെ വാദം പ്രാധാന്യമർഹിക്കുന്നത്. അതുകൊണ്ടാണ് അവരെ വൃന്ദാവനത്തിലെത്തിച്ച വിവിധ കാരണങ്ങൾ അപ്രധാനമായിത്തീരുന്നത്. സേനാവിഭാഗങ്ങൾക്ക് സംഘപരിവാർ ഭ്രഷ്ടാകുന്നതും വനിതാ ഭക്തരിൽ ഭൂരിഭാഗം സ്ത്രീകളും ശക്തമായി നിഷേധിക്കുന്നതുമായ വസ്തുത, വ്രജധാമിലെ ലൈംഗികവും മറ്റു തരത്തിലുമുള്ള ചൂഷണങ്ങൾക്ക് മതപരമായ കാരണങ്ങൾ കൊണ്ടോ അല്ലാതെയോ ഇവിടെയെത്തുന്ന സ്ത്രീകൾ വിധേയരാകുന്നുണ്ട് എന്നതാണ്. ഈ നിഷേധത്തിന്റെ ഉദ്ദേശ്യം വിശ്വാസികളായ സ്ത്രീകളെ വ്രജധാമിൽ നടക്കുന്ന ലീലയുടെ ഭാഗമാക്കുക എന്നതാണ്. ഈ ലീല ഒരു വിഘടനകാരണമായി അവർ കാണുന്നില്ല.

വാസ്തവത്തിൽ ഒരു സ്ത്രീക്ക് അവളുടെ ഗൃഹജീവിതത്തിലെ അടിമത്തത്തിൽനിന്ന് വിടുതൽ കിട്ടുമെങ്കിലും മറ്റുതരത്തിൽ ലൈംഗിക അടിമത്തമടക്കമുള്ള പീഡനത്തിന് അവൾ വിധേയയാക്കപ്പെടുന്നുണ്ട്. നാണംകുണുങ്ങികളും വിനീതരുമായ വിധവകളുടെ ഇത്തരം നിഷേധങ്ങൾ ഒരു വശത്തും ഹിന്ദുമത കൈയൂക്കിന്റെ ഉടമകൾ മറുവശത്തുമുള്ള സ്ഥിതി ഇത്തരം നിഷേധങ്ങളുടെ കാരണങ്ങളിലേക്ക് വിരൽ ചൂണ്ടുന്നു. തീവ്രഭക്തകളായ സ്ത്രീകളുടെ ലോകം രക്ഷിക്കപ്പെടുന്നതും അവരുടെ അഭിമാനം കാത്തു സൂക്ഷിക്കുന്നതും ഹിന്ദുമത കൈയൂക്കിന്റെ സാന്നിധ്യമാണ്. അത് ഒരേ ആശയ സംഹിതകളെക്കൊണ്ട് ബന്ധിക്കപ്പെട്ടിരിക്കുന്നു. ഇവ രണ്ടും തമ്മിൽ അഭിപ്രായ വ്യത്യാസമുണ്ടെങ്കിലും അവർ പരസ്പരം ആശ്രയഭാവത്തിലാണ്.

ഭജനാശ്രമങ്ങളുടെ ഉടമസ്ഥരും മാനേജുമെന്റ് സ്വാധീനമുള്ള സർവവ്യാപികളായ ഗുരുവെന്നു വിളിക്കുന്ന പാണ്ഡകളും ഇത്തരം മതസ്ഥാപനങ്ങളെ കേന്ദ്രീകരിച്ചു പ്രവർത്തിക്കുന്ന വൃന്ദാവനത്തിലെ മധ്യവർത്തികളുമായവരുടെ രാഷ്ട്രീയ വിശകലനം നടത്തുകയാണെങ്കിൽ അത് ഹിന്ദുഅവകാശത്തിന്റെ സന്ദർഭവശാൽ രാഷ്ട്രീയപാർട്ടികളിൽക്കൂടി വ്യാപിച്ചിരിക്കുന്നതുമായ സ്ഥിതിവിശേഷമാണ് വെളിപ്പെടുത്തുന്നത്. സ്ഥലസംബന്ധിയായ ഊഹക്കച്ചവടത്തിന്റെ വർധനയ്ക്കിടയിൽ പ്രാദേശിക ഗൂഢസംഘത്തിന്റെ പ്രവർത്തനരഹിതമായ ട്രസ്റ്റുകളുടെ പഴയ കെട്ടിടങ്ങൾ കൈയേറി താമസിക്കുകയും അതിന്റെ മുറികൾ ഉയർന്ന നിരക്കിൽ വിധവകൾക്ക് വാടകയ്ക്ക് കൊടുക്കുകയും അതേ സമയം ഏതു സമയത്തും അവരെ ഒഴിപ്പിക്കാനുള്ള അവകാശം നിലനിർത്തുന്ന ഗൂഢസംഘത്തിന്റെ പ്രവർത്തനവും പ്രകടമാണ്. സംഘപരിവാർ സംഘടിപ്പിക്കുന്ന രാഷ്ട്രീയ പ്രകടനങ്ങളിൽ ഇവരിൽ പലരും പങ്കെടുക്കുന്ന

തായി എനിക്കുറപ്പുണ്ട്. ബി ജെ പി ഒഴിച്ചുള്ള മറ്റു പാർട്ടികളോട് വിധേയത്വമുള്ള കുറെയേറെ ആളുകളുമുണ്ടാകും. നേരിട്ടുള്ള വിധേയത്വം ഇല്ലെങ്കിലും വിവിധരാഷ്ട്രീയ പാർട്ടികളോട് വിധേയത്വം ഇല്ലെങ്കിലും വിവിധരാഷ്ട്രീയ പാർട്ടികളോട് വിധേയത്വമുള്ള സ്ത്രീകളെ സംഘടിപ്പിച്ച് നിർത്തുന്നതിൽ അവരെ ഉപയോഗിക്കുകയും പീഡിപ്പിക്കുകയും ചെയ്യുന്നതിനും ഹിന്ദു സമരവീര്യം സഹായിക്കുന്നു.

അത്തരം ആളുകൾ മതപരിപാലനത്തിലാണ് കൂടുതൽ ശ്രദ്ധിക്കുന്നത്. ഈ സമ്പ്രദായത്തിലേക്ക് ഉൾപ്പെടുത്തുന്നവരുടെ ഘടനാപരമായ വൈകാരിക സ്വാധീനവും മതവിശ്വാസത്തിൽ പരസ്പരം ബന്ധിക്കുന്ന കണ്ണികളായിത്തീരുന്നു. അവർ പശ്ചാത്തപിക്കുന്ന ഒരേയൊരു കാര്യം അവരുടെ സ്വാധീനത്തിലുള്ള നഷ്ടമാണ്. അങ്ങനെ പുതുതായി ശക്തി പ്രാപിച്ചവരും ശക്തി നഷ്ടപ്പെട്ടവരും ശക്തിയില്ലാത്തവരും തമ്മിലുള്ള അബോധ സംഘട്ടനമാണ് ഇതിലുള്ളത്. അവരുടെ അടുത്ത ബന്ധത്തിന്റെ അതിർവരമ്പുകൾ എപ്പോഴും നിയന്ത്രണത്തിലായിരിക്കണം. ഒരു സ്ത്രീഭക്തയെ വെറും ഇരയായി മാത്രം കാണരുത്. ഒരു തരത്തിൽ അധികാരപ്പെടുത്തിയതും സ്വതന്ത്രമാക്കപ്പെട്ടതുമായ സമ്മതത്തിന്റെ സ്ഥാപനം വളരെ പ്രധാനമാണ്.

ഈ കാര്യങ്ങളൊക്കെ അവിടെ എപ്പോഴുമുണ്ടായിരുന്നു. ഭജനാശ്രമങ്ങൾ ഭക്തിയും ലാഭവും തമ്മിൽ സമർഥമായി സമന്വയിപ്പിച്ചിരുന്നു. അതിന് ഇവരിലധികംപേർക്കും ബംഗാളി വിധവകളായ ഭക്തകളെ ആവശ്യമായിരുന്നു. അവർ ഈ പുണ്യസ്ഥലത്തേക്ക് കുടിയേറിപ്പാർക്കുകയും വിശ്വാസത്തിന്റെയും പ്രചരണത്തിന്റെയും കാര്യത്തിൽ അവരുടെ അധ്വാനശേഷി നൽകുകയും അതുവഴി ചുരുങ്ങിയ ഭൗതിക ലാഭത്തോടുകൂടി ആത്മീയ മോക്ഷം സാധിക്കുകയും ചെയ്യുന്നു. ഡൽഹി മുതൽ മഥുര വരെ യമുനാതീരത്തുള്ള വ്യാവസായിക മേഖലകളിലെ ഉൾനാടുകളിലുള്ള തൊഴിൽരഹിതരുടെ വലിയ ഒരു സംഘം ഉദ്യോഗാർഥികൾ വ്രജധാമിലെ ഇപ്പോഴത്തെ പൂർണ നിലയിലെത്തിയ രാഷ്ട്രീയ സാമ്പത്തിക ഘടനയ്ക്കു നേരെ വമ്പിച്ച സമ്മർദം ചെലുത്തുന്നുണ്ട്. പ്രാദേശിക തൊഴിലാളികളുടെ ഭാര്യമാർ ഭജനാശ്രമത്തിലെ അഗതി സ്ത്രീകളെ കണ്ട് അസൂയപ്പെടുന്നുണ്ട്. കുടുംബങ്ങളുള്ള സ്ത്രീകൾ കുടുംബത്തെ ഉപേക്ഷിച്ച വിധവകളുമായി എപ്പോഴും സ്പർധയിലാണ്. എന്നാൽ ആഗോളീകരണത്തിന്റെ ഈ കാലത്ത് മറ്റു പ്രധാന മാറ്റങ്ങളും ക്ഷേത്ര സാമ്പത്തിക സ്ഥിതിയിൽ വരുത്തിയിരിക്കുന്നു.

ക്ഷേത്രങ്ങളും ഛത്രങ്ങളും മറ്റു ആതുരാലായങ്ങളും നടത്തിക്കൊണ്ടുവന്നിരുന്ന ട്രസ്റ്റുകൾ ഇപ്പോൾ അധഃപതനാവസ്ഥയിലാണ്. ഉദാഹരണമായി കേശീഘട്ടിനടുത്തുള്ള ചെങ്കല്ലുകെട്ടിടവും ലാലാബാബുവിന്റെ ക്ഷേത്ര പരിസരവും (ലാലബാബുവിന്റെ കുഞ്ച എന്നറിയപ്പെടുന്നു) അനാഥമായി ഇരുളടഞ്ഞു കിടക്കുന്നു. അവയുടെ പരിപാലനത്തിന്റെ അഭാവം

വളരെ വ്യക്തമാണ്. ഇത്തരം ട്രസ്റ്റുകളും ദേവസ്വസ്വത്തുക്കളും ബോർഡിലുള്ള ട്രസ്റ്റിമാരുടെ പേരുകൾ മാറ്റി അനധികൃതമായി കൈയടക്കപ്പെടുന്നുണ്ടെന്നാണ് ഞങ്ങൾ കേട്ടത്. ട്രസ്റ്റിന്റെ രേഖകൾ ആ പ്രദേശത്ത് പ്രവർത്തിക്കുന്ന സംഘടിത ഭൂവിനിമയ ഗൂഢസംഘങ്ങൾക്ക് കൈമാറ്റം ചെയ്തുകൊടുക്കുന്നു. വൃന്ദാവൻ ഷോധ് സൻസ്ഥാനിലെ ഗോപാൽ ഘോഷ് പറഞ്ഞത്, കുറെ മുമ്പേതന്നെ ബംഗാളി ജമീന്ദാർമാരുടെ സ്വത്തുക്കളുടെ കൈമാറ്റം നടന്നുവന്നിരിക്കുന്നു എന്നാണ്. അയാളുടെ അഭിപ്രായപ്രകാരം ഗോസാ ബീഹാർ ട്രസ്റ്റ് ഈ വിധത്തിലുള്ള കൈമറ്റം വഴിയാണ് മാർവാരികൾക്ക് അധീനമായത്. അതേ പോലെതന്നെ കുറച്ചുകാലം മുമ്പ് മാർവാരികൾ കൈയടക്കിയതാണ് ഗോപിനാഥ് ബസാറിലുള്ള കൃഷ്ണാ പബ്ലിക്ക് ലൈബ്രറി. രാധാകാന്ത് ദേവിന്റെ എസ്റ്റേറ്റ് കഷണങ്ങളാക്കി വിഭജിക്കുകയും ജംഗമവസ്തുക്കളെല്ലാം വിൽക്കുകയും ചെയ്തു. ഗോപാൽ ഘോഷിനെ വിശ്വസിക്കാമെങ്കിൽ ദൗജിക്ഷേത്രവും ദൗജി പൂന്തോട്ടവും ആദ്യകാലത്ത് ബംഗാളി ജമീന്ദാർമാരുടെ ഉടമസ്ഥതയിലായിരുന്നു.

പരമ്പരാഗതമായ മതസ്ഥാപനങ്ങൾ സംരക്ഷിക്കുന്നതിനേക്കാൾ അവയുടെ വാണിജ്യ മൂല്യം വർധിപ്പിക്കുന്നതിൽ തൽപ്പരരായ ആളുകൾ ക്ഷേത്രങ്ങളും കുഞ്ചങ്ങളും ഘട്ടങ്ങളും കൈയടക്കുന്ന പ്രവണത ഇപ്പോൾ വർധിച്ചിട്ടുണ്ട്. റിയൽ എസ്റ്റേറ്റ് ബിസിനസ് ഭൂമാഫിയകളും വൃന്ദാവനത്തിൽ തഴച്ചുവളരുന്നുണ്ട്. അത്തരം വസ്തുക്കളുടെ ഉപയോഗത്തെപ്പറ്റിയുള്ള കാഴ്ചപ്പാട് മാറ്റുന്ന ഇത്തരം ഭൂപ്രഭുക്കൾ വൃന്ദാവനത്തിൽ വർധിക്കുന്നുണ്ട്. ചിലപ്പോൾ അവർ ക്ഷേത്രങ്ങളെ നിലനിർത്തി പരിസരങ്ങൾ ഭാഗിച്ചുവിൽക്കുന്നു. ഇസ്കോൺ പോലെയുള്ള പുതിയ ഭൂവുടമകൾ അവരുടേയതായ വലിയ സ്ഥാപനങ്ങൾ ഉണ്ടാക്കുകയും അവിടെ പുതിയതരം ഭക്തിസമ്പ്രദായം ഒരു വ്യാപാരാടിസ്ഥാനത്തിലെന്നപോലെ ഉണ്ടാക്കുകയും ചെയ്യുന്നു. ഇത്തരം സ്ഥാപനങ്ങളിൽ മതത്തിന്റെ പുത്തൻ കൂട്ടായ്മയും വ്യാപാരവും ഒരു പുതിയ ഉന്നതിയിലെത്തിയിട്ടുണ്ട്. അങ്ങനെ ആരാധനാസമയങ്ങളും വസ്തുക്കളും ചടങ്ങുകളുടെ നിർവഹണവും അതിഥികളുടെ സ്വീകരണവും പ്രസാദവിതരണവും പുതിയ രീതി അവലംബിക്കുന്നു. രക്ഷാധികാരത്തിനും ഉദ്യോഗ നിർവഹണത്തിനും വ്യവസായ പ്രവർത്തനത്തിനും അങ്ങനെ പുതിയ മാർഗങ്ങൾ അവലംബിക്കപ്പെടുന്നു.

വിദേശത്തുനിന്നു മാത്രമല്ല തലസ്ഥാന നഗരങ്ങളിൽനിന്നുപോലും സമ്പന്നർ വ്യാപാരത്തെ വിനോദവുമായും വിനോദത്തെ ഭക്തിയുമായും കൂട്ടിക്കുഴയ്ക്കാൻ വേണ്ടി വൃന്ദാവനത്തിൽ കൂട്ടമായെത്തുന്നു. ഡൽഹി മുതൽ മഥുര വരെയുള്ള പാതയുടെ വികസനം തലസ്ഥാനത്തുനിന്നു കുടുംബങ്ങളുമായി വിദേശകാറിൽ ഈ ക്ഷേത്രത്തിലെ ദീപങ്ങളും മറ്റു അലങ്കാരങ്ങളും കാണാനും പ്രാർഥിക്കാനും വരുന്നതിനും രാത്രിയാകു

മ്പോൾ വീട്ടിലേക്ക് മടങ്ങിപ്പോകുന്നതിനും സാധ്യമാക്കി. ഇസ്കോൺ വലിയ പങ്കു വഹിച്ച തീർഥാടന ടൂറിസത്തിന്റെ ഉത്ഭവം വിശ്വാസവും ലാഭവും തമ്മിൽ കൂട്ടിച്ചേർക്കുന്നതിന്റെ പുതിയ വഴികൾ തുറന്നിരിക്കുന്നു. ഞങ്ങൾ ആദ്യത്തെ സന്ദർശനകാലത്ത് താമസിച്ചതടക്കമുള്ള ഭജനാശ്രമങ്ങളിൽ പലതും ഇപ്പോൾ ദ്വിനക്ഷത്ര, ത്രിനക്ഷത്ര ഗസ്റ്റ് ഹൗസുകളായി മാറിയിരിക്കുന്നു. അങ്ങനെ നിത്യേനയുള്ള ഭജനാലാപനം വഴി ഭക്തി പ്രചാരണമെന്ന ഉദ്ദേശ്യംവെച്ച് ആദ്യമേ ഉണ്ടാക്കിയവ ഇന്ന് മറ്റു പല അടിയന്തര ഉദ്ദേശ്യങ്ങൾക്കും വേണ്ടിയാണുപയോഗിക്കുന്നത്.

ചില പഴയ ഭജനാശ്രമങ്ങളിൽ ഭജനകീർത്തനവും നിത്യചെലവിനുള്ള വസ്തുക്കളും കൊടുക്കുന്നത് തുടരുന്നുണ്ട്. ഭക്തകൾ പ്രത്യേകിച്ച് വിധവകളുടെ സാന്നിധ്യം ഇപ്പോഴും ആവശ്യമാണ്. എന്നാൽ ഈ കച്ചവടം മറ്റൊരു നിലയിലേക്ക് എത്തിയിരിക്കുന്നു. അതിന്റെ ഫലമായി വിശ്വാസ പ്രചരണമെന്ന വനിതാ ആരാധകരുടെ പ്രവർത്തനം കുറഞ്ഞിരിക്കുന്നു. വിശ്വാസത്തിന്റെ ഉൽപ്പാദനം കുറേക്കൂടി ഔദ്യോഗികീകരിച്ചതുകൊണ്ട് അവരുടെ സാന്നിധ്യത്തിന്റെ ആവശ്യം ക്ഷേത്രങ്ങളിൽ കുറഞ്ഞുവന്നിരിക്കുന്നു. അവരിൽ ചിലർ ലോകത്തിന്റെ പല ഭാഗത്തുനിന്നും വരുന്ന തീർഥാടകർ താമസിക്കുന്ന ഗസ്റ്റ് ഹൗസുകളിലെ അടുക്കളകളിൽ ജോലിചെയ്യുന്നു. എല്ലാ ദിവസവും രാവിലെ വിൽപ്പനയ്ക്കായി അവർ മാലകെട്ടുകയും ഭക്തന്മാർ ക്ഷേത്രത്തിലെ ദേവന്മാർക്ക് സമർപ്പിക്കുന്ന വസ്ത്രങ്ങൾ തുന്നുകയും അതിന് പ്രതിഫലം വാങ്ങുകയും ചെയ്യുന്നു. എന്നാൽ സാധനങ്ങൾ സൗജന്യമായി ഭജനകീർത്തനക്കാർക്ക് കൊടുക്കുന്നത് ഇപ്പോൾ കുറഞ്ഞുവന്നിരിക്കുന്നു. അങ്ങനെ അവർ താത്വികഭക്തി പാരമ്പര്യത്തിൽനിന്ന് വഴുതിവീണ് മതചടങ്ങുകൾക്ക് വേണ്ട ചില്ലറ സാധനങ്ങൾ കൊടുക്കുന്നവരായി തീർന്നിരിക്കുകയാണിപ്പോൾ. ആഗോളീകരണത്തിന്റെ ഫലമായി അവരുടെ ഈ ഘടനയിലുള്ള സ്ഥാനം മാറിയിരിക്കുന്നു. എന്നാൽ, പുരുഷ പുരോഹിതന്മാരുടെ മത സംഘടനയുടെ നിയന്ത്രണം കൂടുതൽ വ്യക്തമായിത്തീർന്നിട്ടുണ്ട്. ഈ കാരണങ്ങളെക്കൊണ്ട് ഭക്തകളുമായിട്ടുള്ള ബന്ധത്തിൽ ഒരു പുനഃക്രമീകരണം ആവശ്യമായി വന്നിരിക്കുന്നു. ഇപ്പോഴത്തെ സ്ഥിതിഗതികളിലുണ്ടായ വൈരുധ്യങ്ങൾ സ്ത്രീകളെ സാമ്പത്തികമായി മാത്രമല്ല മാനസികമായും ആത്മീയമായും പ്രതികൂല സാഹചര്യത്തിലെത്തിച്ചിരിക്കുകയാണ്.

സാമുദായിക അക്രമങ്ങൾ നടക്കുന്ന കാലത്ത് ലിംഗ ഭേദത്തെപ്പറ്റി സംസാരിക്കുമ്പോൾ നാം ചിന്തിക്കുന്നത് സമുദായങ്ങൾ തമ്മിലുള്ള അക്രമത്തിനിടയിൽപ്പെടുന്ന സ്ത്രീകളുടെ പ്രശ്നങ്ങളെപ്പറ്റിയാണ്. ലിംഗഭേദ അക്രമവും അടിച്ചമർത്തലും ന്യൂനപക്ഷ സമുദായത്തിൽ നടക്കുന്നത് ചിലപ്പോൾ ഉയർത്തിക്കാണിക്കാറുമുണ്ട്. വൃന്ദാവനത്തിലെ വിശ്വാസത്തിന്റെ ഘടനയെപ്പറ്റി ഞങ്ങളുടെ പഠനത്തിനിടയിൽ കണ്ടത് ഭൂരിപക്ഷ

സമുദായത്തിലുള്ള ഒരു ലിംഗ അക്രമമാണ്. ഇത് വിശ്വാസത്താൽ ഉൽപ്പാദിപ്പിക്കപ്പെട്ട സമ്മതം (അനുമതി) എന്ന നൂലുണ്ടയിൽ അക്രമം തുന്നിചേർന്ന ഏറെക്കുറെ അഗോചരമായ അതിക്രമമാണ്. ഭക്തകൾ സ്വയം അതിൽ പിടിമുറുക്കുന്നു. ഈ സ്ഥിതിവിശേഷത്തിനെതിരായി മതേതര വിരുദ്ധ വിശ്വാസ അവകാശങ്ങൾക്ക് കാര്യമായ എതിർപ്പൊന്നുമുണ്ടാക്കാൻ കഴിയുമെന്ന് എനിക്കു തോന്നുന്നില്ല. ഇന്നത്തെ, നിലവിലുള്ള സാഹചര്യത്തിൽ, സ്ത്രീഭക്തരിൽ പ്രത്യേകിച്ചും വിധവകൾ അന്തർലീനമായ ലോകത്തെ പരിത്യജിക്കുന്ന വിശ്വാസം അതിന്റെ പരിവേഷവും സ്വാതന്ത്ര്യവും അതുവരെ പരിത്യജിക്കുകയാണെന്നുതോന്നുന്നു: ചെറുത്തു നിൽപ്പിന്റെ അവശിഷ്ടങ്ങൾ നിലനിൽക്കുന്നുമ്പോഴും, ആശയസംഹിതയുമായുള്ള അതിന്റെ രഹസ്യധാരണ ഇപ്പോൾ കൂടുതൽ തുറന്നുകാട്ടപ്പെടുകയും, ക്ഷേത്രസമ്പദ്വ്യവസ്ഥയുടെ നിലവിലുള്ള പ്രാന്ത്യരേഖയ്ക്കുള്ളിലെ ആന്തരിക വൈരുധ്യങ്ങൾ വളരെ കൂടുതൽ പ്രകടമായി തീരുകയും ചെയ്യുന്നുണ്ട്. പഴയ കാലത്തെ ഗൃഹാതുരത്വസ്മരണകൾ വൃന്ദാവനത്തിലെ ഈ വനിതാ ആരാധകരുടെ അപകടസാധ്യത അസ്പഷ്ടമാകാൻ ഇടവരുത്തുന്നു.

കുറിപ്പുകളും സൂചനകളും:

1. അക്കാലത്ത് ഹിന്ദു അവകാശത്തിന്റെയും പുത്തൻലിബറലിസത്തിന്റെ ചില വിഭാഗങ്ങളുടെയും വീക്ഷണങ്ങൾ ഏകകാലത്തുണ്ടായി എന്നത് രസാവഹമാണ്. രണ്ടാമത്തെ കൂട്ടർ സതിക്കെതിരായ 'വിദേശ-വഴിപിഴച്ച-വിദ്യാഭ്യാസം" നേടിയ വനിതാ പ്രവർത്തകരെ കളിയാക്കുകയും, വിധവകളുടെ സതിയാചരിക്കുന്നതിനുള്ള ശരിയായ തെരഞ്ഞെടുപ്പിനുള്ള അവകാശത്തെ നിയന്ത്രിക്കാനൊരുമ്പെടുന്ന "സ്വയം നിയമിത ധാർമിക പൊലീസ്" എന്നവരെ സംബോധനചെയ്യുകയും ചെയ്തു. പാട്രിക് ഹാരിഗൺ, 'ടിറണി ഓഫ് ദ ഇലക്ട് ?'ബ്രണ്ടിങ് ഭാരത് മാതാ അപ് ടു ഡേറ്റ്', ദ സ്റ്റേറ്റ്സ്മാൻ, 5 നവംബർ 1987, P-8
2. തപൻ ബസു, പ്രദീപ് ദത്ത, സുമിത് സർക്കാർ, തനികാ സർക്കാർ ആന്റ് സംബുദ്ധസെൻ, ഖാക്കിഷോട്സ്, സാഫ്രൻ ഫ്ളാഗ്സ്, ന്യൂഡൽഹി, 1993- PP81-82.
3. തനികാ സർക്കാർ, 'ഹീറോയിക് വിടൻ, മദർ ഗോഡ്സ്, ഇൻ പി ആർ റാം, എ സെക്യുലർ ചലഞ്ച് ടു കമ്യൂണൽ പൊളിറ്റിക്സ്: എ റീഡർ, മുംബൈ, 1998, P. 184.
4. വീണാ ദാസ്, എസി, ദ പൊളിറ്റിക്സ് ഓഫ് സെക്യുലറിസം ആന്റ് ദ റിക്കവറി ഓഫ് റിലിജസ് ടോളറൻസ് ഇൻ മിറേഴ്സ് ഓഫ് വയലൻസ്: കമ്യുണിറ്റീസ്, റയറ്റ്സ് ആന്റ് സർവൈവേഴ്സ് ഇൻ സൗത്ത് ഏഷ്യ, ന്യൂഡൽഹി, 1992-P.70.

5. റസ്റ്റം ബറൂച്ച, ദ ക്വസ്റ്റ്യൻ ഓഫ് ഫെയ്ത്ത്, ന്യൂഡൽഹി, 1993, P –12.
6. രമാകാന്ത് ചക്രവർത്തി, ബംഗൈ വൈഷ്ണവ ധർമ, ഏക്തി ഇതിഹാസിക് എബാബ് സമാജ് വാദ്കിക്, അധ്യായ (ബംഗാളി), കൊൽക്കത്ത, 1996, P.167.
7. 'ഇൻട്രൊഡക്ഷൻ', ഇൻ മാർത്ത അൾട്ടർ ചെൻ, എസി. വിഡോസ് ഇൻ ഇന്ത്യ:സോഷ്യൽ നെഗ്ലക്ട് ആന്റ് പബ്ലിക്ക് ആക്ഷൻ, ന്യൂഡൽഹി, P.19.
8. 'വിസോഹുസ് ആന്റ് മോർട്ടാലിറ്റി ഇൻ ഇന്ത്യ', ഇൻ ചെൻ, എസി., വിഡോസ് ഇൻ ഇന്ത്യ, PP.173–258.
9. 'വിഡോസ് വോഴ്സ് സോട്ടേർസ്,' ഇൻ ചെൻ, എസി., വിഡോസ് ഇൻ ഇന്ത്യ, PP12–69.
10. ഫോർ എ ട്രാൻസ്ലേറ്റഡ് വേർഷൻ ഓഫ് ദി സ്റ്റോറി (ദ്രബോമായി ഗോസ് ടു കാശി', ട്രാൻസ്ലേറ്റ്ഡ് ബൈ ശമ്മിഷ്ഠ ദത്ത ഗുപ്ത, സീ ഉമാ ചക്രവർത്തി ആന്റ് പ്രീതി ഗീൽ, എസിസ്, ഷാഡോ ലിവ്സ്: റൈറ്റിങ്സ് ഓൽ വിസോഗുസ്, ഡൽഹി, 2001, PP. 313–33.
11. നരേഷ് ചന്ദ്ര ജന, ബൃന്ദാവനേർ ചോയ്ഗോസ്വാമി (ബംഗാളി) കൊൽക്കത്ത, 1996, P.158.
12. ചക്രവർത്തി, ബംഗൈ വൈഷ്ണവ ധർമ, P.128.

പിൻകുറിപ്പ്

എന്റെ ചോദ്യത്തിനുത്തരമായിമോഹിനിഗിരി ഫോണിൽ എന്നോടു പറഞ്ഞതിങ്ങനെ: 'ദയവു ചെയ്ത് ഗാർഗിയെപ്പറ്റി എന്നോട് ചോദിക്കരുത്. എനിക്കവളെപ്പറ്റി ചിന്തിക്കാൻ പറ്റുന്നില്ല. ഇന്നലെ അവൾ മരിച്ചു.' അവർ പറഞ്ഞ ഗാർഗി ഏതാണ്ട് മുപ്പത് വയസായ ഒരു സ്ത്രീയായിരുന്നു. 2007–ൽ വൃന്ദാവനത്തിലെ എന്റെ രണ്ടാംവരവിൽ അമർബാരിയിൽവെച്ച് ഞാനവളെ കണ്ടു. ഏഴു വർഷത്തിലധികം ഇടവേളയ്ക്കുശേഷമായിരുന്നു അത്. ഈ യാത്രയ്ക്കുള്ള സൗകര്യങ്ങൾ ചെയ്തുതന്നത് ഗീൽഡ് ഓഫ് സർവീസ് ആയിരുന്നു. ആ സ്ഥാപനത്തിന്റെ വളണ്ടിയറായി രോഹിണി എന്നെ അനുഗമിച്ചിരുന്നു. പല വഴികളിലൂടെയുള്ള സംഭാവനകൊണ്ട് ഗിൽഡ് ഓഫ് സർവീസ് വാങ്ങിയ സ്ഥലത്ത് നിർമാണത്തിലിരിക്കുന്ന അഗതികൾക്കായുള്ള ആശ്രയസ്ഥാനമായ 'മാധാം' കാണിക്കാൻ അവളെന്നെ കൂട്ടിക്കൊണ്ടുപോയി. ഇത് മൂന്നൂറിലധികം സ്ത്രീകളെ പാർപ്പിക്കാൻ സൗകര്യമുള്ളതായിരുന്നു. അതായത് അമർബാരിയിൽ ഇപ്പോഴുള്ള വാടകക്കെട്ടിടങ്ങളുടെ മൂന്നിരട്ടി. മാധാം വളരെ ആസൂത്രിതമായുണ്ടാക്കിയ കെട്ടിടമാണ്. അതിൽ ചുറ്റും തോട്ടവും ഫല വൃക്ഷങ്ങളും നിറഞ്ഞ ഒരു ആശുപത്രിയും പണിതിരുന്നു. താമസക്കാരുടെ സംരക്ഷണത്തിൽ വളർത്തുമൃഗങ്ങളെ ഇവിടെ പരിപാലിക്കാമെന്ന് അവരെന്നോട് പറഞ്ഞു. ഇതൊക്കെ ഇവിടെ താമസിക്കുന്ന സ്ത്രീകൾക്ക് സ്വയം പര്യാപ്തതയുണ്ടാക്കുന്നതിനായുള്ള പരിശീലന പരിപാടികളാണ്. മൊത്തത്തിൽ നോക്കിയാൽ ഇതൊരു ധീരശ്രമമാണെന്ന് കാണാം. ഗിൽഡ് ഓഫ് സർവീസ് ക്ഷമയോടും സ്ഥിരതയോടുംകൂടി നടത്തുന്ന ഒരു വൻ പദ്ധതി.

ഗീൽഡ് ഓഫ് സർവീസ് മുൻകൈയെടുത്തതിനു പുറമെ വൃന്ദാവനത്തിലെ അഗതികളായ സ്ത്രീകൾക്ക് മാറ്റങ്ങൾക്കനുസൃതമായി അവ

രുടെ പ്രശ്നങ്ങൾ പരിഹരിക്കാനും മുന്നോട്ടു പോകാനും കഴിഞ്ഞതിൽ നിഷ്കളങ്കമായ അഭിനന്ദനമർഹിക്കുന്നു. വിശ്വാസനിർമാണത്തിലും പരസ്യപ്പെടുത്തലിലും വേണ്ട ജോലിക്കാരെ ഒരു കാലത്ത് തുച്ഛമായ വേതനത്തോടെ നിയമിച്ച ഭജനാശ്രമങ്ങൾ ഇപ്പോൾ കൈകഴുകുകയാണ്. മതസ്ഥാപനങ്ങളുടെ ആഗോളീകരണത്തിലും ആധുനീകരണത്തിലും ഇത്തരം സ്ത്രീകൾ പാഴ്വസ്തുക്കളെപ്പോലെ ഉപേക്ഷിക്കപ്പെടുകയും ദയാദാനത്തിന്റെ ഘടന ചുരുക്കിക്കൊണ്ടു വരികയും ചെയ്യുന്നുണ്ടെങ്കിലും ഭജന കീർത്തനങ്ങൾ ഉപേക്ഷിച്ചിട്ടില്ല. ഞങ്ങളിൽ പലരും ശുപാർശ ചെയ്തതുപോലെയുള്ള കാര്യങ്ങൾ ഗിൽഡ് ഓഫ് സർവീസ് ചെയ്തിട്ടുണ്ട്. അവർ ഗവൺമെന്റിൽനിന്നും സാമൂഹിക സംഘടനകളിൽനിന്നും കിട്ടുന്ന സമയംകൊണ്ട് സ്ത്രീ അഗതികൾക്ക് നല്ല പാർപ്പിട സൗകര്യം ഉണ്ടാക്കിക്കൊടുക്കാൻ ഇന്നത്തെ സാഹചര്യത്തിൽ കാണുന്ന ഏക മാർഗമെന്ന നിലയിൽ പ്രവർത്തിച്ചിട്ടുണ്ട്.

ഭജനാശ്രമത്തിൽ ഇപ്പോൾ സാമ്പത്തിക നേട്ടത്തിനുള്ള ഭിക്ഷാടനം കാണാനില്ല. ക്ഷേത്രങ്ങളിലും ഘട്ടങ്ങളിലും നിത്യേന ഭിക്ഷയാചിക്കുന്ന സ്ത്രീകളെ നേരിടേണ്ടി വരുന്നത് ഡൽഹി, ലണ്ടൻ, ന്യൂയോർക്ക് എന്നിവിടങ്ങളിൽ നിന്ന് എത്തിപ്പെടുന്ന ധനിക തീർഥാടകർക്ക് അലോസരമായി തോന്നാറുണ്ടായിരുന്നു. എന്നാൽ ഈ സ്ത്രീകളുടെ താമസത്തിനും ജീവിതസൗകര്യങ്ങൾക്കും സംഭാവന ചെയ്യാൻ അവർ ഇപ്പോഴും സന്നദ്ധരാണ്. ആശ്രയമില്ലാത്തവരും എവിടെപോയി രക്ഷപ്പെടുമെന്നുമറിയാതെ കുഴങ്ങുന്നവരുമായ സ്ത്രീകളെ സംരക്ഷിക്കുന്നതിൽ ഗിൽഡ് ഓഫ് സർവീസ് ധീരമായി മുന്നോട്ടുവന്നിട്ടുണ്ട്. മാ ധാമിന്റെ നിർമാണം പൂർത്തിയായാൽ വളരെയധികം അഗതികളായ സ്ത്രീകളുടെ ആവശ്യങ്ങൾ നിവർത്തിക്കാൻ സാധിക്കും. അവരതു വളരെ നന്നായി ചെയ്യുമെന്നതിൽ എനിക്ക് യാതൊരു സംശയവുമില്ല. എന്നാൽ എന്റെ മനസിന്റെ അടിത്തട്ടിൽ ഒരു സംശയം ഊറി നിൽക്കുന്നുണ്ട്. ഇത്രയും കാലം ഈ സ്ത്രീകളുടെ (മായികൾ) അധ്വാനം കൊണ്ട് വമ്പിച്ച ലാഭം ഉണ്ടാക്കിയെടുത്ത ഇത്തരം സ്ഥാപനങ്ങൾ ഇപ്പോൾ ഇവരോടുള്ള ഉത്തരവാദിത്വത്തിൽ നിന്ന് ഒഴിഞ്ഞുമാറുകയല്ലേ.

അമർബാരി നടത്തപ്പെടുന്ന സ്വാധാർപദ്ധതിയെ കേന്ദ്ര ഗവൺമെന്റ് സഹായിക്കുന്നുണ്ട്. അതുപോലെ തന്നെ ഇത്തരം അഭയകേന്ദ്രങ്ങളെ നികുതിയിളവിൽ കൂടിയും സംഭാവനകളിൽ കൂടിയും പ്രോത്സാഹിപ്പിക്കുന്നു. ഗവൺമെന്റിന് സമുദായ സംഘടനകളിൽനിന്നോ സംഘടിത സംഘങ്ങളിൽ നിന്നോ സഹായമെത്തിക്കാൻ കഴിയുന്നുണ്ട്. അങ്ങനെ ഇത്തരം സ്ത്രീകളെ സ്വതന്ത്രമായി പോകാനനുവദിക്കാതെ വീടുകളിൽത്തന്നെ തളച്ചിടാൻ ഭരണകൂടം ഇഷ്ടപ്പെടുന്നു. 'ഗ ഗ്രേയ്റ്റ് കൺഫൈൻമെന്റ് ഇൻ മാഡ്നസ് ആന്റ് സിവിലിസേഷൻ' (1967) എന്ന ഫൂക്കോൾട്ടിയൻ തത്വശാസ്ത്രത്തെ ഇത്തരം ഭ്രാന്താലയങ്ങൾ ഓർമിപ്പിക്കുന്നു. ദാരിദ്ര്യവും ജോലി ചെയ്യാനുള്ള കഴിവുകേടും സംഘടനയോട്

ഒത്തുപോകാൻ കഴിയാത്തതും നാഗരിക പ്രശ്നങ്ങളായി ഫൂക്കോൾട്ടിയനെപ്പോലെ കരുതുന്നത് സത്യസന്ധമായിരിക്കില്ല. പ്രത്യേകിച്ചും നിയന്ത്രണത്തിന്റെയും മേൽനോട്ടത്തിന്റെയും വിഷയങ്ങൾ പ്രാബല്യത്തിലിരിക്കുമ്പോൾ എല്ലാറ്റിനും മീതെ സംസ്ഥാനം ജനാധിപത്യ അവകാശങ്ങൾക്കുള്ള സമരത്തിന്റെ കേന്ദ്രമാണ്. ജന്മി സമ്പ്രദായത്തിലുള്ള ദാനം മനുഷ്യസേവനത്തിലേക്ക് എല്ലാ വ്യക്തികളെയും എത്തിക്കാനുള്ള ആഹ്വാനമായിട്ടാണ് പരിവർത്തനം ചെയ്യുന്നത്.

പരമ്പരാഗത ജന്മിത്വ ധർമസ്ഥാപനങ്ങളുടെയും ആധുനിക കാലത്തെ സ്ഥാപനങ്ങളുടെയും സാമുഹിക രംഗത്തേക്ക് പ്രചാരവേല ചെയ്യുന്നതിനേക്കാൾ ഇന്നും ഇന്ത്യൻ റിപ്പബ്ലിക്കിന് ഒരു ഉത്തരവാദിത്വ ബോധത്തിന്റെ അവസ്ഥയുണ്ട്. എൻവൈൺമെന്റ് ആന്റ് കൺസ്യൂമർ പ്രൊട്ടക്ഷൻ ഫൗണ്ടേഷൻ വൃന്ദാവനത്തിലെ വിധവകൾക്കു വേണ്ടി സമർപ്പിച്ച പൊതു അന്യായ ഹർജിയുടെ കാര്യത്തിൽ സുപ്രീം കോടതി അടുത്തയച്ച നോട്ടീസു പ്രകാരം കേന്ദ്ര ഗവൺമെന്റിനും ഉത്തർപ്രദേശ് ഗവൺമെന്റിനും ഈ പ്രാഥമിക അവകാശങ്ങളെപ്പറ്റിയുള്ള കാര്യത്തിൽ എന്തു നടപടികളാണ് അവരെടുക്കാൻ ഉദ്ദേശിക്കുന്നുതെന്നും എന്തവകാശങ്ങളാണ് സ്ഥാപിക്കുന്നതെന്നും അറിയിക്കാൻ ആവശ്യപ്പെട്ടിരിക്കുന്നു. പരമ്പരാഗതമായി ക്ഷേത്രങ്ങളിലെ സാമ്പത്തിക ബാധ്യതയുടെ ഭാഗമായ ഭിക്ഷാടനത്തിന് പാത്രീഭൂതരാകേണ്ടവരാണ് ഈ വിധവകൾ എന്ന നിലയിലാണ് ഈ സ്ത്രീകളെ ഉൾപ്പെടുത്തിയിരിക്കുന്നത്. രാഷ്ട്രം അവർക്ക് അഭയകേന്ദ്രവും ജീവിത സൗകര്യങ്ങളും നൽകുന്നതുകൊണ്ട് അവരുടെ ആശ്രയത്വം സാധൂകരിക്കുകയും അതുപ്രകാരം അവർക്ക് തങ്ങളെത്തന്നെ നാഗരികാവശ്യങ്ങളുള്ള പൗരന്മാരായി പുനർ നിർമിക്കാനും കഴിയുമായിരിക്കും. രാഷ്ട്രം ഒരു പരിധിവരെ ഉത്തരവാദിത്വ ബോധം കാണിക്കുന്നുണ്ടെങ്കിലും ഒരു തലത്തിൽ ഈ അഗതികളായ സ്ത്രീകൾ മതസ്ഥാപനങ്ങളുടെ നിഷ്ഠൂരമായ പ്രവർത്തനങ്ങൾക്കിരയാക്കാൻ സാധ്യതകാണുന്നു. മതസ്ഥാപനങ്ങൾ സംഘടിതരൂപമാക്കാൻ അനുവദിക്കുന്നതോടൊപ്പം ഇവ നിഷ്ഠൂരമായ അനാചാര പ്രവർത്തനങ്ങൾക്ക് കൂടുതൽ സ്വാതന്ത്ര്യം കൊടുക്കുകയും ചെയ്യുന്നുവെന്നത് നിഷേധിക്കാനാവില്ല.

പുതിയ ആചാര വിചാരങ്ങളും കുടുംബത്തിലെ അധികാരം നഷ്ടപ്പെട്ടവരെ പുറന്തള്ളുന്നതിനോ ഉപേക്ഷിക്കുന്നതിനോ ഉള്ള സാധ്യതയും അഭയ കേന്ദ്രങ്ങൾ സ്ഥാപിച്ചതുകൊണ്ടു മാത്രം പരിഹരിക്കാനാവുമോ എന്ന ചോദ്യം ഞങ്ങളെ അലട്ടിക്കൊണ്ടിരിക്കുന്നു. അഭയ കേന്ദ്രങ്ങൾ ഒരു അനാഥസ്ത്രീയെ സ്വീകരിക്കുമ്പോൾ ഗിൽഡ് ഓഫ് സർവീസ് പോലുള്ള സ്ഥാപനങ്ങൾ അവളുടെ ജീവിതം കൂടുതൽ സഹനീയമാക്കിത്തീർക്കാൻ ശ്രദ്ധ പതിപ്പിക്കുന്നുണ്ടാവാം. പക്ഷേ, വളരെയേറെ വീമ്പുപറയുന്ന കുടുംബം എന്ന സ്ഥാപനം അവരുടെ അനാവശ്യ ബാധ്യതകളെ ക്രൂരമായി ഒഴിവാക്കുന്നതിലും പുറത്താക്കപ്പെട്ടവരെ തിരിഞ്ഞു

നോക്കാതിരിക്കുന്നതിലും ശ്രദ്ധിക്കാതിരിക്കുന്നതിലും ഒരു മാറ്റവും മില്ലാത്ത അവസ്ഥ തുടരുകയാണ്. ഈ അവസ്ഥാവിശേഷം പാരമ്പര്യ സമുദായങ്ങളിൽ നിലനിന്നുവന്നിരുന്നു. ഇത്തരം കുടുംബങ്ങളിൽനിന്നും ഒഴിവാക്കപ്പെട്ട സ്ത്രീകളായിരുന്നു വളരെക്കാലം മുമ്പുതന്നെ വൃന്ദാവ നത്തിൽ അഗതികളായെത്തിയത്. ഇത്തരം പാരമ്പര്യവ്യവസ്ഥയിൽ നിന്നു മെത്തുന്നവരാണ് ഭൂരിപക്ഷം അഗതികളെന്നും കാണാൻ കഴിയുന്നു. എന്നാൽ ദ്രുതഗതിയിൽ വന്ന നാഗരീകരണവും കുടുംബജീവിതത്തിന്റെ തകർച്ചയും ഈ രാജ്യത്തെ ബാധിച്ച സാമ്പത്തിക ആഗോളീകരണ കാര ണങ്ങളും ഇതിന്റെ വേഗത വർധിപ്പിക്കുവാൻ സഹായിച്ചു എന്നതിനു യാതൊരു സംശയവുമില്ല. അങ്ങനെ ഒരമ്മയോ അവിവാഹിതയായ ഒരു സഹോദരിയോ ഒരു ഭാര്യപോലുമോ, കുടുംബജീവിതത്തിന്റെ സംതുല നാവസ്ഥയ്ക്ക് പ്രശ്നമായിത്തീരുമ്പോൾ അവരെ കുടുംബത്തിൽനിന്ന് പുറത്താക്കുന്നു. അങ്ങനെ അവരെ അലട്ടിക്കൊണ്ടിരിക്കുന്ന ഈ പ്രശ്ന ത്തിന് പരിഹാരം കണ്ടെത്തുന്നു.

ഇത് എന്നെ അധ്യായത്തിന്റെ തുടക്കത്തിൽ ഞാൻ വിവരിച്ച ഗാർഗി യുടെ ജീവിതത്തിലേക്കും മരണത്തിലേക്കും എന്നെ കൊണ്ടെത്തിക്കു ന്നു. 2007-ലെ എന്റെ അമർബാരി സന്ദർശനത്തിനിടയിൽ, അവിടെയു ള്ള വൃദ്ധകളായ അന്തേവാസികൾക്കിടയിൽ താരതമ്യേന ചെറുപ്പക്കാ രിയും ഏതാണ്ട് മുപ്പതു വയസു പ്രായവുമുള്ള ഒരു യുവതിയെ ഞാൻ ആശ്ചര്യത്തോടെ കണ്ടെത്തുകയുണ്ടായി. പൊതുടാപ്പിൽ നിന്നുള്ള അവ ളുടെ കുളി കഴിഞ്ഞശേഷം ഒരു സ്ത്രീ അവളെ സാരിയുടുക്കാൻ സഹാ യിക്കുന്നു. അവൾക്ക് കറുത്ത നീണ്ട മുടിയും നല്ല നിറവും സാമാന്യം തടിയുമുണ്ടായിരുന്നു. അവളുടെ സഹോദരീഭർത്താവ് അവളെ അമർബാ രിയിൽ പ്രവേശിപ്പിച്ചപ്പോൾ അവൾ ബുദ്ധിഭ്രമം കാണിച്ചിരുന്നത്രെ. ഏതാണ്ട് ഒരു കൊല്ലം പഴക്കമുള്ള മാനസികരോഗി എന്നനിലയിലാണി വിടെ എത്തിയത്. ഗർഭിണിയാണെന്നുള്ള ഒരു വൃഥാ വിശ്വാസത്തിലാ യിരുന്നു അവൾ. അവളുടെ ശരിയായ പേരോ അവളുടെ കൊൽക്കത്ത യിലെ താമസസ്ഥലത്തിന്റെ പേരോ മറ്റുസ്ഥിതിഗതികളോ ഓർമയില്ലാ യിരുന്നു. ഭർത്താവ് സ്കൂട്ടർ അപകടത്തിൽ മരിച്ചതിനുശേഷമുള്ള മാന സികത്തകർച്ചയാണെന്നു മാത്രമേ അറിയാൻ സാധിച്ചുള്ളു. താൻ ജനിച്ചു വളർന്ന വീട്ടിലെ ബന്ധുക്കളോ വിവാഹിതയായതിനുശേഷം ഭർത്തൃഗൃഹത്തിലെ ബന്ധുക്കളോ അവളെ സംരക്ഷിക്കാൻ ഇഷ്ടപ്പെ ട്ടിരുന്നില്ല. അവരിൽ ചിലരാണ് അവളെ അമർബാരിയിലേക്കയച്ച് അവ രുടെ കണ്ണിൽ നിന്നും മനസിൽ നിന്നും അവളെ എന്നന്നേക്കും ഒഴിവാ ക്കാൻ തീരുമാനിച്ചത്.

അമർബാരിയിൽവെച്ച് ചികിത്സയ്ക്ക് വിധേയയാവുകയും തന്മൂലം അവൾ സ്വബോധം വീണ്ടെടുക്കുകയും ചെയ്തു. ഒരു ദിവസം എനിക്ക വളുമായി സംസാരിക്കാൻ സന്ദർഭം കിട്ടി. സംഭാഷണത്തിനിടെ അവൾ പഠിച്ച കൊൽക്കത്തയിലെ സ്കൂളുകളും കോളേജുകളും ബിരുദം നേടി

യതും കൊൽക്കത്തയിലെ ഒരു പ്രസിദ്ധ കോളേജിൽ നിന്നും വായ്പാട്ടിന് ഡിപ്ലോമ നേടിയതുമൊക്കെ അവൾ എന്നോട് പറഞ്ഞു. അവൾക്ക് അവളുടെ മേൽവിലാസമോ അച്ഛന്റെയോ ഭർത്താവിന്റെയോ പേരുകളോ പറയാനായില്ല. എന്നാൽ അവളുടെ പിതൃഗൃഹത്തിന്റെ സ്ഥാനത്തെപ്പറ്റി എന്നോട് സൂചിപ്പിച്ചു. ബംഗാളി നോവലുകൾ വായിക്കണമെന്നും സംഗീതത്തിൽ കൂടുതൽ പരിചയം നേടണമെന്നും അവൾ ആഗ്രഹം പ്രകടിപ്പിച്ചു. ഒരു പാട്ടുപാടാൻ ആവശ്യപ്പെട്ടപ്പോൾ, രബീന്ദ്രസംഗീതം വളരെ ശ്രുതിമധുരമായ രീതിയിൽ ആലപിച്ചത് ഞാനിപ്പോഴും ഓർക്കുന്നു. സംഗീതമഭ്യസിച്ചതിന്റെ ഏറ്റവും നല്ല തെളിവായിരുന്നു അത്. അവളുടെ സ്വരമാധുര്യം എന്നെ വേട്ടയാടിക്കൊണ്ടിരുന്നു. ആ സംഭാഷണത്തിനിടയിൽ വികസിച്ച അവളുടെ കണ്ണുകൾ ഇന്നും ഞാനോർക്കുന്നു. അമർബാരിയിൽവെച്ച് അവൾക്ക് കിട്ടിയ ശുശ്രൂഷാഫലമായി അവളുടെ സ്ഥിതിമെച്ചപ്പെടുകയും അവൾക്ക് നഷ്ടപ്പെട്ടുപോയ ബോധം തിരിച്ചുകിട്ടുകയും ചെയ്തു. വേണ്ടയോഗ്യതയുള്ളതിനാൽ ക്രമേണ അവളെ പുനരുദ്ധരിക്കാൻ സാധ്യമാവുമെന്ന് ഞാൻ കരുതി.

ഞാൻ കൊൽക്കത്തയിലേക്ക് മടങ്ങി വന്നതിനുശേഷം അവൾക്കു ചില ബംഗാളി പുസ്തകങ്ങൾ അയച്ചു കൊടുത്തു അവൾക്ക് ഒരു തംബുരുവോ ഹാർമോണിയമോ അനുവദിച്ചുകൊടുക്കാൻ കഴിയുമോ എന്ന് അവിടുത്തെ പരമാധികാരികളോട് ഞാനപേക്ഷിച്ചു. പിന്നീട് അവൾക്ക് ഒരു ഹാർമോണിയം അവർ നൽകിയതായി ഞാനറിഞ്ഞു. അവളിൽ നിന്ന് കിട്ടിയ ചുരുങ്ങിയ അറിവുകളെ ആധാരമാക്കി അവളെവിടെനിന്നു വന്നുവെന്നും അവളുടെ ബന്ധുക്കളാരൊക്കെയായിരുന്നുവെന്നും അറിയാൻ ഞാൻ പരമാവധി ശ്രമിച്ചു. എന്റെ പ്രാഥമിക അന്വേഷണം തന്നെ ചില നല്ല ഫലങ്ങളുണ്ടാക്കി. എന്നാൽ, അവളുടെ ഓർമശക്തി വീണ്ടെടുത്ത് കൃത്യമായ വിവരങ്ങൾ നൽകാൻ കഴിയുമാറാകുന്നതിനായി എനിക്കവളുമായി മറ്റൊരു അഭിമുഖ സംഭാഷണം കൂടി വേണ്ടിവന്നു. അടുത്ത സന്ദർഭത്തിൽ ഞാൻ മോഹിനി ഗിരിയുമായി സംസാരിച്ചപ്പോൾ, ഗാർഗിയെപ്പറ്റി ചോദിക്കുകയും തലേ ദിവസം അവൾ ഹൃദയാഘാതം മൂലം മരിച്ചുവെന്നും അറിയാനിടയായി. അവളുടെ മരണം പെട്ടെന്നായിരുന്നുവെന്നും അവളെ ഹിന്ദു ആചാരപ്രകാരം നല്ല രീതിയിൽ ദഹിപ്പിച്ചുവെന്നും ഞാനറിഞ്ഞു. പൊതുവെ വൃന്ദാവനത്തിലെ അഗതികളായ സ്ത്രീകൾക്ക് അവരുടെ മരണശേഷം ശവം ഉപേക്ഷിക്കപ്പെടുകയോ ശ്മശാനത്തിലെ കീഴ്ജാതിക്കാരോട് അത് വേഗത്തിൽ ഒഴിവാക്കാനാവശ്യപ്പെടുകയോ ചെയ്യുമെന്ന ഭയം നിലവിലുണ്ടായിരുന്നു. അങ്ങനെയിരിക്കെ അവരിലൊരാളെ ബഹുമാനപുരസരം ദഹിപ്പിച്ചു എന്നത് അമർബാരിയിലെ ഗാർഗിയുടെ സഹവാസികൾക്ക് വളരെ ആശ്വാസ പ്രദമായിരുന്നു. എന്നാൽ, ഗാർഗിയുടെ അനന്തസാധ്യതകളുള്ള ജീവിതം അനിവാര്യമായി അവസാനിപ്പിക്കേണ്ടിവന്നു.

അവൾക്ക് മാനസികാസ്വാസ്ഥ്യമുണ്ടായ സമയത്ത് അവളുടെ

ബന്ധുക്കൾ അവളെ വൃന്ദാവനത്തിലുപേക്ഷിച്ചതിലെ ക്രൂരതയാണ് ഏറ്റവും അസഹനീയമായി എനിക്ക് തോന്നിയത്. ഇത്തരത്തിലുള്ള ദുരവസ്ഥകൾ തരണം ചെയ്യാൻ രാജ്യത്തെ ഏതൊരു മധ്യവർത്തികളായ കുടുംബങ്ങളും ഉന്നയിക്കുന്നപ്രധാന വാദഗതി പ്രശ്നക്കാരിയായ ആ അംഗത്തെ ഉപേക്ഷിക്കുന്നതുമൂലം അവരുമായി മാനസികമായി വളരെ അടുപ്പമുള്ളവരെ രക്ഷിക്കാൻ കഴിയുമെന്നാണ്. വൃന്ദാവനത്തിലേക്ക് എത്തിക്കാൻ കഴിയാത്തവർ ഇങ്ങനെയുള്ള മാനസികാസ്വാസ്ഥ്യമോ ശാരീരിക വൈകല്യമോ ഉള്ള സ്ത്രീകളെ വീട്ടിൽനിന്നും പുറത്താക്കുകയാണ് ചെയ്യുന്നത്. ഗാർഗിയുടെ കാര്യത്തിൽ അവളെ ഒരു സ്ഥാപനത്തിൽ ഏൽപ്പിച്ച് ഒഴിവാക്കാനാണ് അവളുടെ കുടുംബം തീരുമാനിച്ചത്. എന്നാൽ, ഞങ്ങളുടെ പഠനത്തിനിടയിൽ ഞങ്ങൾക്ക് മനസിലായത് മാസികാസ്വാസ്ഥ്യമോ ശാരീരിക വൈകല്യമോ ഇല്ലാത്ത സ്ത്രീകൾകൂടി അവരുടെ വീടുകളിൽ നിന്നും പുറത്താക്കപ്പെടുന്നു എന്നാണ്. വൃന്ദാവനത്തിലെ മതസ്ഥാപനങ്ങൾ ഇത്തരം സ്ത്രീകൾക്ക് ഒരു തൽക്കാല രക്ഷാമാർഗം കണ്ടെത്തിയിട്ടുണ്ട്. എന്നാൽ, അവർ അവരുടെ ആധിപത്യത്തിൽ വരുന്ന സ്ത്രീകളെ തങ്ങളുടെ വിശ്വാസപ്രസ്ഥാനത്തിലേക്ക് ആകർഷിക്കുന്നു.

ഇപ്പോൾ ഈ സ്ഥാപനങ്ങൾ ഒരു സ്വഭാവമാറ്റത്തിൽക്കൂടി കടന്നുപോകുകയാണ്. അങ്ങനെ ഇതിലുൾപ്പെട്ട സ്ത്രീകൾ ഏതു ഭാഗത്തേക്കു തിരിയണമെന്നറിയാതെ കുഴങ്ങുകയാണ്. ഈ സന്ദർഭത്തിൽ അവരെ മാറിയ സമ്പ്രദായത്തിലേക്ക് ഉൾപ്പെടുത്തേണ്ടിയിരിക്കുന്നു. ഗാർഗിയുടേത് പരമ്പരാഗതമായ ഒരു സംഭവമല്ല. മറിച്ച്, അതൊരു പുതിയ സംഭവവികാസത്തിന്റെ തുടക്കമാണ്. അവർ അമർബാരിയിലെത്തിയത് വളരെ യാദൃച്ഛികമായിട്ടായിരുന്നു. വൃന്ദാവനത്തിലെ വിശ്വാസഘടനയുമായി ബന്ധപ്പെടാതിരുന്നതുകൊണ്ട് അവളെ മറ്റേതെങ്കിലും സ്ഥാപനത്തിൽ ചേർക്കാമായിരുന്നു. ഒരു പക്ഷേ, വരുന്ന വർഷങ്ങളിൽ വൃന്ദാവനത്തിലെ വനിതാ അന്തേവാസികളെ ഇതേതരത്തിൽ നമുക്ക് കാണാൻ സാധിക്കും. അതായത് ഭക്തിയിൽ ലയിച്ച മായികളല്ലാതെ മറ്റുതരത്തിൽ ഉപേക്ഷിക്കപ്പെട്ടതും അഭയവും ഭക്ഷണവും ശുശ്രൂഷയും ആവശ്യപ്പെടുന്നവരുമായ സാധാരണ സ്ത്രീകളെപ്പോലെ. ഒരു വിധത്തിൽ നോക്കിയാൽ അവരെ പരിരക്ഷിക്കുന്നത് വളരെ ലാഘവമുള്ളതായിരിക്കും. എന്നാൽ, ഇപ്പോൾ ഈ തീർഥാടന നഗരത്തിന്റെ സ്ഥിതി കുഴഞ്ഞു മറിഞ്ഞതായിരിക്കെകൊണ്ട് ഗാർഗിയുടെ കഥ ഒരു പ്രത്യേകതയായി കാണാം.

II

1999–2000–ൽ നടപ്പിലായിക്കണ്ട സാമൂഹിക സാമ്പത്തിക പരിഷ്കാരങ്ങൾ കുറേകൂടി പുരോഗമിച്ചുവെന്ന് എന്റെ അടുത്ത കാലത്തെ വൃന്ദാവന സന്ദർശനവേളയിൽ എനിക്കറിയാൻ കഴിഞ്ഞു. ഉദാഹരണത്തിന് രാജപാതയിൽ നിന്നും വൃന്ദാവനത്തിലേക്ക് തിരിയുന്ന റോഡിന്റെ

വലത്തുഭാഗത്തുണ്ടായിരുന്ന തുറന്ന വയലുകളും കൂട്ടമായി വളർന്ന പാഴ്ച്ചെടികളും വൃക്ഷങ്ങളും അവിടെയിപ്പോൾ അപ്രത്യക്ഷമായിരുന്നു. ഇവ കൃഷ്ണന്റെ കാലത്ത് ഗോപികമാരുമായി കളിച്ചു നടന്ന സ്ഥലമായിരുന്നുവെന്ന ഒരു വിശ്വാസമുണ്ടായിരുന്നുവെന്ന് തദ്ദേശവാസികളിൽ നിന്നറിഞ്ഞു. ഇവയൊക്കെ വേലികൊണ്ട് വളച്ചുകെട്ടിയതും ചെറിയ തോതിൽ വികസിക്കുന്നതും വികസിക്കാനിരിക്കുന്നതുമായ സ്ഥലങ്ങളാണ്. പണ്ടുണ്ടായിരുന്ന നദിക്കരയിലെയും ഇടുങ്ങിയ ഇടവഴികളുടെയും ഭാഗത്ത് കണ്ട ചെങ്കൽ കെട്ടിടങ്ങളും മൊഹല്ലകളും ജീർണമായ സ്ഥിതിയിലും, പ്രധാന റോഡുകളുടെ അരികിൽ, ഉയർന്നുവരുന്ന ആധുനിക താമസസ്ഥലങ്ങളും അതിഥിമന്ദിരങ്ങളും കാണപ്പെട്ടു. പുതിയ പുതിയ നിർമാണ മേഖലയിൽ തൊഴിൽ സാധ്യതകൾ വർധിച്ചതും കാറുകളുടെ എണ്ണത്തിലുള്ള വർധനവും കൊണ്ട് റിക്ഷ വലിക്കുന്നവർക്ക് പണ്ടുണ്ടായിരുന്ന ആധിപത്യം നഷ്ടപ്പെടുകയും ചെയ്തുകാണാം. വിദേശനിർമിത കാറുകളുടെ ആധിക്യം എണ്ണത്തിൽ വർധനവുണ്ടാക്കി. രാവിലെയും വൈകുന്നേരങ്ങളിലും ഇടുങ്ങിയ തെരുവുകളിൽക്കൂടി വാഹന ഗതാഗത തടസം ഉണ്ടായിക്കൊണ്ടിരിക്കുന്നു. അതിനാൽ റിക്ഷ വലിക്കുന്നവരുടെ ജീവിതമാർഗം ഒരു പരിധിവരെ ഇപ്പോൾ ഭീഷണിയിലായിരിക്കുന്ന അവസ്ഥയാണ്.

ഇസ്കോണിന്റെ കടകളോടും സസ്യാഹാര ഭോജനശാലകളോടും കൂടിയ വലിയ ക്ഷേത്രസമുച്ചയത്തിന്റെ സാന്നിധ്യം കുറേയൊക്കെ അത്യാവശ്യം ജീവിതമാർഗത്തിന് വഴിയൊരുക്കുന്നുണ്ട്. ഇസ്കോണിനു പുറമെ ബംഗെ ബിഹാരിയുടേതുപോലുള്ള ക്ഷേത്രങ്ങൾ വലിയ പൊതുജന വിശ്വാസം ആർജിക്കുകയും അവരുടെ ആഘോഷാവസരങ്ങളിൽ ഒരുക്കുന്ന വിശ്വവിസ്മയങ്ങൾ കുറേയേറെ തൊഴിൽ സാധ്യതകൾ ഉണ്ടാക്കുകയും ചെയ്യുന്നുണ്ട്. മധുരപലഹാരക്കടകളും പുഷ്പാലങ്കാര വസ്തുക്കളുടെ വിപണനകേന്ദ്രവും മറ്റും ക്ഷേത്രങ്ങളുടെ ഗെയ്റ്റിനുപുറത്തുള്ളതുകൊണ്ട് അവിടെ സന്ദർശിക്കുന്ന ആളുകളുടെ പാദരക്ഷകൾ സൂക്ഷിക്കാൻ ഇപ്പോൾ പരിചാരകരെ ആവശ്യമായി വരുന്നു. വളഞ്ഞു പുളഞ്ഞു കിടക്കുന്ന വളപ്പിനകത്ത് 'അക്ഷയപാത്ര' എന്നറിയപ്പെടുന്ന ഒരു ധർമസ്ഥാപനം പുതുതായി തുടങ്ങിയിരിക്കുന്നു. ഉത്തർപ്രദേശ് ഗവൺമെന്റ് എഴുപതിനായിരത്തിൽപ്പരം പ്രാദേശിക സ്കൂൾ കുട്ടികൾക്ക് മധ്യാഹ്നഭക്ഷണം കൊടുക്കാൻ ഇവരെ ചുമതലപ്പെടുത്തുകയും അവരതു പരിഷ്കൃത അടുപ്പുകളുടെ സഹായത്തോടെ നിർവഹിക്കുകയും ചെയ്യുന്നുണ്ട്. ഇവിടെയും അടുത്ത പ്രദേശങ്ങളിലെ ചില സ്ത്രീകൾ തൊഴിൽ സാധ്യതകൾ കണ്ടെത്തുന്നു. ഏഴുകൊല്ലം മുമ്പ് കാണുന്നതിനേക്കാൾ വളരെ സമൃദ്ധമായ നിലയിലാണ് ഈ പട്ടണം ഇപ്പോൾ കാണപ്പെടുന്നത്. ഈ ക്ഷേത്ര സാമ്പത്തിക മണ്ഡലത്തിലേക്ക് ധാരാളം പണം എത്തിച്ചേർന്നതിന്റെ ലക്ഷണമാണിത്. പുതുതായി കണ്ട സാമ്പത്തിക സ്ഥിതിക്കു കാരണം സംഘടിത വിഭാഗത്തിൽനിന്നും

പ്രവാസികളിൽനിന്നും വന്ന പണമാണെന്ന് വ്യക്തമാണ്. അതുകൊണ്ടാണ് ഈ തീർഥാടന കേന്ദ്രത്തിലെ മതമേധാവികൾ അവരുടെ വ്യാപാരം ലോകവ്യാപകമായ കക്ഷികളുടെ സംതൃപ്തിക്ക് എങ്ങനെ ഇടയാക്കുമെന്ന് ഇരുന്ന് ചിന്തിക്കേണ്ടിവരുന്നത്. പാവപ്പെട്ടവരും അഗതികളുമായ മായികളുടെ കൂടുതൽ ദുരവസ്ഥയ്ക്കു കാരണമായതും ഇതു തന്നെ.

ഞാൻ ആദ്യം സന്ദർശിച്ച അമർബാരിയും എ ഐ ഡബ്ലിയു സി (AIWC) നടത്തുന്ന രണ്ടു ആതുരാലയങ്ങളും ഞാൻ സന്ദർശിച്ചു. ഞങ്ങളുടെ ആദ്യ സന്ദർശനത്തിൽ എൻ ഡി എ (NDA) ഗവൺമെന്റിന്റെ വുമൺ ആന്റ് ചൈൽഡ് ഡവലപ്മെന്റ് മിനിസ്ട്രി (Woman and Child Development Ministry) യുടെ സഹായത്തോടെ ഉത്തർപ്രദേശ് ഗവൺമെന്റ് നേരിട്ടു നടത്തുന്ന ഒരു ആതുരാലയവും ഞങ്ങൾ കണ്ടു. പുതുതായി പ്രവർത്തനം തുടങ്ങിയ പുരാണ പഗ്ലാബാബാ ആശ്രമം എന്ന പേരിലറിയപ്പെടുന്ന ഭട്ട് ഗലി അതാണ്. ഈ സ്ഥാപനം മീരാ സഹഭാഗിനി മഹിളാ ആശ്രയ് സദൻ എന്ന പേരിലാണ് പ്രവർത്തിക്കുന്നത്. 2007 -ൽ ഞാൻ ഈ സ്ഥാപനം വീണ്ടും സന്ദർശിച്ചു. ഒടുവിൽ പറഞ്ഞ മൂന്നു ആതുരാലയങ്ങൾക്കും വളരെയധികം മാറ്റങ്ങളൊന്നുമുണ്ടായിരുന്നില്ല. കാരണം കാലപ്പഴക്കം ചെന്ന കെട്ടിടങ്ങളും പരിമിതിയിൽ നിന്നുകൊണ്ട് പ്രവർത്തിപ്പിക്കുന്നവയായതുകൊണ്ട് അമർബാരിയിൽ കൂടുതലും പ്രായം ചെന്നവരായ അന്തേവാസികൾ പരസ്പരം സംഘടിപ്പിക്കുന്ന പല പ്രവർത്തനങ്ങളും അവിടത്തെ സൗഹൃദാന്തരീക്ഷം നിലനിർത്തുന്നതിൽ സഹായിക്കുന്നു. ജീവിത നിലവാരവും വളരെ മെച്ചപ്പെട്ടതായിരുന്നു. അതിലുപരി മാധാമിൽ ഉണ്ടാക്കിക്കൊണ്ടിരിക്കുന്ന പുതിയ വളപ്പ് അവിടെയുള്ളവർക്ക് ഒരു സന്തോഷാന്തരീക്ഷം ഉണ്ടാക്കി.

താരതമ്യേന AIWC ആതുരാലയങ്ങളുടെ സ്ഥിതി ശോചനീയമായി വരുന്നതാണ് കാണുന്നത്. വിധവകൾക്ക് വാടകയ്ക്ക് കൊടുക്കപ്പെടുന്ന പഴയ കെട്ടിടങ്ങൾ ജീർണോദ്ധാരണം നടത്താത്ത സ്ഥിതിയിലാണെന്നു മാത്രമല്ല, അവിടുത്തെ അന്തേവാസികൾ വാർധക്യ സഹജമായ അവശതകളുള്ളവരും ചിലപ്പോൾ സ്വയം കിടക്കയിൽ നിന്ന് എഴുന്നേറ്റ് പുറത്തു പോകാൻ പോലും കഴിയാത്തവരുമാണ്. അധികാരികൾ എടുക്കുന്ന രക്ഷാപദ്ധതികൾക്കു പുറമെ അഭയം കൊടുക്കലും അൽപ്പം ചില ഔഷധ സൗകര്യങ്ങളും മാത്രമാണ് അവരുടെ അതിജീവനത്തിന് സഹായകരമായിട്ടുള്ളത്. ഉത്തർപ്രദേശ് ഗവൺമെന്റിൽ നിന്നും ഏതാനും സ്ഥലം ഉദാര വ്യവസ്ഥയിൽ കിട്ടാനുള്ള പരിശ്രമങ്ങൾ നടക്കുന്നുണ്ടെന്നു ഞങ്ങളറിഞ്ഞു. എന്നാൽ, ഇതുവരെ യാതൊരു ഉറപ്പും ലഭിച്ചിട്ടില്ല. നിത്യാരാധനയ്ക്ക് സ്വന്തം ഇഷ്ടപ്രകാരം പൊയ്ക്കൊണ്ടിരുന്ന പല സ്ത്രീകൾക്കും അവശത കാരണം ഇപ്പോൾ അങ്ങനെ ചെയ്യാൻ കഴിയാതിരിക്കയാണ്. യുവതികളായ അഗതി സ്ത്രീകൾക്കും കുട്ടികൾക്കുമായി തൽക്കാല വിശ്രമകേന്ദ്രം അവിടെ പ്രവർത്തിക്കുന്നുണ്ട്. അവർക്ക്

സ്വാശ്രയത്തിനായിട്ടുള്ള കർമ പരിപാടികളും വിദ്യാഭ്യാസ സൗകര്യവും പരിശീലനവും ഒരുക്കിക്കൊടുക്കുന്ന തരത്തിൽ സംവിധാനം ഏർപ്പെടുത്തുകയും ചെയ്തിട്ടുണ്ട്. ഈ സ്ഥാപനത്തിന്റെ പ്രവർത്തനം അവർക്ക് സന്തോഷഭരിതവും ഭാവിയിലേക്ക് ശുഭസൂചന നൽകുന്നതുമാണ്. എന്നാൽ, സംഘടിത വിഭാഗം ഇത്തരം സ്ഥാപനങ്ങൾക്ക് കൂടുതൽ ധന വിനിയോഗം ചെയ്യുന്നതിന് വൈമുഖ്യം കാണിക്കുന്നുവെന്നത് വ്യക്തമാണ്.

യുവതികളായ അഗതികളെ താമസിപ്പിക്കുന്ന ആതുരാലയങ്ങളിൽ വന്നുചേർന്നവരിൽ കൂടുതലും ഉത്തർപ്രദേശിൽ നിന്നുള്ളവരാണ്. എന്നാൽ, വൃദ്ധസദനങ്ങളിൽ മരണത്തെ പ്രതീക്ഷിച്ചു കഴിയുന്ന അഗതികളിൽ തൊണ്ണൂറു ശതമാനവും വളരെ മുമ്പുതന്നെ ബംഗാളിൽ നിന്നും വൃന്ദാവനത്തിലെത്തിച്ചേർന്നവരാണ്. യുവതികളെ താമസിപ്പിക്കുന്ന തൽക്കാല അഗതിമന്ദിരങ്ങളും വൃദ്ധകളെ താമസിപ്പിക്കുന്ന അഗതി മന്ദിരങ്ങളും (വൃദ്ധ സദനം) തമ്മിൽ താരതമ്യം ചെയ്യുമ്പോൾ, പ്രാദേശിക സാമൂഹികസ്ഥാപനങ്ങളിലുണ്ടാകുന്ന പരിവർത്തനങ്ങളാണ് പ്രകടമാകുന്നത്. ഭട്ട് ഗലിയിൽ ഗവൺമെന്റ് നടത്തുന്ന ആതുരാലയങ്ങളിൽ സ്ത്രീകൾക്ക് അഭയവും ആഴ്ചയിൽ ചുരുങ്ങിയ തോതിലുള്ള റേഷനും അനുവദിക്കുന്നുണ്ട്. തികയാത്തത് സമ്പാദിക്കാനായി അവർ താൽക്കാലികമായ ജോലിയിൽനിന്നോ ഭജനാശ്രമങ്ങളിൽനിന്നോ പ്രതിഫലം സ്വീകരിക്കാൻ പകൽ സമയങ്ങളിൽ പുറത്തു പോകുന്നു. വൈകുന്നേരങ്ങളിൽ അവർക്കനുവദിച്ചുകൊടുത്ത ഇടുങ്ങിയ മുറികളിൽവെച്ച് ഭക്ഷണം പാകം ചെയ്തുകഴിക്കുകയോ ഛത്രങ്ങളിൽനിന്ന് ഭക്ഷണം സ്വീകരിക്കുകയോ ചെയ്യുന്നു. പുറത്തു പോകാൻ നിവൃത്തിയില്ലാത്തത്ര പ്രായാധിക്യമുള്ളവർക്ക് മറ്റുള്ളവരെ ആശ്രയിക്കേണ്ടിവരുന്നു. ഭട്ട് ഗലിയിലുള്ള സ്ത്രീകളിൽ തൊണ്ണൂറുശതമാനവും ബംഗാളികളാണെന്ന് പറയപ്പെടുന്നു. അഭയം അത്യാവശ്യമായിട്ടുള്ളവർ മാത്രമാണിവിടെ താമസിക്കുന്നത്. അങ്ങനെയാണെങ്കിൽക്കൂടി ഇരുനൂറ്റമ്പത് സ്ത്രീകൾ ഇപ്പോൾ ഈ ആതുരാലയത്തിലുണ്ട്.

ഒരു പ്രധാനപ്പെട്ട മാറ്റം സംഭവിച്ചുകൊണ്ടിരിക്കുന്നത് പെൻഷൻ തുകയുടെ വർധനവും ഉപഭോക്താക്കളുടെ എണ്ണത്തിലുള്ളവർധനവുമാണ്. ഉപഭോക്താക്കൾക്ക് ഇപ്പോൾ വൃന്ദാവനത്തിൽത്തന്നെ ബാങ്ക് അക്കൗണ്ടുകൾ തുറക്കാൻ കഴിയുമെന്നും അങ്ങനെ ഒരു പരിധിവരെ കാര്യങ്ങൾ സൗകര്യപ്രദമായിത്തീരുന്നുവെന്നും AIWC അഗതി മന്ദിരങ്ങൾ ഞങ്ങളെ അറിയിച്ചു. എന്നാലും ചില സ്ത്രീകൾ ഇപ്പോഴും അവരുടെ പെൻഷൻ കിട്ടുന്നതിലുള്ള വിഷമങ്ങളെപ്പറ്റി പരാതിപ്പെടുന്നുണ്ട്. ഉദാഹരണത്തിന്, നൂറു വയസായെന്നവകാശപ്പെടുന്ന രാധാറാണിക്ക് അവരുടെ വ്യക്തിപരിശോധനയ്ക്കു പോകാൻ കഴിയാത്തതിനാൽ ഉദ്യോഗസ്ഥർക്ക് അവർ ജീവിച്ചിരിപ്പുണ്ടോ എന്നറിയാൻ സാധിച്ചില്ല. അതിനാൽ അവരുടെ പെൻഷൻ അവർ നിർത്തി വെച്ചിരിക്കയാണ്. മറ്റൊരു

പ്രധാന മാറ്റം ഭജനാശ്രമങ്ങളിൽ പോകുന്ന സ്ത്രീകൾക്ക് വസ്തുക്കളായി കിട്ടുന്ന സൗജന്യത്തിന്റെ ദൗർലഭ്യമാണ്. അവർക്ക് ആകെ കിട്ടുന്നത് ഭജനാലാപനത്തിലൂടെ സമ്പാദിക്കുന്ന കുറച്ചു പണം മാത്രമാണ്.

വൃദ്ധകൾക്കും അഗതികൾക്കുമുള്ള ഈ അഭയകേന്ദ്രങ്ങളുടെ ഇപ്പോഴത്തെ ചിത്രത്തിലൂടെ നമുക്ക് കാണാൻ കഴിയുന്നത് അവിടുത്തെ സ്ഥിതിഗതികളുടെ പ്രതിഫലനവും മാറ്റത്തിനുള്ള പ്രവണതയുമാകുന്ന വർണ വൈവിധ്യവുമാണ്. യഥാർഥ മായികളിൽ വളരെ കൊല്ലങ്ങൾക്കു മുമ്പുതന്നെ വന്നവരും അവരുടെ ആരോഗ്യം അനുവദിക്കുന്നിടത്തോളം കാലം ഭജനാശ്രമങ്ങളിൽ സേവനമനുഷ്ഠിക്കാൻ തയാറുള്ളവരുമായ അനവധി പേരുണ്ട്. ഇപ്പോൾ അവർ അവരുടെ അഭയകേന്ദ്രത്തിൽത്തന്നെ ജീവിക്കാൻ നിർബന്ധിതരായവരും ജീവിതാന്ത്യംവരെ അവിടെ ചെലവഴിക്കാൻ ആഗ്രഹിക്കുന്നവരുമാണ്. ആ അർഥത്തിൽ, 1990-ൽ നിലവിലുള്ള ഭജനാശ്രമങ്ങൾ നൽകാത്ത സൗകര്യങ്ങളും AIWC യുടേതല്ലാത്തതുമായ അഭയകേന്ദ്രങ്ങൾ സ്ഥാപിച്ചതും വൃദ്ധസ്ത്രീകൾകൾക്ക് മറ്റുള്ള അഭയ കേന്ദ്രങ്ങളിൽ ലഭിക്കാത്ത ആശ്രയം സജ്ജമാക്കിയതും എടുത്തു പറയേണ്ടതാണ്. വൃദ്ധമായികളിൽ അധികവും ബംഗാളികളാണെങ്കിലും അടുത്തകാലത്തായി വടക്കെ ഇന്ത്യയിലും പടിഞ്ഞാറെ ഇന്ത്യയിലുമുള്ള വൃദ്ധകളുടെ സാന്നിധ്യവും ഇവിടെ കാണപ്പെടുന്നുണ്ട്. ഇതും ഒരു പുതിയ പ്രവണതയാണ്.

സ്വകാര്യ ജീവിതത്തിലെ ദുരന്തങ്ങളാൽ മാനസികത്തകർച്ചയിലകപ്പെട്ട യുവതിയായ ഗാർഗിയെപ്പോലെ നിസ്സഹായരായ സ്ത്രീകളും ഇവിടെയുണ്ട്. ആരംഭത്തിൽ അവർക്ക് മതസ്ഥാപനങ്ങളുമായി വലിയ ബന്ധമൊന്നുമുണ്ടായിരുന്നില്ല. യാദൃച്ഛികമായി അവർ ചില മുക്കിലും മൂലയിലും എത്തിപ്പെടുകയും അവരുടെ അപകടസാധ്യത കണക്കിലെടുത്ത് അവരെ താൽകാലിക അഭയ കേന്ദ്രത്തിൽ താമസിപ്പിച്ചിരിക്കയുമാണ്. അങ്ങനെയുള്ള സ്ത്രീകൾ വൃന്ദാവനത്തിൽ മുമ്പും ഉണ്ടായിരുന്നു. ഇപ്പോഴത്തെ ആധുനിക സാമൂഹിക സേവന പ്രവണതയുള്ളതും ക്ഷേത്ര സാമ്പത്തിക വ്യവസ്ഥിതിയുമായി നേരിട്ടു ബന്ധമില്ലാത്തതുമായ താൽക്കാലിക അഭയ കേന്ദ്രങ്ങൾ അക്കാലത്തുണ്ടായിരുന്നില്ല. ഇതും താരതമ്യേന പുതിയൊരു പ്രവണതയായി കാണാം. മറ്റൊരിടത്തും പോകാനില്ലാത്തതിനാൽ ഗവൺമെന്റ് നടത്തുന്ന അഭയകേന്ദ്രളിൽ കഴിയുന്ന സ്ത്രീകളുമുണ്ട്. അതിൽ വളരെപേർ ചില്ലറ ഗൃഹജോലികൾ ചെയ്തും ക്ഷേത്രങ്ങളിൽ നിന്നും ലഭിക്കാവുന്ന തുച്ഛ വരുമാനം കൊണ്ടുമാണ് ഉപജീവനം കഴിക്കുന്നത്. അല്ലാതെ ക്ഷേത്രങ്ങളെയും ഭജനാശ്രമങ്ങളെയും ആശ്രയിച്ചല്ല. ഈ സ്ത്രീകളുടെ ജീവിതം ഭക്തിമാർഗത്തിൽനിന്നും വ്യതിചലിച്ചുകൊണ്ടിരിക്കുന്നതായി കാണുന്നു. ക്ഷേത്രനഗരത്തിലേക്കുള്ള സംഘടിത മേഖലയുടെയും NRI പണത്തിന്റെയും വരവോടെയും എസ്റ്റേറ്റ് വ്യാപാരവും വളർച്ച കൈക്കൊണ്ടു. സംഘടിതമായി നടത്തുന്ന ആതുരാലയങ്ങളുടെയും ആശ്രമങ്ങളുടെയും പുതിയ

ക്ഷേത്രങ്ങളുടെയും ആഗമനത്തോടെ ഇവിടെ നവീനമായ തൊഴിൽ സാധ്യതകൾ ഉണ്ടായിക്കൊണ്ടിരിക്കുന്നു.

III

ഈ പുസ്തകമെഴുതാൻ തീരുമാനിച്ചതിനു ശേഷം പശ്ചിമബംഗാളിലെ നാദിയ ജില്ലയിലെ നവദ്വീപിലേക്ക് ഒരു യാത്രയും കൂടി ചെയ്യേണ്ടത് എന്റെ ബാധ്യതയാണെന്ന് എനിക്കു തോന്നി. വളരെക്കാലമായി ചൈതന്യയുടെ ജന്മസ്ഥലമായ നവദ്വീബ് വൈഷ്ണവ പൗരാണിക ശാസ്ത്ര വിശ്വാസത്തിന്റെ സുരക്ഷിത സ്ഥാനമായിരുന്നു. ഭാഗീരഥിയുടെ മറുകരയിലുള്ള മായാപൂരിൽ ഇസ്കോൺകാർ വിശാലമായ കൃഷിസ്ഥലങ്ങൾ സമ്പാദിച്ച് ക്ഷേത്രസമുച്ചയങ്ങളുണ്ടാക്കിയതുകൊണ്ടുള്ള ഉയർച്ച കൈവരിക്കുന്നതുവരെ ഇതായിരുന്നു സ്ഥിതി. ഈ സ്ഥലങ്ങൾ വെള്ളപ്പൊക്ക സാധ്യതയുള്ളതായിരുന്നു. അതിനാൽ സ്ഥലങ്ങൾ ഒഴുക്കിൽപ്പെട്ട് നശിക്കാനിടയുള്ളതുകൊണ്ട് നവദ്വീപിലുള്ള സന്യാസിയുടെ ആദ്യഗൃഹം ഇങ്ങനെ നശിച്ചു പോയിരിക്കുമെന്ന് പറയപ്പെടുന്നു. എന്നാൽ, ഇസ്കോണിന്റെ അവകാശവാദങ്ങളെ നവദ്വീപിലെ ജനങ്ങൾ ശക്തിയുക്തം നിഷേധിക്കുകയാണുണ്ടായത്. പഴയ മായാപൂർ എന്ന സ്ഥലത്ത് ഒരിടം കാണിച്ചുതന്ന് അതാണ് ചൈതന്യയുടെ ജന്മസ്ഥലമെന്നും അവർ അവകാശപ്പെടുകയുണ്ടായി.

മുഗളരുടെ കാലത്തിനു മുമ്പുതന്നെ സംസ്കൃത വിദ്യാഭ്യാസത്തിന്റെ പ്രധാന കേന്ദ്രമായിരുന്ന നവദ്വീപിന്റെ പൗരാണികത്വത്തിൽ യാതൊരു സംശയവുമില്ല. സെൻ രാജവംശത്തിലെ അവസാനത്തെ രാജാവായ ലക്ഷ്മൺ സെന്നിന്റെ ഗൗഢ് സാമ്രാജ്യത്തിലെ നവദ്വീപ് തലസ്ഥാനങ്ങളിലൊന്നായിരുന്നു എന്നാണ് ഐതിഹ്യം പറയുന്നത്. ഇവിടെനിന്നാണ് ലക്ഷ്മൺ സെന്നിനെ തുരത്തിയോടിച്ചതെന്നും പറയുന്നുണ്ട്. ഗൗഢിന്റെ സുൽത്താൻ ഭരണകാലത്ത് നാനാവിഷയങ്ങളിലുമുള്ള വിദ്യാഭ്യാസകേന്ദ്രമായി ഇവിടം പ്രശസ്തിയാർജിച്ചു. ഒരു മഹാപണ്ഡിതനായിരുന്ന ചൈതന്യതന്നെ അവിടെ ഒരു സംസ്കൃത വിദ്യാലയത്തിൽ അധ്യാപകനായിരുന്നു. നവദ്വീപിൽ ചൈതന്യയുടെ വിദ്യാലയം നിലനിന്നിരുന്ന സ്ഥലം തീർഥാടകരെ കാണിച്ചുകൊടുക്കുന്നുണ്ട്. ചൈതന്യ ലൗകിക ജീവിതം ഉപേക്ഷിച്ച് ഭക്തിമാർഗത്തിലേക്ക് പ്രവേശിക്കുന്നതിനുമുമ്പ് ഇവിടെവച്ച് പണ്ഡിതന്മാരെ വാദപ്രതിവാദത്തിൽ തോൽപ്പിച്ചിരുന്നതായും പറയപ്പെടുന്നു.

കോളനി വാഴ്ചക്കാലത്ത് മുനിസിപ്പൽ ടൗണിലെ മിക്കവാറും എല്ലാ കെട്ടിടങ്ങളും ചെറിയ ഇഷ്ടികകളെക്കൊണ്ടു നിർമിച്ചതായിരുന്നു. വലിയ കമാനരൂപത്തിലുള്ള കവാടത്തോടുകൂടിയുള്ളതും വലിയ മുറ്റത്തോടും വണ്ണമുള്ള തൂണുകളോടുകൂടിയതുമായിരുന്നു അവ. എന്നാൽ വർധിച്ചുവന്ന കൃത്യവിലോപം കൊണ്ട് മിക്കതും ഇടുങ്ങിയതും പീടികകൾ തള്ളിനിൽക്കുന്നതുമായി. റിക്ഷകൾക്കുമാത്രം സഞ്ചരിക്കാൻ യോഗ്യമായ ഇടു

ങ്ങിയ ഇടവഴികളോടും കുത്തിയൊലിച്ചു പോകുന്ന അഴുക്കുചാലുകളോടുംകൂടിയ നവദ്വീപിന് അതിന്റെ പണ്ടത്തെ മഹത്വം ഇപ്പോൾ നഷ്ടപ്പെട്ടതായി കാണാം. ഈ ടൗണിൽ ധാരാളം സമ്പന്നർ താമസിക്കുന്നുണ്ട്. ചില പുതിയ ആശ്രമങ്ങളും വ്യാപാര സ്ഥാപനങ്ങളും പുതിയതായി ഉണ്ടാക്കിയ വാസസ്ഥലങ്ങളും ഇതിനു തെളിവായി കാണാം. അങ്ങനെയാണെങ്കിലും അനാസ്ഥയുടെ അവസ്ഥ അതിവിപുലമാണ്. തീർഥാടകരുടെ വരവ് മായാപൂരിലേക്ക് തിരിച്ചു വിട്ടതുകൊണ്ട് ഇതിന്റെ തീർഥാടന വിനോദസഞ്ചാരകേന്ദ്രം എന്ന ആധുനിക നിലപാട് വളരെ ശോചനീയമായിരിക്കുന്നു. നവദ്വീപിനെത്തന്നെ ഇസ്കോൺ കൈയടക്കാൻ ശ്രമിച്ചുകൊണ്ടിരിക്കുകയാണെന്നാണ് വാർത്തകൾ സൂചിപ്പിക്കുന്നത്.

പശ്ചിമ ബംഗാളിൽ നിന്ന് വൃന്ദാവനത്തിലേക്കുള്ള തീർഥാടന പഥത്തിന്റെ പ്രാരംഭസ്ഥാനം നവദ്വീപാണെന്നിരിക്കെ, 2000–ൽ ത്തന്നെ അവിടം സന്ദർശിക്കാനായിരുന്നു എന്റെ ഉദ്ദേശ്യം. അന്ന് സമയം അനുവദിക്കാതിരുന്നതുകൊണ്ട് ആ ഒഴിവ് നികത്താൻ ഇപ്പോഴാണ് നല്ല അവസരമെന്ന് ഞാൻ കരുതി. വിധവകൾ ലൗകിക സുഖഭോഗങ്ങളുപേക്ഷിച്ച് ശേഷമുള്ള ജീവിതം രാധയുടെയും കൃഷ്ണന്റെയും ധ്യാനത്തിലൂടെ നവദ്വീപിൽ കഴിക്കാൻ വിചാരിച്ചുവെന്നും ഞാനറിഞ്ഞു. വൃന്ദാവനത്തെപ്പോലെ നവദ്വീപിനും അതിന്റേതായ തീർഥാടന സമ്പ്രദായങ്ങളും പുണ്യദിനങ്ങൾ കാണിക്കുന്ന കലണ്ടറുമുണ്ട്. പുണ്യം നേടാൻ ഉദ്ദേശിക്കുന്ന ജനങ്ങൾ ചൈതന്യയുടെ ജീവിതത്തിലെ വിവിധ സന്ദർഭങ്ങളുടെ ഓർമയിൽ റിക്ഷയിലോ കാൽനടയായോ സ്ഥലങ്ങൾ ചുറ്റി നടന്നുകാണേണ്ടതാണ്. (ഇതിനായി പുണ്യസ്ഥാപനങ്ങൾ ആളുകളെ കൊണ്ടുവരുന്ന റിക്ഷക്കാർക്ക് ചെറിയൊരു കമീഷൻ കൊടുക്കുന്നുമുണ്ട്.) ക്ഷേത്രങ്ങളിലും അഖാരങ്ങളിലും ആശ്രമങ്ങളിലും വൈഷ്ണവ ഗുരുക്കന്മാർ അവരുടെ ഭക്തിസാന്ദ്രമായ ജീവിതം ശിഷ്യന്മാരോടുകൂടി ചെലവഴിക്കുന്നു. വൃന്ദാവനത്തെപ്പോലെയുള്ള രണ്ടു ഭജനാശ്രമങ്ങളിൽവെച്ച് സ്ത്രീകൾ രാധയുടെയും കൃഷ്ണന്റെയും നാമോച്ചാരണം നടത്തുകയും ഭിക്ഷ സ്വീകരിക്കുകയും ചെയ്യുന്നു. ഭക്തകളായ ഇത്തരം സ്ത്രീകൾ അവസരം കിട്ടുമ്പോൾ വൃന്ദാവനത്തിലേക്ക് പോകുകയും ചിലപ്പോൾ അവിടുത്തെ സ്ഥിരതാമസക്കാരായി മാറുകയും ചെയ്യുന്നു. നവദ്വീപിലേക്കുള്ള എന്റെ തിടുക്കപ്പെട്ടയാത്രയ്ക്കിടയിൽ രണ്ടു ഭജനാശ്രമങ്ങളും മണിപ്പൂർ മന്ദിർ എന്ന പേരുകേട്ട ഒന്നും കങ്ഗ്ലർ താക്കുരാർ അന്നഛത്ര (പാകം ചെയ്ത ഭക്ഷണം നിവേദിക്കുന്ന പാത്രം) എന്നപേരിൽ മറ്റൊന്നും. അങ്ങനെ രണ്ടു ഛത്രങ്ങളും ഞാൻ സന്ദർശിച്ചു. ഇരുപത്തഞ്ച്, മുപ്പത് വീതം സ്ത്രീകൾ ഈ സ്ഥാപനങ്ങളെ ജീവിതമാർഗത്തിനായി ആശ്രയിക്കുന്നുണ്ടെന്ന് എനിക്ക് കാണാൻ കഴിഞ്ഞു.

നവദ്വീപിലെ ഭക്തകൾ അവരുടെ കുടുംബത്തിൽ നിന്നോ സ്വന്തം സമ്പാദ്യത്തിൽനിന്നോ കിട്ടുന്ന പണം കൊണ്ട് വീടുകൾ വാടകയ്ക്കെടുത്തും ആശ്രമങ്ങളിൽ വാടകമുറികളെടുത്തും താമസിക്കുന്നുണ്ടെന്ന്

ഞാനറിഞ്ഞു. ഇത്തരം സ്ത്രീകളെ കാണാൻ എനിക്ക് അവസരം ലഭിച്ചില്ല. പണ്ടുവന്നപ്പോൾ അവിടെ കണ്ടിരുന്ന പാവപ്പെട്ടവരും പ്രായാധിക്യത്താൽ അസ്വസ്ഥതകളനുഭവിക്കുന്ന നിരാശ്രയരുമായ സ്ത്രീകൾ എത്രയായിരുന്നുവെന്ന് തിട്ടപ്പെടുത്താനായില്ല. അവരുടെ ശരിയായ കണക്ക് അറിയാൻ പ്രയാസമായിരുന്നു. എന്നാൽ, മാർവാറികൾ നടത്തുന്ന രണ്ടു ഭജനാശ്രമങ്ങളുടെയും കണക്കുപ്രകാരം ഏറ്റവുമധികം അഗതികളായ സ്ത്രീകളെയും ആകർഷിക്കുന്നത് അവിടെയാണെന്നാണ് അറിയാൻ കഴിഞ്ഞത്. കാരണം കൃത്യമായി പാകം ചെയ്ത ഭക്ഷണവും ഭിക്ഷയും അവിടെ സുലഭമായി കിട്ടുന്നു. അവിടെയെത്തുന്നവരുടെ എണ്ണം സാധാരണമായി നാനൂറിന്റെയും അഞ്ഞൂറിന്റെയും ഇടയിലാണ്. പ്രത്യേകാവസരങ്ങളിൽ അത് ആയിരം വരെ ഉയരും. ഒരു ദിവസത്തിൽ ചിലപ്പോൾ നൂറ്റൻപതു കിലോ അരിയുടെ ഭക്ഷണമുണ്ടാക്കാറുണ്ടെന്നാണ് അന്നദാനം ചെയ്യുന്നവർ ഞങ്ങളോട് പറഞ്ഞത്. ഇതിൽനിന്നും ഇത്തരം സ്ത്രീകളുടെ ഒരു ഏകദേശ എണ്ണം നമുക്ക് കണക്കാക്കാവുന്നതാണ്.

ഞങ്ങളുടെ സന്ദർശനവേളയിൽ നല്ല മഴ പെയ്യുന്നുണ്ടായിരുന്നു. അങ്ങനെയാണെങ്കിൽ കൂടി, രണ്ടു ഭജനാശ്രമങ്ങളിൽ കൂടുതൽ വലുപ്പമുള്ള രാധേശ്യാം എന്ന ഭജനാശ്രമത്തിൽ ഇരുന്നൂറോളം സ്ത്രീകൾ അവരുടെ ഇഷ്ടദേവതയുടെ നാമം ജപിച്ചുകൊണ്ടിരിക്കുന്നത് കാണായി. ഞങ്ങളവിടെ എത്തുന്നതിനു മുമ്പുതന്നെ ഈ ആശ്രമത്തിന്റെ രാമചന്ദ്രപുരിയിലെ ശാഖകളിലുള്ളവർ സ്ഥലം വിട്ടിരുന്നു. എന്നാൽ ഞങ്ങളുമായി ബന്ധപ്പെട്ട വാസുദേവ് എന്ന സഹായി, അവിടെ അറുപതോളം സ്ത്രീകൾ മുമ്പ് ഭജനയിൽ പങ്കെടുത്തിരുന്നത് കണ്ടിരുന്നുവെന്ന് പറഞ്ഞു. ഭജന നടന്നുകൊണ്ടിരിക്കുന്ന ഭജനാശ്രമത്തിന്റെ മധ്യത്തിലായി മൂടിവെച്ച തരത്തിലുള്ള ഒരു വേദിയുണ്ടായിരുന്നു. അതിലെ ചില തൂണുകളിൽ ഭജന നടക്കുമ്പോൾ അനുഷ്ഠിക്കേണ്ട കാര്യങ്ങൾ അറിയിക്കുന്ന ബോർഡുകളുണ്ടായിരുന്നു.'ഭജന നടക്കുമ്പോൾ ഭക്ഷണം കഴിക്കാൻ പാടില്ല,' 'ഫോട്ടോഗ്രാഫ് പാടില്ല,' 'പതിനൊന്നു മണിക്കു മുമ്പ് ആരും സ്ഥലം വിടാൻ പാടില്ല'– എന്നൊക്കെയായിരുന്നു അത്. അവിടെ അച്ചടക്കം പരിപാലിക്കുന്നുണ്ടെങ്കിലും ചില സ്ത്രീകൾ ഞങ്ങളോടു പറഞ്ഞത് ചിലപ്പോൾ ഭിക്ഷ കിട്ടാനുള്ള ടോക്കണെ സംബന്ധിച്ച് വഴക്കുണ്ടാകുമായിരുന്നു എന്നാണ്. ടോക്കൺ അനുവദിച്ച സ്ത്രീകൾക്കു മാത്രമായിരുന്നു ഭിക്ഷ ലഭിച്ചിരുന്നത്. എന്നതു യാഥാർഥ്യമാണ്. പാകം ചെയ്യാത്ത അരി, പയർവർഗങ്ങൾ, ഭക്ഷണയോഗ്യമായ എണ്ണ, വസ്ത്രം, പുതപ്പ് എന്നിവ വിതരണം ചെയ്യാൻ തുടങ്ങുമ്പോഴാണ് ഇത്തരം സംഭവങ്ങളുണ്ടാകുന്നത്. ഞങ്ങളവിടെ കണ്ട ഇരുനൂറോളം സ്ത്രീകളിൽ നാൽപ്പതോളം വരുന്ന ഒരു സംഘത്തെ വൈകുന്നേരം മൂന്നു മണി മുതൽ ആറുമണി വരെ ഭജന പാടാൻ അനുവദിച്ചിരുന്നു.

അടുത്ത ചില വർഷങ്ങളിലായി ഒരു കൂട്ടം ദാതാക്കൾ പാകം ചെയ്ത

ഭക്ഷണങ്ങളും പച്ചക്കറികളും ആശ്രമത്തിൽ ഭജനപാടുന്ന സ്ത്രീകൾക്ക് ദിവസേന നൽകിവരുന്നു. എന്നാൽ, ഇരുപത്തിനാലു മണിക്കൂറും മറ്റുള്ളവർ പോയിക്കഴിഞ്ഞിട്ടും ഭജന പാടുന്ന പത്തോ പന്ത്രണ്ടോ സ്ഥിരം താമസക്കാർക്കല്ലാതെ മറ്റു സ്ത്രീകൾക്ക് ഇവിടെ താമസസൗകര്യം ലഭിക്കുന്നില്ല. അതായത് സ്ഥിരമായി ഭജനയാലപിക്കുന്ന സ്ത്രീകൾക്കായിരുന്ന താമസസൗകര്യവും സൗജന്യഭക്ഷണവും കിട്ടിയിരുന്നത്. ഈ രണ്ടു ഭജനാശ്രമങ്ങളും വൃന്ദാവനത്തിലെ സമ്പ്രദായമാണ് സ്വീകരിച്ചിരുന്നതെന്ന് ഒരു പ്രത്യേകതയാണ്. ഇതിനുപുറമെ ഞങ്ങൾ സന്ദർശിച്ച ഒരു സത്രമുൾപ്പെടെ അവിടെ വേറെയും പഴയ സത്രങ്ങൾ ഉണ്ടായിരുന്നെങ്കിലും അവ പൂർണനാശത്തിന്റെ വക്കിലാണെന്നു എനിക്ക് തോന്നി. എതിർവശത്തുള്ള ഭജനാശ്രമത്തിലേക്ക് നടന്നുപോകാൻ നിവൃത്തിയില്ലാതെ സത്രപ്പടവുകളിലിരിക്കുന്ന രണ്ടു സ്ത്രീകളെ ഞങ്ങൾ കണ്ടു. മറ്റുള്ളവർ അവർക്ക് ഭക്ഷണം എത്തിച്ചു കൊടുത്തിരുന്നു. ഈ പടവുകൾ മാത്രമാണ് ഞങ്ങളുടെ വാസസ്ഥാനമെന്നവർ പറഞ്ഞു. പണ്ടുകാലത്ത് അഗതികളായ സ്ത്രീകൾ ക്ഷേത്രങ്ങളുടെയും സത്രങ്ങളുടെയും പരിസരത്ത് രാത്രികാലങ്ങളിൽ കഴിച്ചു കൂട്ടിയിരുന്ന പതിവുണ്ടായിരുന്നു. ഇപ്പോൾ വൈകുന്നേരം എട്ടുമണിക്കുശേഷം അവരെ അവിടെനിന്നും ആട്ടിയോടിക്കപ്പെടുന്ന രീതിയാണ് കണ്ടുവരുന്നത്. അങ്ങനെ ചില സ്ത്രീകൾക്ക് സ്വകാര്യ വീടുകളുടെയും കടകളുടെയും വരാന്തകളിലോ തെരുവിൽത്തന്നെയോ അഭയം പ്രാപിക്കേണ്ടിവന്നു. ഇത് വളരെ യാഥാർഥ്യമാണെന്നു പല സ്ത്രീകളും ഞങ്ങളോടു പറയുകയുണ്ടായി. റാം ചന്ദ്രപുരത്തെ ഭജനാശ്രമത്തിലും മണിപ്പൂരി ആശ്രമമെന്നു വിളിക്കുന്ന സ്ഥലത്തും പ്രായാധിക്യമുള്ള സ്ത്രീകൾക്ക് ഹ്രസ്വതാമസത്തിനുള്ള സൗകര്യങ്ങൾ ഏർപ്പെടുത്തിയിട്ടുണ്ടെന്ന് ഞങ്ങൾ കണ്ടു. എന്നാൽ, സംഭാവനയെന്ന നിലയ്ക്ക് അവരോട് പ്രതിഫലം വാങ്ങുകയാൽ അത്തരം അഭയകേന്ദ്രങ്ങൾ കൂടുതൽ നിർധനരായ സ്ത്രീകൾക്ക് അപ്രാപ്യമായിരിക്കുന്നു. മണിപ്പൂരി ആശ്രമത്തിൽ ആ സമയത്ത് ചെലവില്ലാതെ താമസിക്കുന്ന മൂന്നു സ്ത്രീകൾ മാത്രമേ ഉണ്ടായിരുന്നുള്ളൂ. മറ്റു ചില ആശ്രമങ്ങളിലും താമസ സൗകര്യങ്ങളുണ്ടായിരുന്നെങ്കിലും അത് സ്ഥിരം ഉദ്യോഗമുള്ളവർക്കും പണമടയ്ക്കാൻ തയാറുള്ളവർക്കും മാത്രമായിട്ടായിരുന്നു.

സത്രങ്ങൾക്കുപുറമെ മറ്റു ചില ആശ്രമങ്ങളും നിത്യേന ഭോഗ് എന്നറിയപ്പെടുന്ന ഭക്ഷണം വലിയ തോതിൽ ഉണ്ടാക്കാറുണ്ട്. ഇത് ചുരുങ്ങിയ 'സംഭാവന'യിൽ സന്ദർശകർക്ക് വിതരണം ചെയ്യുകയായിരുന്നു പതിവ്. വാസ്തവത്തിൽ ഞങ്ങൾക്ക് ഒരാശ്രമത്തിൽ നിന്ന് ഒരാൾക്ക് മുപ്പതു രൂപ വിലയ്ക്ക് നല്ല സസ്യാഹാരം കിട്ടി. എന്നാൽ, ഭൂരിപക്ഷം സ്ത്രീകൾക്കും പണം കൊടുക്കാൻ കഴിവില്ലാത്തതുകൊണ്ട് വിതരണത്തിനുശേഷം ബാക്കിവരുന്ന ഭക്ഷണത്തിനായി കാത്തിരിക്കേണ്ടിവന്ന സ്ഥിതിയായിരുന്നു. പ്രായാധിക്യംകൊണ്ടും വാസസ്ഥലത്തിന്റെ അഭാവംകൊണ്ടും

ആവശ്യമായ പാത്രങ്ങളില്ലാത്തതിനാലും വിറക് ശേഖരിക്കാൻ കഴിയാത്തതുകൊണ്ടും മറ്റും മിക്ക സ്ത്രീകളും സ്വന്തമായി ഭക്ഷണം പാകം ചെയ്യാൻ തുനിയാറില്ല. അവർക്ക് ഭിക്ഷയായി കിട്ടുന്നത് പാകം ചെയ്യാത്ത അരിയാണെങ്കിൽ അത് വിറ്റ് കിട്ടുന്ന പണം കൊണ്ട് പാകം ചെയ്ത ഭക്ഷണം വാങ്ങിക്കഴിക്കുന്നു. അല്ലെങ്കിൽ അത് കൂട്ടുകാർ പാകം ചെയ്യുന്ന പാത്രത്തിലിട്ട് അതിലൊരു പങ്ക് ഭക്ഷണം സ്വീകരിക്കുന്നു. സാരമില്ലാത്ത രോഗങ്ങൾക്ക് സബ് ഡിവിഷണൽ ആശുപത്രിയിൽ വെച്ച് ചികിത്സയും കൂടാതെ ഭക്ഷണവും കിട്ടുമെന്നത് മിക്ക സ്ത്രീകൾക്കും അറിയാമായിരുന്നു. പക്ഷേ, ഗുരുതരമായ രോഗങ്ങൾ വന്നാൽ പരിഹാരമായി അവർക്ക് യാതൊരു വഴികളുമുണ്ടായിരുന്നില്ല.

ഞങ്ങൾ കണ്ടുമുട്ടിയ സ്ത്രീകളിൽ ഭൂരിപക്ഷവും വളരെ പ്രായമുള്ളവരായിരുന്നു. അവർ ചുറ്റുപാടുമുള്ള സ്ഥലങ്ങളിൽനിന്ന് പണ്ടുകാലത്തേ നവദ്വീപിൽ താമസമാക്കിയവരാണെന്നു പറഞ്ഞു. വിഭജനത്തിന്റെ ഫലമായി ബംഗ്ലാദേശിലെ രാഷ്ട്രീയ അസ്ഥിരതയിൽനിന്ന് രക്ഷപ്പെട്ടു വന്നവരാണ് ഏതാണ്ട് നാൽപ്പതുശതമാനം സ്ത്രീകളും അതിൽ ചിലർ രക്ഷാകർത്താക്കളോടും ഭർത്താക്കന്മാരോടുമൊപ്പം വന്നവരാണെങ്കിലും കാലക്രമേണ അവരെയൊക്കെ നഷ്ടപ്പെട്ടു. മക്കളും പേരക്കുട്ടികളുമുള്ള മറ്റുചിലർ ബന്ധുക്കളാൽ നിഷേധിക്കപ്പെട്ടവരോ കടുത്ത ദാരിദ്ര്യമനുഭവിക്കുന്നവരോ ആയിരുന്നു. അത്തരം അമ്മ, മുത്തശ്ശിമാർ കുടുംബത്തിന് ഭാരമാകാതിരിക്കാൻ നവദ്വീപിലേക്ക് താമസംമാറ്റി. തങ്ങളെക്കൊണ്ട് കുടുംബസ്ഥിതി ശോച്യമാകാതിരിക്കാൻ അവർ വളരെയധികം ശ്രദ്ധിച്ചു എന്നതിനു തെളിവാണിത്. വൃന്ദാവനത്തിലുള്ളതുപോലെ ഇവിടെയും വിവാഹിതരെങ്കിലും വിധവകളല്ലാത്തവരായ ചില സ്ത്രീകളെയും ഞങ്ങൾ കണ്ടു. ബധിരയും നിസഹായയും ഭർത്താവിനാൽ ഉപേക്ഷിക്കപ്പെട്ടവളുമായ ചെറുപ്പക്കാരി ഇതിന് ഒരു ഉദാഹരണമാണ്. എന്നാൽ, വൃന്ദാവനത്തിൽ നിന്ന് വിഭിന്നമായി ഒരൊറ്റ സ്ത്രീയും മതകാര്യങ്ങൾക്കു മാത്രമായി ലൗകികജീവിതം വെടിഞ്ഞതായി കണ്ടില്ല.

എല്ലാ സ്ത്രീകളിലും വൈഷ്ണവ ചലനങ്ങൾ കാണപ്പെട്ടിരുന്നു. നവദ്വീപിൽ വന്നതിനുശേഷമാണ് അവർ ഗുരുക്കന്മാരെ സ്വീകരിച്ചതെന്ന് പറഞ്ഞു. ഇത്തരം ബന്ധം കൊണ്ട് അവർക്ക് എന്തു സഹായമാണ് ലഭിക്കുന്നതെന്ന് വ്യക്തമായില്ല. മറ്റുള്ളവരെക്കാളൊക്കെ അൽപ്പം സാമ്പത്തികസ്ഥിതിയുള്ള ഒരു മധ്യവയസ്കയായ സ്ത്രീ, താൻ ഒരു ആശ്രമത്തിൽ ഒരു ഗോസ്വാമിയോടൊപ്പമാണ് താമസിക്കുന്നതെന്ന് പറഞ്ഞു. മറ്റ് അഗതികളെ അപേക്ഷിച്ച് ഇവരുടെ കാര്യത്തിൽ മതസംബന്ധമായ കഥാപ്രവചനം കൂടുതൽ വ്യക്തമായിരുന്നു. വർഷങ്ങൾക്കു മുമ്പ് ഭർത്താവ് മരിച്ചശേഷം ഒരു യുവതി, മറ്റൊരിടത്തും പോകാനില്ലാത്തതുകൊണ്ട് അവരുടെ വൃദ്ധയായ മാതാവിനോടൊത്ത് ഒരാശ്രമത്തിൽ താമസിക്കുന്നതായി അറിഞ്ഞു. അവൾ താമസിക്കുന്ന ആശ്രമം കർശന നിയന്ത്രണങ്ങൾ പാലിക്കുന്നതായിരുന്നു. യാത്രാക്കൂലി കൊടുക്കാനില്ലാത്ത

തുകൊണ്ടും മറ്റു പുരുഷ ശിഷ്യന്മാരോടൊപ്പം ദൂരസ്ഥലത്തേക്ക് പോകാൻ അനുവാദമില്ലാത്തതിനാലും അവൾക്ക് വൃന്ദാവനത്തിലേക്ക് പോകാൻ കഴിഞ്ഞിരുന്നില്ല. അവളോടും അറുപതിൽ താഴെ പ്രായമുള്ള മക്കളില്ലാത്ത ഒരു വിധവയോടും വല്ല തൊഴിലും അഭ്യസിച്ച് ജീവിത മാർഗം കണ്ടെത്തിക്കൂടേ എന്ന് ഞാനന്വേഷിച്ചു. കഠിന യാതനകൾ അനുഭവിക്കേണ്ട സ്ഥിതിയിലാണെങ്കിലും അത്തരം അവസരങ്ങളൊന്നും അവർക്കു മുന്നിൽ തുറന്നില്ല. അങ്ങനെ അവർ ഭിക്ഷാടനത്താലുള്ള ജീവിതവുമായി പൊരുത്തപ്പെട്ടുകഴിഞ്ഞു.

ഞങ്ങളുമായി സംസാരിച്ച ചിലർ, തങ്ങൾ വിശേഷാവസരങ്ങളിൽ വൃന്ദാവനത്തിൽ സന്ദർശനം നടത്തിയിരുന്നെന്നു പറഞ്ഞു. തനിക്കവിടെ അങ്ങേയറ്റം ഇഷ്ടപ്പെട്ടുവെന്നും അവിടെ ഒറ്റ പ്രാവശ്യം എട്ടുകൊല്ലത്തോളം താമസിച്ചുവെന്നും ഒരു സ്ത്രീ പറഞ്ഞു. മറ്റൊരാൾ, മൂന്നിൽ കുറയാത്ത പ്രാവശ്യം അവിടെ പോയെന്നും പക്ഷേ, ഇവിടെ വികലാംഗയായ കുട്ടിയെ വിട്ടുപോയതിനാൽ തിരിച്ചുവരേണ്ടിവന്നെന്നും പറഞ്ഞു. വൃന്ദാവനത്തിലെ അമ്പലങ്ങളും ചടങ്ങുകളും ആശ്ചര്യകരമായ ദൃശ്യങ്ങളും അവരെ വല്ലാതെ ആകർഷിച്ചു. മടങ്ങി വരണമെന്നില്ലായിരുന്നെങ്കിലും നവദ്വീപിൽ ചില ബന്ധങ്ങൾ നിലനിന്നിരുന്നതുകൊണ്ട് അവർ തിരിച്ചുവരാൻ നിർബന്ധിതരായി. 'അവിടെ ഭക്ഷണം ലഭിക്കാത്ത ഒരാളുമില്ലെന്നും എല്ലാകാര്യങ്ങളും വളരെ ഭംഗിയായി നടന്നു' എന്നും തന്റെ അനുഭവം വിവരിച്ചുകൊണ്ട് ഒരു സ്ത്രീ പറഞ്ഞു. അവിടെയെത്താൻ അവർ സഹിക്കേണ്ടിവന്ന വിഷമങ്ങളും യാതനകളും മുഴുവൻ ഇല്ലാതായിപ്പോയതായി അവിടെയെത്തിയപ്പോൾ അവർ അനുഭവിച്ചു. അവിടെ എത്തിപ്പെടാൻ സാധിക്കാത്തവർക്കും വൃന്ദാവനം അവരുടെ നിസ്സഹായമായ ജീവിതത്തിൽ ഒരു സാങ്കൽപ്പിക സ്വർഗമായിത്തോന്നി. അവർക്ക് വൃന്ദാവനത്തിൽ ചെന്നെത്തുകയെന്നത് ഒരു ജീവിതാഭിലാഷമായിരുന്നു. ആ ആഗ്രഹം മറ്റൊരു താമസസ്ഥലം കണ്ടെത്താനുള്ളതുപോലെയായിരുന്നില്ല. അതവരുടെ നഷ്ടമായ മാനുഷികപദവി വീണ്ടെടുക്കാനുള്ള ഒരു സാങ്കൽപ്പികമായ സ്ഥലമായിരുന്നു.

നവദ്വീപിലെ ഈയവസരങ്ങൾ സ്ത്രീകളുടെ സാമ്പത്തികശേഷിയെ അടിസ്ഥാനമാക്കി കാണുന്നതിനുപുറമെ അവരുടെ ആത്മീയ മേധാവികൾ വൃന്ദാവനവുമായി ബന്ധപ്പെട്ട് വിശേഷാവസരങ്ങളിൽ യാത്രകൾ സംഘടിപ്പിക്കപ്പെട്ടിരുന്നതുകൊണ്ടും നിയന്ത്രിക്കപ്പെട്ടിരുന്നു. പരിമിതമായ സാമ്പത്തിക ശേഷിയുള്ളവർക്ക് വഴികാട്ടികളെ സർവശക്തന്മാരും സർവജ്ഞന്മാരുമായി കരുതി ആശ്രയിക്കേണ്ടിവന്നു. അങ്ങനെ വൃന്ദാവനത്തിലേക്ക് നവദ്വീപിലൂടെയുള്ള യാത്രാമാർഗം സുഗമമായിരുന്നില്ല. അത് മതാധിപതികളുടെ ശക്തമായ സ്വാധീനത്തിന് വിധേയമാക്കപ്പെട്ടിരുന്നു. ആഗോളീകരണത്തിനുശേഷം വനിതാകുടിയേറ്റം വളരെ എളുപ്പവും സാധ്യതകളുള്ളതുമായിത്തീർന്നു. തീർഥാടക കുടിയേറ്റം വിശേഷപ്പെട്ട തരത്തിലുള്ള കുടിയേറ്റമായിരുന്നു. അത് പാരമ്പര്യമായി

സ്ത്രീകൾക്ക് അനുഭവിക്കപ്പെട്ട ചുരുങ്ങിയ സംഗതികളിലൊന്നുകൂടിയായിരുന്നു. ഇന്ന് അത്തരം വഴികൾ കൂടെക്കൂടെ ജനസാന്ദ്രത കൂടിയതായി വരുന്നുണ്ട്. എന്നാലും നമുക്ക് മതമേധാവികളുടെ നിയന്ത്രണം കാണാതിരുന്നു കൂടാ. ഈ വഴികളിലെ മാറിവരുന്ന സാമ്പത്തിക സമ്പ്രദായത്തിന്റെ കാര്യത്തിൽ പ്രത്യേകിച്ചും.

IV

വിവിധ അവസരങ്ങളിൽ സ്ത്രീകൾ അനുഭവിക്കേണ്ടിവരുന്ന വൈഷമ്യങ്ങളും സാമൂഹിക അടിമത്തവും മനസിലാക്കാൻ വൃന്ദാവനത്തിലെ അഗതികളായ ഈ സ്ത്രീകളെപ്പറ്റിയുള്ള പഠനം നമ്മെ സഹായിക്കുന്നു. രക്ഷിതാക്കളോ ഭർത്താക്കന്മാരോ ഉപേക്ഷിക്കുന്ന സ്ത്രീകളും ഇവിടെ വിധവകളെപ്പോലെ ജീവിക്കേണ്ടിവരുന്നു. അവരുടെ അവശതകൾക്കു കാരണം സാമ്പത്തികമായി സ്വയം പര്യാപ്തതയില്ലാത്തതും സ്വത്തിനു അവകാശമില്ലാത്തതുമാണ്. ഒരു ഇടത്തരം സാമൂഹിക സ്ഥിതിയിൽ നിന്നുവരുന്ന സ്ത്രീകൾ സ്വന്തം അധ്വാനം കൊണ്ട് ജീവിതമാർഗം കണ്ടെത്തുന്നവരേക്കാൾ ദയനീയസ്ഥിതിയിലാകുന്നു. വാർധക്യകാലമാണ് മറ്റൊരു ദയനീയ വശം. പൊതുനിരത്തുകളിൽ കിടന്ന് മരിക്കേണ്ടിവരുമെന്ന ഭയം ഇവരെ സദാ വേട്ടയാടിക്കൊണ്ടിരിക്കുന്നു. എങ്കിലും വൃന്ദാവനത്തിലെ നിയന്ത്രണങ്ങൾ അവരുടെ ജീവിതത്തെ ഇന്നും പരിരക്ഷിച്ചുകൊണ്ടിരിക്കുന്നു.

വൃന്ദാവനത്തിലെ അഗതികളായ സ്ത്രീകളെപ്പറ്റിയുള്ള ഈ പഠനം വ്യത്യസ്ത സ്ഥിതികളിലും വ്യത്യസ്താവസരങ്ങളിലും സ്ത്രീകൾ അനുഭവിക്കേണ്ടി വരുന്ന സാമൂഹികമായ പീഡന സാധ്യതകൾ നമുക്ക് മനസിലാക്കിത്തരുന്നുണ്ട്. മാതാപിതാക്കളോ ഭർത്തൃകുടുംബങ്ങളോ പുറത്താക്കുന്ന ഈ സ്ത്രീകൾ വൈധവ്യത്തെപ്പോലെയുള്ള യാതനകളനുഭവിക്കാൻ നിർബന്ധിതരാവുന്നു. സാമ്പത്തികമായ സ്വയം പര്യാപ്തതയുടെ അഭാവം വിവാഹിതകളായ സ്ത്രീകളുടെ കാര്യത്തിൽ പ്രത്യേകിച്ചും ദൗർബല്യത്തിനു കാരണമാകുന്നു. വസ്തുക്കളുടെ മേലുള്ള അവകാശനിഷേധവും അതിന്റെ മറ്റൊരു ഭാഗമാണ്. ഇതുകൊണ്ടാണ് അധ്വാനിച്ചു ജീവിക്കുന്നവരേക്കാൾ മധ്യവർത്തികളായ സ്ത്രീകൾ കൂടുതൽ പീഡനങ്ങൾക്കിരയാകുന്നത്. വാർധക്യവും തൽഫലമായി അനാഥാവസ്ഥയും മറ്റൊരു അപകടസാധ്യതയാണ്. പക്ഷേ, ആത്യന്തികമായി മതസ്ഥാപനങ്ങളുടെ ആധിപത്യം വൃന്ദാവനംപോലുള്ള സ്ഥലങ്ങളിൽ ഇന്നും നിയന്ത്രിക്കുന്നത് കാണാം. വളരെയധികം തീർഥാടക സ്ത്രീകൾക്കും ഇതൊരാശ്രയമാണെങ്കിലും ഈ സുശക്ത സംഘടനയുടെ പ്രവൃത്തികൾക്ക് ഇവർ വിധേയരാകുന്നുമുണ്ട്.

ഈ ദുർബലരായ സ്ത്രീകൾക്ക് ജീവിക്കാനുള്ള ശക്തിയെ തുറന്നുകാട്ടുകയാണ് നമ്മുടെ പഠനം. അവർ ക്ഷേത്രസമ്പദ്വ്യവസ്ഥയിലെ പൽ ചക്രങ്ങളായിരുന്നില്ല. സ്വാശ്രയത്വവും പ്രതിരോധവും പ്രതികൂല

സന്ദർഭങ്ങളിൽക്കൂടി പ്രദർശിപ്പിക്കുന്നു. അവരുടെ പ്രതിരോധം പ്രകടമാകുന്നത് കുടുംബങ്ങളിലേക്ക് മടങ്ങിപ്പോകാതിരിക്കാനുള്ള അവരുടെ ഉറച്ച തീരുമാനത്തിലൂടെയാണ്. ഈ സ്വാശ്രയശീലം ആത്യന്തികമായി നിരാധാര സ്ഥിതിയിൽക്കൂടി നിലനിർത്താൻ കഴിയുന്നു. ഒരു പരിധിവരെ ചെറിയ സ്വാതന്ത്ര്യങ്ങൾ അനുഭവിക്കാവുന്നതുകൊണ്ടും ഇതേ അവസ്ഥയിലുള്ള മറ്റു സ്ത്രീകളുമായുള്ള ബന്ധവും ഗാർഹസ്ഥ്യ ബാധ്യതകളിൽ നിന്നുള്ള വിടുതൽ കൊണ്ടുമാണിത്. ഗാർഹിക കെട്ടുപാടുകളിൽ നിന്ന് പുറത്തുകടക്കാനുള്ള ശക്തിയും സ്വാതന്ത്ര്യവും ലഭിക്കുന്നതുകൊണ്ടാണ് അവർക്ക് മതം പ്രധാനമാകുന്നത്. ഇതുതന്നെയാണ് വിശ്വാസത്തിന്റെ ചൂഷകസമ്പദ്‌വ്യവസ്ഥയ്ക്കുള്ള തങ്ങളുടെ വിധേയത്വത്തെക്കുറിച്ചു ശബ്ദിക്കുവാൻ ഭക്തിപ്രഭാഷണങ്ങളിൽ പുറത്തുവരുന്നത് അസാധ്യമായിത്തീർന്നിരിക്കുന്നതിനുള്ള കാരണം. അതിനാൽ ഇന്നും പൊതുരംഗത്ത് ദുർലഭമായാണ് ശ്രവിക്കപ്പെടുന്നത്.

ശബ്ദസംഗ്രഹം:

അഖാര – ഭക്തർ (പൊതുവെ വൈഷ്ണവർ) അവരുടെ നിത്യേനയുള്ള മതാചാരങ്ങൾക്കുവേണ്ടി ഉപയോഗിക്കുന്ന പരിസരം. ഭക്തർക്ക് അവിടെ താമസിക്കുകയും ചെയ്യാം.

ബാബാജി – ഗുരുവിന്റെയോ ആത്മീയ മധ്യവർത്തിയുടെയോ ആരാധനാസമ്പ്രദായം വൈഷ്ണവരുടെ ചില വിഭാഗങ്ങൾക്കിടയിൽ വളരെ ശക്തമാണ്. ലൗകിക ജീവിതം വെടിഞ്ഞതും ഗുരുവെന്ന പദവി സമ്പാദിച്ചതുമായ ഒരു ഭക്തൻ ചിലപ്പോൾ ഈ സ്ഥാനപ്പേരിനാൽ അറിയപ്പെടുന്നു.

ബൈരാഗി – 'വൈരാഗ്യ'ത്തിൽ നിന്നും ഉടലെടുത്തു. മതപരമായ സാക്ഷാൽക്കാരത്തിനു വേണ്ടി ലൗകികജീവിതസുഖങ്ങൾ വെടിയുന്ന പ്രവൃത്തി. ഒറ്റയ്ക്കോ സംഘമായോ ജീവിക്കുകയും രാധാകൃഷ്ണനാമം പ്രചരിപ്പിക്കുകയും ഭജനാലാപനം പ്രധാന ജീവിതമാർഗമായി സ്വീകരിക്കുകയും ചെയ്ത് ലോകം ചുറ്റി സഞ്ചരിക്കുന്ന വൈഷ്ണവരെയാണ് നിയതമായി വൈരാഗിയെന്നും പരാമർശിക്കുന്നത്.

ഭജൻ – ഭക്തിഗാനങ്ങൾ ഒറ്റയ്ക്കോ സംഘമായോ ആലപിക്കുന്നത്.(ഭജന)

ഭജനാശ്രമം – ഭജനാലാപനത്തിൽ പങ്കെടുക്കാൻ ആളുകൾ ഒന്നിച്ചു കൂടുന്ന മതാധിഷ്ഠിതമായ സ്ഥലമാണ് അക്ഷരാർഥത്തിൽ ഭജനാശ്രമം. വ്രജധാം എന്ന ഇത്തരം സ്ഥാപനങ്ങൾ ഇരുപതാം നൂറ്റാണ്ടിന്റെ ആരംഭത്തിൽ, രാജസ്ഥാനിൽനിന്ന് വന്ന ഒരു സമ്പന്ന വ്യവസായ രക്ഷാധികാരി അവിടെ താമസിച്ച് ഭജനയാലപിക്കുന്ന ഭക്തകൾക്കായി ഉണ്ടാക്കിയതാണ്. സമ്പന്ന തീർഥാടകർ ഈശ്വരഭക്തിക്കായി ജീവിതമുഴിഞ്ഞുവെച്ചു. ഇത്തരം സ്ത്രീകൾക്ക് പണമായോ സാധനമായോ സംഭാവനകൾ നടത്താറുണ്ട്. പിന്നീട് മറ്റുള്ളവരും ഇത്തരം ഭജനാശ്രമങ്ങൾ സ്ഥാപിച്ചു.

ഭക്തി – പരിപൂർണ ആത്മസമർപ്പണത്തിന്റെ മാർഗം. സുസ്ഥാപിതമായ ആധികാരിക ശ്രേണികളുടെ ആചാരങ്ങൾക്കുപരിയായുള്ള ഇത്തരം ആത്മസമർപ്പണത്തിന് പ്രാമുഖ്യം വഹിക്കുന്നു. മധ്യകാലഘട്ടത്തിൽ കിഴക്കൻ ഇന്ത്യയിൽ വൈഷ്ണവ സമ്പ്രദായം പുരോഗതി പ്രാപിച്ചത് ഏറ്റവും സ്വാധീനമുള്ള ഭക്തി സമ്പ്രദായമാർഗത്തിലൂടെയാണ്.

ഭോഗ് – പവിത്രമായ നിബന്ധനയിൽ ദേവനുവേണ്ടി തയാറാക്കുന്ന നിവേദ്യം. ഇത് പാചകം ചെയ്തതോ അല്ലാത്തതോ ആകാം. ദേവൻ ഈ ഭക്ഷണം സ്വീകരിച്ചിട്ടുണ്ടാകുമെന്ന് സങ്കൽപ്പിച്ചതിനുശേഷം ഇത് ഭക്തർ അനുഭവിക്കുന്നു.

വ്രജധാം/വ്രജമണ്ഡൽ – കൃഷ്ണന്റെ ഐതിഹ്യവുമായി ബന്ധപ്പെട്ടുകിടക്കുന്ന മഥുരയിലെയും വൃന്ദാവനത്തിലെയും അകത്തും ചുറ്റുവട്ടത്തുമുള്ള തീർഥാടകസ്ഥലങ്ങളെ പൊതുവായി വ്രജധാം

അല്ലെങ്കിൽ വ്രജമണ്ഡൽ എന്നുവിളിക്കുന്നു. മധുരക്കും വൃന്ദാവനത്തിനും പുറമെ രാധയുടെ ജന്മസ്ഥലമെന്നു പറയപ്പെടുന്ന ബർസാന, ഗോവർധൻ, രാധാകുണ്ഡ് എന്നിവിടങ്ങളിലും ഇത്തരം സ്ഥലങ്ങൾ ഉൾപ്പെട്ടിരിക്കുന്നു.

വ്രജവാസി/ബ്രിജ്വാസി – അക്ഷരാർഥത്തിൽ വ്രജധാമിലെ ഒരു സ്ഥിര അന്തേവാസി. വ്രജധാം ജന്മസ്ഥലമായ വടക്കെ ഇന്ത്യക്കാരായ ബ്രാഹ്മണരെ ഉദ്ദേശിച്ചാണ് ഇത് പ്രത്യേകിച്ചും ഉപയോഗിക്കുന്നത്. തലമുറകളായി ഇവർ ക്ഷേത്രങ്ങളുടെയും തീർഥാടനകേന്ദ്രങ്ങളുടെയും നടത്തിപ്പിനുസഹായിക്കുകയും ചിലപ്പോൾ അവിടെയുള്ള പുരോഹിതകർമങ്ങളിൽ സഹായിക്കുകയും ചെയ്യുന്നു.

ഛത്ര(സത്ര) – തീർഥാടക സ്ഥലങ്ങളിൽ അഗതികൾക്കായി സമ്പന്നരക്ഷാധികാരികൾ സ്ഥാപിച്ച ഒരു പരമ്പരാഗത ധർമസ്ഥാപനം. ഈ സ്ഥാപനങ്ങൾ നിത്യേന അഗതികൾക്ക് ഭക്ഷണം വിതരണം ചെയ്യുന്നു.

ദായഭാഗ – കോളനി വാഴ്ചക്കാലത്തിനു മുമ്പു തന്നെ ബംഗാളിൽ നടപ്പിലുണ്ടായിരുന്ന ഒരു പരമ്പരാഗത ഹൈന്ദവ നിയമസമ്പ്രദായമായിരുന്നു. ഇതനുസരിച്ച് ഒരു വിവാഹിതയ്ക്ക് അവളുടെ ഭർത്താവിന്റെ മരണശേഷം സ്വത്തിന്റെ ഒരു വിഹിതം ലഭിച്ചിരുന്നു.

ഗൗസിയ വൈഷ്ണവ വിശ്വാസം – മുഗള കാലഘട്ടത്തിനുമുമ്പ് കിഴക്കുള്ള സ്ഥലങ്ങളും കരാട്ടോവയുടെ പടിഞ്ഞാറും ത്രികോണാകൃതിയിലുള്ള ആഴി പ്രദേശത്തിലെ ഗംഗയും കൂടിയതിനെ ഗൗസ് എന്നുവിളിച്ചിരുന്നു. കാരണം ഈ ഭാഗങ്ങളാണ് ശക്തമായ സാമ്രാജ്യത്തിന്റെ ഭാഗ

ങ്ങൾ സ്വീകരിച്ചിരുന്നത്. ഗൗസിയ വൈഷ്ണവ സമ്പ്രദായം പരാമർശിക്കുന്നത് പ്രത്യേകതരം വൈഷ്ണവ സമ്പ്രദായത്തെയാണ്. ഇത് പ്രചരിപ്പിച്ചത് നവദ്വീപിലെ ചൈതന്യയാണ്. അദ്ദേഹത്തിന്റെ അനുയായികളുടെ പരിശ്രമത്തിലൂടെ ഈ സ്ഥലങ്ങളിൽ അത് പുഷ്ടിപ്പെടുകയും ചെയ്തു. അതിന്റെ കാതൽ ഭക്തിയായിരുന്നു. രാധയും കൃഷ്ണനും അതിലെ അധിഷ്ഠാന ദേവതകളായിരുന്നു. ചൈതന്യയുടെ ജീവിതകാലത്തുപോലും അദ്ദേഹത്തിന്റെ ചില അനുയായികൾ വൃന്ദാവനത്തിൽ സ്ഥിര താമസമാക്കുകയും ചൈതന്യയുടെഅനുശാസനങ്ങളെ അടിസ്ഥാനപ്പെടുത്തി അധ്യാത്മ വിദ്യാപരമായ ഒരു വിദ്യാലയം വളർത്തുകയും ചെയ്തു. ഗൗസിയ വൈഷ്ണവ സമ്പ്രദായത്തിൽ അത് ആവിർഭവിക്കുകയും ചെയ്തു.

ഘട്ട് – ഏതെങ്കിലും വെള്ളക്കെട്ടിലേക്കോ നദിയിലേക്കോ ഇറങ്ങിപ്പോകാൻ തക്ക കൽപ്പടവുകളോടുകൂടിയ കെട്ടിയുണ്ടാക്കിയ സ്നാനഘട്ടം. ചില പുണ്യ നദികളുടെ തൊട്ടു കിടക്കുന്ന ആരാധനാലയങ്ങളിൽ വരുന്ന തീർഥാടകർക്ക് ഉപയോഗിക്കാൻ വേണ്ടി സമ്പന്ന രക്ഷാധികാരികൾ ഒരു ധാർമിക കർമമെന്ന നിലയിൽ നിർമിച്ചതായിരുന്നു ഈ ഘട്ടങ്ങൾ. തീർഥാടകർ പ്രഭാത ശുദ്ധി കർമങ്ങൾക്ക് ഇതുപയോഗിക്കുന്നു.

'ഗോപാൽ മഠം' – ഉണ്ണികൃഷ്ണനെ വളരെ സ്നേഹപൂർവം വിളിക്കുന്ന പേര്. കൃഷ്ണന്റെ വളർത്തമ്മയായ യശോദയാണ് ഈ പേര് സാധാരണയായി വിളിച്ചിരുന്നത്. കൃഷ്ണന്റെ ജനനത്തിനു ശേഷം ഗോകുലത്തിൽ യശോദയാണ് കൃഷ്ണനെ വളർത്തിയത്. വളരെയ

ധികം സ്ത്രീകൾ കൃഷ്ണനെ ആരാധിച്ചിരുന്നത്, യശോദ ചെയ്തിരുന്നതുപോലെ മാതൃവാത്സല്യത്തോടും മമതയോടും കൂടിയാണ്.

ഗോപിനി – പുണ്യ പ്രദേശങ്ങളിൽ ഉണ്ണികൃഷ്ണന്റെ ദിവ്യക്രിഢയിൽ പങ്കുചേർന്ന രാധയാൽ നയിക്കപ്പെട്ട വൃന്ദാവനത്തിലെ ഗോപസ്ത്രീകൾ. ഇവർ പശുവിനെമേക്കുന്നവരിലുള്ള സ്ത്രീകളായിരുന്നു. കൃഷ്ണനോടുള്ള അവരുടെ അഖണ്ഡവുംചോദ്യം ചെയ്യപ്പെടാത്തതുമായ ഭക്തിയുടെ ശക്തിയാൽ, ചില പുരാണങ്ങളിൽ വിവരിച്ചതുപോലെ അവർക്ക് ഗൗസിയ വൈഷ്ണവ സമ്പ്രദായത്തിന് അനുഗൃഹീത ഭക്തശ്രേണിയിൽ ഒരു ഉന്നത പദവി തന്നെയാണ് കൊടുത്തിരിക്കുന്നത്. കൃഷ്ണന്റെ സാന്നിധ്യത്തിൽ വ്രജമണ്ഡലത്തിലെ നിഗൂഢസ്ഥലങ്ങൾ ആകെക്കൂടി പതിനാറായിരം ഗോപിനിമാരുണ്ടായിരുന്നതായി സങ്കൽപ്പിക്കപ്പെടുന്നു.

ഗോസ്വാമി/ഗോസായി – ശിഷ്യനെ മോക്ഷത്തിലേക്കു നയിക്കുന്ന വൈഷ്ണവ സമ്പ്രദായത്തിലെ ആത്മീയ ഗുരുവിനെ പലപ്പോഴും ദേവന്റെ അവതാരമായി കാണപ്പെടുന്നു. രൂപ, സനാതന, ജീവ, ഗോപാൽ ഭട്ട് രഘുനാഥദാസ എന്നിവരാണ് ഗൗസിയ വൈഷ്ണവ സമ്പ്രദായത്തിലെ ആദ്യകാലത്തെ ആറു ഗോസായിമാർ. ഇവർ ചൈതന്യയുടെ ശിഷ്യന്മാരാണ്. ഇവർ ഇവരുടെ ജീവിതം മുഴുവൻ പഠനത്തിനും ചൈതന്യയുടെ ഭക്തിയുടെ തത്വശാസ്ത്രം പ്രചരിപ്പിക്കുന്നതിനായും അർപ്പണം ചെയ്യുകയും വൃന്ദാവനത്തെ ഇവരുടെ പ്രവർത്തനങ്ങളുടെ ഒരു പ്രധാന കേന്ദ്രമാക്കി മാറ്റുകയും ചെയ്തു.

ഗുരുഭായി/ഗുരുബെഹൻ – അക്ഷരാർഥത്തിൽ ഒരേ ഗുരുവിന്റെ ശിഷ്യന്മാരായ സഹോദരീ സഹോദരന്മാർ. അത്തരം ബന്ധങ്ങളിൽക്കൂടി രൂപീകരിക്കപ്പെട്ട മതവിഭാഗമോ മത കുടുംബമോ ആണെന്ന് ഇത് സൂചിപ്പിക്കുന്നു.

ഹിന്ദുസ്ഥാനി – വടക്കെ ഇന്ത്യക്കാർ സംസാരിക്കുന്ന ഭാഷയും ആ ഭാഷ സംസാരിക്കുന്ന ജനങ്ങളും.

കീർത്തനം/സങ്കീർത്തനം – ഭക്തിഗാനത്തിന്റെ ഒരു പ്രത്യേക സാഹിത്യരൂപം കൃഷ്ണ പുരാണ കഥകളിൽ നിന്നാണ് പലപ്പോഴും ഇത് ഉടലെടുത്തിരിക്കുന്നത്. ഇത് മധ്യ ബംഗാളിൽ വികാസം പ്രാപിച്ചു. ഇത് ഒറ്റയായോ കൂട്ടായോ പ്രചരിപ്പിച്ചിരുന്നത് ചൈതന്യയാണ്. ചൈതന്യയുടെ രക്ഷാകർത്തൃത്വത്തിൽ ഇതൊരു സമൂഹഗാനമായി വികസിക്കുകും ഇതിൽ ജാതിലിംഗഭേദമന്യെ എല്ലാവർക്കും പങ്കെടുക്കാൻ കഴിയുകയും ചെയ്തിരുന്നു. നവദ്വീപിൽ ചൈതന്യയുടെ കാലത്ത് അദ്ദേഹം നയിച്ചിരുന്ന കീർത്തനാലാപങ്ങളോടുകൂടിയ ഘോഷയാത്രകൾ ഉണ്ടായിരുന്നതായി പറയപ്പെടുന്നു.

കുലീനത്വം – മധ്യബംഗാളിൽ നടപ്പിലുണ്ടായിരുന്ന ജാത്യാടിസ്ഥാനത്തിലുള്ള താവഴി സമ്പ്രദായം. ഇതിലൂടെയാണ് കുലത്തിന്റെ പവിത്രത അല്ലെങ്കിൽ കുലീനത്വം നിലനിർത്തുന്നതും അഭിവൃദ്ധിപ്പെടുത്തുന്നതും എന്ന് കരുതപ്പെടുന്നു.

കുഞ്ചം – ഒരു തോട്ടം അഥവാ ഒരു പൂന്തോട്ടം കൃഷ്ണപുരാണങ്ങൾ, കൃഷ്ണൻ ഗോപിനിമാരുമായി ലീലാവിനോദത്തിലേർപ്പെട്ട സമൃദ്ധമായ വൃക്ഷങ്ങളുടെയും തോട്ടങ്ങളുടെയും പൂന്തോട്ടങ്ങളുടെയും സ്ഥലമായി വ്രജധാമിനെ വിശേഷിപ്പിക്കുന്നു. പതിനെട്ടും

പത്തൊമ്പതും നൂറ്റാണ്ടുകളിൽ ബംഗാളിലെ സമ്പന്ന പൗരന്മാർ വലിയ ഭൂഭാഗങ്ങൾ സമ്പാദിക്കുകയും ക്ഷേത്രങ്ങളും പൂന്തോട്ടങ്ങളും ഫലോദ്യാനത്തോടുകൂടിയ ഹർമ്യങ്ങളും നിർമിക്കുകയും അതിനെ കുഞ്ചങ്ങളെന്നു വിളിക്കുകയും ചെയ്തു.

ലീല – ദൈവങ്ങളുടെ ക്രീഡ. വൈഷ്ണവ പശ്ചാത്തലത്തിൽ, ഇത് പ്രധാനമായും രാധയും ഗോപിനിമാരുമായുള്ള കൃഷ്ണന്റെ ലീലാവിലാസങ്ങളെയാണു പ്രതിപാദിക്കുന്നത്. ഇത് ചിലപ്പോൾ ആനന്ദ പ്രദമായ അനുഷ്ഠാനങ്ങളെ പ്രതിപാദിക്കുന്നു. ഇതിലൂടെ അവൻ ഉദ്ഘോഷിക്കുന്നത് കൃഷ്ണന് ഭക്തകളുമായുള്ള സമാഗമത്തെയാണ്. ഉദാഹരണത്തിന് 'രാസലീല.'

മധുക്കരി – അക്ഷരാർഥത്തിൽ, വിവിധ പുഷ്പങ്ങളിൽനിന്നും തേൻ ശേഖരിച്ച് അതിജീവനം നയിക്കുന്ന തേനീച്ചയുടെ പ്രവൃത്തിയാണിത്. ആത്മീയ മോക്ഷത്തിനു വേണ്ടി എല്ലാ ലൗകിക സുഖങ്ങളെയും ത്യജിച്ച് വീടു വീടാന്തരം നടന്ന് ഭിക്ഷയെടുത്ത് ശരീരത്തെയും ആത്മാവിനെയും സംരക്ഷിക്കുന്ന ചില വൈഷ്ണവരുടെ ഇടയിലുള്ള ആചാരങ്ങളെ ഇത് പ്രതിപാദിക്കുന്നു.

മായി – അക്ഷരാർഥത്തിൽ അമ്മ. പ്രത്യേകിച്ചും ഭക്തിജീവനത്തിലേക്ക് തങ്ങളെത്തന്നെ സമർപ്പണം ചെയ്ത വിധവകളെയും ഭജനാശ്രമങ്ങളിൽ പതിവായി രാധയുടെയും കൃഷ്ണന്റെയും പുണ്യനാമങ്ങളുരുവിടുന്നവരെയും ഇങ്ങനെ വിശേഷിപ്പിക്കുന്നു.

മൃദംഗം/ഖോൽ – ഭജനകൾക്കും കീർത്തനങ്ങൾക്കും അകമ്പടി സേവിക്കുന്ന ഒരു സംഗീത ഉപകരണം.

മൊഹന്ത	– ഒരു മതസ്ഥാപനത്തിന്റെയോ അല്ലെങ്കിൽ മതവിഭാഗത്തിന്റെയോആത്മീയ മാർഗദർശകനും സംഘാടകനും
പാണ്ഡ	– തീർഥാടകരുടെ ഗതി രൂപവൽക്കരിക്കുകയും ചിലപ്പോൾ പുരോഹിതരുടെ സഹായിയായി പ്രവർത്തിക്കുകയും ചെയ്യുന്ന മതപരമായ സ്ഥലങ്ങളിലെ ഒരു മധ്യവർത്തി.
പരകീയ	– അക്ഷരാർഥത്തിൽ വിവാഹേതരബന്ധമുള്ള കാമുകൻ. പുരാണങ്ങളനുസരിച്ച്, വിവാഹബന്ധത്തിലേർപ്പെടാത്ത രാധയുമായിട്ടുള്ള കൃഷ്ണന്റെ ബന്ധം വളരെ പ്രത്യേകതരത്തിലുള്ളതായിരുന്നു. ഗൗസിയ വൈഷ്ണവ സമ്പ്രദായത്തിൽ ഇത് സമുന്നതമായ ബന്ധമായി കരുതപ്പെടുന്നു. ആചാരങ്ങൾക്കോ സാധാരണ ഗാർഹിക കടമകൾക്കോ ബാധ്യതയില്ലാത്ത കേവലം ഭൗതിക ബന്ധങ്ങൾക്കതീതമായ പ്രേമമായിരുന്നു അത്.
പരിക്രമം	– പ്രത്യേക മതാചാരസന്ദർഭങ്ങളിൽ വ്രജധാമിലെ എല്ലാ പുണ്യസ്ഥലങ്ങളിലും നഗ്നപാദരായി ക്ഷേത്രപ്രദക്ഷിണം ചെയ്യുന്ന സമ്പ്രദായം. ഇങ്ങനെയുള്ള അവസരങ്ങളിൽ പരിക്രമത്തിനായി ദൂരസ്ഥലങ്ങളിൽ നിന്നുകൂടി തീർഥാടകർ വരുന്നു.
പുണ്യം	– ഭക്തി പ്രവർത്തനങ്ങളിലൂടെ ഒരാൾ ആർജിക്കുന്ന ആത്മീയ സാക്ഷാൽക്കാരം.
സാധൻസംഗിനി	– വൈഷ്ണവ സമ്പ്രദായത്തിലെ ചില വിഭാഗങ്ങളിൽ ആരാധനാനുഷ്ഠാനങ്ങൾക്ക് ഒരു സ്ത്രീയുടെ സജീവ പങ്കാളിത്തം അനിവാര്യമാണ്. അവൾ മോക്ഷാന്വേഷണത്തിൽ ഒരു പങ്കാളിയായിത്തീരുന്നു. ഈ അന്വേഷണം പലപ്പോഴും ഗോപ്യമായ ലൈംഗിക പ്രവൃത്തിയിലേക്കു കൂട്ടിക്കൊണ്ടുപോകുന്നു.

സഹജീയ – ജനകീയ ഭൗതിക വിഭാഗത്തിന്റെ വളരെ പഴയ പാരമ്പര്യത്തിൽ വേരൂന്നിയ ഒരു ഗോപ്യമായ ആരാധന, ലോകായതയായി ചിലപ്പോൾ വിവരിക്കുന്നു. സിദ്ധാചാര്യന്മാരുടെ ആദ്യകാലങ്ങളിൽ ബംഗാളിൽ വളരെ വ്യാപകമായി നിലവിലുണ്ടായിരുന്ന ബുദ്ധമതത്തിന്റെ താന്ത്രികപരിഭാഷയുമായി ഇത് ബന്ധപ്പെട്ടുകിടക്കുന്നു എന്നുപറയപ്പെടുന്നു. ചില പണ്ഡിതന്മാരുടെ അഭിപ്രായമനുസരിച്ച് ബൗൾഡ് ഇതേ ആരാധനാ സമ്പ്രദായത്തിന്റെ അത്യന്തം മതവിരുദ്ധമായ വേറൊരു രൂപത്തെ പ്രതിനിധീകരിക്കുന്നു. വൈഷ്ണവ കവികൾ അഥവാ പദാവലിയുടെ രചയിതാക്കൾ പതിനാലാം നൂറ്റാണ്ടിലെ ചണ്ഡീദാസിനെപ്പോലെയുള്ളവർ രാധാകൃഷ്ണ പുരാണങ്ങളെ ആധാരമാക്കിയിട്ടുള്ള ബംഗാളിൽ ഭക്തിമാർഗത്തിന് ഈ ആരാധനാസമ്പ്രദായം സ്വീകരിച്ചിട്ടുണ്ടായിരുന്നു. ഒരു മൗലിക വിശ്വസമായിരുന്ന ഇത് ബ്രാഹ്മണാചാരങ്ങളും ജാതി തടസങ്ങളും പുറന്തള്ളുകയും ശരീരത്തിന്, പ്രത്യേകിച്ചും സ്ത്രീപുരുഷ ബന്ധത്തെ ദിവ്യാനുഭവത്തിന്റെ ഇടമെന്നപോലെ പ്രതിപാദിക്കുകയും ചെയ്തു. ബംഗാളിലെ ചൈതന്യയുടെ അനുയായികളിലും ഗൗസിയവൈഷ്ണവ സമ്പ്രദായത്തിൽപ്പോലും ഇത് ശാന്തമായ സ്വാധീനം ചെലുത്തിയിട്ടുണ്ടായിരുന്നു.

സന്ന്യാസം – പരിത്യാഗത്തിന്റെ മാർഗം

സേവദാസി – അഖാരങ്ങളിൽ താമസിക്കുന്ന സ്ത്രീകൾ. ഇവർ ഇവരുടെ സേവനം അടിയറ വെക്കുന്നു. ചിലപ്പോൾ രക്ഷാധികാരികൾക്കും ഗോസായികൾക്കും ലൈംഗികസേവനം നൽകുന്നു. ചില

പ്പോൾ അവർക്ക് സാധൻ സംഗിനികളുടെ പദവി ലഭിക്കുന്നു.

ശാക്ത – ശക്തിയെ അല്ലെങ്കിൽ അമ്മ ദേവതയെ ആരാധിക്കുന്നവർ. വളരെക്കാലമായി ബംഗാളിൽ ഈ ആരാധനാക്രമം പ്രാബല്യത്തിലുണ്ടായിരുന്നു.

ശേത്ത്/സേഠ് – സാധാരണഗതിയിൽ ഒരു വ്യാപാരിയോ വാണിജ്യാദികൾക്കു പണം ഏർപ്പെടുത്തിക്കൊടുക്കുന്നതോ ആയ ഒരു സമ്പന്നൻ.

ടോൾ – സംസ്കൃത പാണ്ഡിത്യം പകർന്ന് കൊടുക്കുന്ന ഒരു പരമ്പരാഗത വിദ്യാഭ്യാസ സ്ഥാപനം. കോളനി വാഴ്ചയ്ക്കുമുമ്പ് ഇവയായിരുന്നു പ്രധാനപ്പെട്ട വിദ്യാഭ്യാസകേന്ദ്രങ്ങൾ. ചൈതന്യ സന്യാസം സ്വീകരിക്കുന്നതിനു മുമ്പ് നവദ്വീപിലെ ഒരു ടോളിൽ പഠിപ്പിച്ചിരുന്നു.

വാനപ്രസ്ഥ – മനുസംഹിതയിൽ നിർദേശിക്കുന്ന പ്രകാരം ഒരു കുടുംബനാഥന്റെ സാമൂഹിക ജീവിതത്തിലെ നാല്, ആദർശപരമായ ആശ്രമങ്ങളിലെ മൂന്നാമത്തെ ആശ്രമം. ഒരു കുടുംബനാഥന്റെ വാനപ്രസ്ഥം അൻപതു വയസുകടക്കുമ്പോൾ ആരംഭിക്കുന്നു. അയാളുടെ സന്താനങ്ങൾക്ക് തന്റെ ഗൃഹസ്ഥാശ്രമചുമതലകൾ ഭാരമേൽപ്പിച്ച്, കാട്ടിൽ പോയി ആത്മീയ ചിന്തകൾക്കായി മനഃപ്രവേശം ചെയ്യുന്നതായി വിശ്വസിക്കപ്പെടുന്നു. ഭാര്യയും അയാളെ അനുഗമിക്കുമെന്ന് കരുതപ്പെടുന്നു.

www.ingramcontent.com/pod-product-compliance
Lightning Source LLC
LaVergne TN
LVHW040747051026
849519LV00007BA/2469
* 9 7 8 9 3 8 2 1 6 7 0 5 1 *